ആത്മഹത്യയെക്കുറിച്ചൊരുപന്യാസം (രണ്ടരപ്പുറം)

കഥ ഇതുവരെ

ഡോക്ടർ താഹിറിന്റെ സ്പെഷ്യൽ കെയർസെന്ററിൽ വെച്ചാണ് ലസിമയും വിനോദും ആദ്യമായി കണ്ടുമുട്ടിയത്. ആത്മഹത്യാശ്രമത്തിൽ പരാജയമടഞ്ഞ അയാൾക്ക് മരണത്തെക്കുറിച്ചുള്ള അവളുടെ ചർച്ചകൾ രസാവഹമായി അനുഭവപ്പെട്ടു. പിറ്റേന്നത്തെ കൂടിക്കാഴ്ചയിൽ സംസാരിച്ചത് മുഴുവൻ അയാളായിരുന്നു. രണ്ടാഴ്ചമുമ്പ് കുട്ടികളുടെ കഥാമത്സരത്തിന് 'ആത്മഹത്യയെക്കുറിച്ചൊരുപന്യാസം (രണ്ടരപ്പുറം)' എന്ന കഥയ്ക്ക് 'എ'ഗ്രേഡ് കൊടുത്ത് പിരിയുമ്പോൾ ആത്മഹത്യ ചെയ്യില്ലെന്ന് അയാളുറപ്പിച്ചിരുന്നുവെങ്കിലും ആ തീരുമാനം തിരുത്തിയതിനാലാണ് താഹിറിന്റെ സ്പെഷ്യൽകെയർ സെന്ററിൽ എത്തിച്ചേർന്നത്. ഒടുവിലത്തെ കൂടിക്കാഴ്ച വൈകുന്നേരമായിരുന്നു. ജീവിതത്തിന്റെ നിരാർദ്രതയെക്കുറിച്ചുള്ള സന്ദേഹങ്ങൾക്കൊടുവിൽ പൊടുന്നനെ 'നമുക്കും ആത്മഹത്യ ചെയ്താലോ' എന്നവൾ ആരാഞ്ഞു. ശാന്തമായ മനസ്സോടെ അയാളത് സ്വീകരിച്ചു.

കൂടിക്കാഴ്ചകൾക്കു ശേഷം സംഭവിച്ചത്

പുലർച്ചെ, താഹിറിന്റെ സ്പെഷ്യൽ കെയർ സെന്ററിന്റെ മതിൽ അവർ ചാടിക്കടന്നു. അവളുടെ മുറിയിൽ കെട്ടിയിടപ്പെട്ട അവസ്ഥയിൽ നിർമ്മല സിസ്റ്റർ ഭീതിദമായി നിലവിളിച്ചു. വായിൽ തിരുകിയ തുണി അതിനെ മുരൾച്ചയാക്കി മാറ്റി. അയാളുടെ മുറിയിൽ ഭാസുരേന്ദ്രൻ ഉറക്കത്തിൽ സംസാരിച്ചു കൊണ്ടിരിക്കുന്നതിനാൽ അവനെ ഒന്നും സ്പർശിച്ചില്ല. പോലീസ് മൈതാനത്തിന്റെ അരികിലെത്തിയപ്പോൾ എങ്ങനെ മരിക്കുമെന്ന ചോദ്യം അയാളുന്നയിച്ചു. 'വെർജീനിയാ വുൾഫിനെപോലെ നമുക്ക് ഔസ് നദിയിലേക്ക് ഇറങ്ങിച്ചെല്ലാം' എന്ന അനവസരത്തിലുള്ള തമാശ അയാളെ ചൊടിപ്പിച്ചു. മേല്പാലത്തിനരികിലെത്തിയപ്പോൾ, റെയിൽവെ സ്റ്റേഷൻ ആത്മഹത്യാപദ്ധതിക്ക് ഉണർവു നൽകി. വെളിച്ചത്തിന്റെ പടലങ്ങൾക്കിടയിലൂടെ ആളൊഴിഞ്ഞ റെയിൽവെ ട്രാക്ക്നോക്കി അവർ നടന്നു. ഇടവിട്ടിടവിട്ട് പ്രേതാത്മാക്കളെപ്പോലെ പ്രഭാതകൃത്യം നിർവഹിക്കുന്ന വലുതും ചെറുതും, ആണും പെണ്ണുമായ തെരുവിലെ ശരീരങ്ങൾ അയാളെ സങ്കടപ്പെടുത്തി.

വെളിച്ചം മങ്ങിയ റെയിൽവെട്രാക്കിനരികിൽനിന്ന് 'അഞ്ചുമണിയുടെ എക്സിക്യൂട്ടീവ് പോയോ?' എന്ന അയാളുടെ ചോദ്യത്തിന് മറുപടിയായി സെൽഫോൺ നോക്കി 'അഞ്ചു പത്ത്' എന്നവൾ പറഞ്ഞു. അയാൾ നിരാശ മറച്ചുവെച്ചില്ല. അടുത്ത ട്രെയിനിനുവേണ്ടി കൂനിക്കൂടിയിരിക്കുമ്പോൾ, 'ഒരു ദിവസം കൂടി ജീവിച്ചാലോ' എന്ന നിഷ്കളങ്കമായ അവളുടെ ചോദ്യത്തിലയാൾ കീഴ്പ്പെട്ടു പോയി. കാര്യകാരണങ്ങൾ അന്വേഷിച്ചില്ല.

വടക്കോട്ടുള്ള 'മാവേലി എക്സ്പ്രസ്സിന്' കാത്തിരിക്കുമ്പോൾ അവൾ ചോദിച്ചു.

-ഡർക്കിമിന്റെ സൂയിസൈഡ്: എ സ്റ്റഡി ഇൻ സോഷ്യോളജി എന്ന പുസ്തകം നീ കണ്ടിട്ടുണ്ടോ വിനോദ്?

ഉത്തരമല്ല; ചോദ്യമാണയാൾ നൽകിയത്.

-ഡോ. താഹിറിന്റെ ആത്മഹത്യ എന്ത്, എങ്ങനെ എന്ന പുസ്തകം വായിച്ചിട്ടുണ്ടോ?

- ഇല്ല

അവൾ വെറുതെ ചിരിച്ചു.

ട്രെയിനിൽ കയറിപ്പറ്റുമ്പോൾ അവളെ ഒളിഞ്ഞു നോക്കി. ഒരു ചിരി ലസിമ ബാക്കിയാക്കിയിട്ടുണ്ടെന്ന് അയാൾ വെറുതെ സംശയിച്ചു.

അപ്പോൾ പുറത്ത് ആലസ്യത്തോടെ ചാറ്റൽമഴ പെയ്യുന്നുണ്ടായിരുന്നു.

അൽ കാഫിറൂൻ
സംവാദങ്ങളുടെ പുസ്തകം

ടി. കെ. അനിൽകുമാർ

INSIGHT PUBLICA ®

1974 ൽ കണ്ണൂർ ജില്ലയിലെ പാനൂരിൽ ജനനം. മലയാള സാഹിത്യ ത്തിൽ ബിരുദാനന്തരബിരുദവും ബി. എഡും കൗൺസിലിംഗ് & സൈക്കോതെറപ്പിയിൽ ബിരുദാനന്തര ഡിപ്ലോമയും നേടി. ഇപ്പോൾ തലശ്ശേരി ചിറക്കര ഗവൺമെന്റ് ഹയർ സെക്കണ്ടറി സ്കൂളിൽ മലയാളം അധ്യാപകൻ. കേരളസാഹിത്യ അക്കാദമിയുടെ ഗവേഷണ പദ്ധതിയ നുസരിച്ച് തയ്യാറാക്കിയ മലയാളസാഹിത്യത്തിലെ കീഴാള പരിപ്രേക്ഷ്യം എന്ന കൃതിക്ക് 2005 ൽ തായാട്ട് അവാർഡ് ലഭിച്ചു. നോവറിവുകൾ എന്നനാടകത്തിന് പ്രഥമ തൊവരിമല അബ്ബാസ് സ്മാരകനാടക അ വാർഡും അൽകാഫിറൂൻ സംവാദങ്ങളുടെ പുസ്തകം എന്ന നോ വലിന് തുളുനാട് അവാർഡും ലഭിച്ചു. ഒക്ടോബർ 10, ചോരപ്പുഴകൾ എന്നീ കൃതികൾ പ്രസിദ്ധീകരിച്ചിട്ടുണ്ട്.

വിലാസം: ടി. കെ. അനിൽകുമാർ,
അക്ഷരം, പാനൂർ. പി. ഒ, കണ്ണൂർ-ജില്ല. പിൻ:670692.
ഫോൺ:7559987956,9446377956
tkanilprakruthi@gmail.com

ടി. കെ. അനിൽകുമാർ

സമർപ്പണം

കെ വി അനൂപിന്

'പറയുക
ഓ സത്യനിഷേധികളേ!
നിങ്ങൾ ആരാധിക്കുന്നതിനെ ഞാൻ ആരാധിക്കുകയില്ല.
ഞാൻ ആരാധിക്കുന്നവനെ നിങ്ങൾ ആരാധിക്കുന്നവരുമല്ല.
നിങ്ങൾക്ക് നിങ്ങളുടെ മതം.
എനിക്ക് എന്റെ മതവും. '

ഖുർആൻ

ദൈവങ്ങളുടെ നാട്

ദൈവങ്ങളുടെ നാട്ടിലേക്കുള്ള പാത വിശുദ്ധമായിരുന്നില്ല. മാലിക്ദിനാർ പള്ളിയുടെ അരികിലൂടെ നടക്കുമ്പോൾ ചരിത്രത്തിന്റെ അനുരണനങ്ങൾ തിരിച്ചറിയാൻ കഴിഞ്ഞു. മാലിക് ഇബ്നു ദിനാറിന്റെ സഹോദരപുത്രനായ മാലിക് ഇബ്നു ഹബീബ് ഇബ്നു മാലിക്കിന്റെ സ്പർശമേറ്റ ഇടമാവാം ഈ വഴികൾ. അവളെ പിന്തുടരുക എന്നതു മാത്രമായിരുന്നു അയാളുടെ ദൗത്യം. അപരിചിതമായ വഴികളിൽ പർദയണിഞ്ഞ സ്ത്രീകൾ പലരും സംശയത്തോടെ നോക്കുന്നുണ്ടായിരുന്നു. ഇടവഴികളിലൂടെ നടന്ന്, വലിയ വീടിന്റെ മുറ്റത്തേക്ക് കാലെടുത്തുവെച്ചപ്പോൾ ലസിമ മന്ത്രിച്ചു.

– ഇതാണ് താരിഖലിയുടെ വീട്.

'ഏത് താരിഖലി' എന്നയാൾ ചോദിച്ചില്ല; അവൾ പറഞ്ഞുമില്ല.

വീടിന്റെ മുറ്റത്ത് മനുഷ്യരുടെ പ്രവേശനം നിലച്ചിട്ട് ദിവസങ്ങളേറെക്കഴിഞ്ഞതുപോലെ തോന്നിച്ചിരുന്നു. വൃത്തിഹീനമായ കോലായയിലേക്ക് അപരിചിതത്വമേതുമില്ലാതെ അവൾ കയറിച്ചെന്നു. പള്ളിപ്പറമ്പിന്റെ മണം ആ വീടിനെ ചൂഴ്ന്നു നിൽക്കുന്നുണ്ടായിരുന്നു. ധ്യാനനിരതനായ സൂഫിയെപ്പോലെ നിസ്കാരതിണയുടെ മേൽ വിരിച്ച പായയിൽ അയാൾ ഇരിക്കുന്നുണ്ടായിരുന്നു.

– ഉപ്പുപ്പാ.

– ആരാ.

സന്ദേഹിയുടെ മനസ്സുമായി വിനോദ് നിന്നു. അവൾ സംസാരിച്ചു തുടങ്ങി.

– അലീന്റെ കൂട്ടുകാറാണ്.

–മോളിങ്ങടുത്തിരിക്ക്. ഒച്ച കേട്ടപ്പം കുഞ്ഞാലിയാന്ന് തോന്നി.

കാസിമലി അജ്ഞാതരായ അതിഥികളോട് കഥ പറയാൻ തുടങ്ങി.

–എല്ലാർക്കും പേട്യാണ്. ന്നേം കുഞ്ഞാലീന്നേം. ഞാള് മൂർത്തദായോ എന്ന് എല്ലാരും സംശയിച്ച്. ഉലമകള് പറേന്ന്യല്ല ശരീന്ന് ന്നെപ്പോലെ ഓനും ബിശ്വസിച്ച്. ഓൻ ജീവനോടുണ്ടോ അതോ മയ്യത്തായോ? കൊല്ലം കൊറെയായി. ദുബായിക്കാണെന്നും പറഞ്ഞ് പോയ

പോക്കാണ്. ന്റെ മോനെ കൊണ്ടത്തരുവോ?

കാസിമലി ദീനമായി കരഞ്ഞു. ആശ്വസിപ്പിക്കാനെന്നോണം ലസിമ കൈകൾ ചേർത്തു പിടിച്ചു. അയാൾ സ്വകാര്യം പോലെ ചോദിച്ചു.

-ഓനെ ഇങ്ങള് കണ്ടിനാ.

-കൊറച്ചായി.

-കൊറച്ചല്ല. കൊറെയായി.

തേങ്ങലുകൾ മുത്തുനബിയുടെ കാലത്തോളം പ്രാക്തനമാണെന്ന് തോന്നി. നിരാശയുടെ തുരുത്തിൽ നിന്നുയരുന്ന ഏകാന്തമായ പ്രാർത്ഥനയായി അത് മാറി. ഖൽബിലെ വിങ്ങലുകൾ മാലിക് ദിനാർ പള്ളിയുടെ മിനാരങ്ങളിൽ തട്ടി തിരിച്ചു വന്നു.

-ഖുർ ആനും ഹദീസുമാണ് നേര്. അള്ളാഹ്.

വൃദ്ധന്റെ ശബ്ദത്തിന് ദൃഢതയുണ്ടായിരുന്നു.

-കിത്താബ് എയ്തുന്നത് തെറ്റാ?

അയാൾ ഒന്നു വിറച്ചു.

-ആ ഒരൊറ്റ തെറ്റേ കുഞ്ഞാലി ചെയ്തിറ്റുള്ളൂ.

ലസിമ അയാളുടെ കൈകളിൽ ചുംബിച്ചു. കണ്ണുകൾ തുടച്ചു.

-മലക്കുകൾ ന്റെ മയ്യത്തിനോട് ചോദിച്ചാലും ന്ക്ക് ഉത്തരൊന്നേ ഇള്ളൂ. മൻ റബ്ബുക? വമാ ദീനുക? ന്റെ റബ്ബ്, ന്റെ ദീന്. അയിന് മാറ്റോല്ല്യ. ന്നിറ്റും ഞാൻ ദീനിന് ഹറാം പെറപ്പായി.

നിശ്ശബ്ദതയുടെ നിമിഷങ്ങൾക്ക് യുഗങ്ങളുടെ ദൈർഘ്യമുണ്ടെന്ന് വിനോദിന് തോന്നി. പിന്നെയെപ്പോഴോ ലസിമ ചോദിച്ചു.

-ഉപ്പൂപ്പാ, ഞാൻ താരിഖിന്റെ മുറീലൊന്ന് കേറിക്കോട്ടെ. ?

-അമ്മുറീല് കിത്താബ്കൾക്ക് മലക്കുകൾ കാവലിരിക്കുന്നുണ്ടാ ബും. വേണെങ്കി കേറിക്കോ. പൂട്ടീറ്റില്ല. ഉന്തി തൊറന്നാ മതി.

അയാൾ മന്ത്രിച്ചു.

ലസിമ ആവേശത്തോടെ താരിഖിന്റെ മുറിയിലേക്ക് കുതിച്ചു. വിനോദും പുറകെ നടന്നു. ശക്തി മുഴുവനെടുത്ത് തള്ളിയപ്പോൾ മലക്കുകൾ വാതിൽ തുറന്നു. മനുഷ്യസാമീപ്യമില്ലാത്ത വർഷങ്ങളുടെ കഥകൾ ആ മുറി പറഞ്ഞു തന്നു. പൊടി നിറഞ്ഞ പുസ്തകങ്ങൾ. ചിലന്തികൾ വല നെയ്ത ഷെൽഫുകൾ. അപരിചിതമായ ഗന്ധങ്ങൾ. അതിനിടയിൽ ചുമരിൽ വലിയൊരു ചിത്രം. ചിലന്തിവല യുടെ കെട്ടു പാടുകൾക്കകത്ത്, സ്വാതന്ത്ര്യം കൊതിക്കുന്ന, ശാന്തഗംഭീരമായ,

അല്പം ശോകച്ഛായ തോന്നിക്കുന്ന ജീവനുള്ള ചിത്രം.

ഉന്മാദിനിയായ ലസിമ അഗാധമായ പ്രേമത്തോടെ പുസ്തകങ്ങളെ ലാളിച്ചു; അവയുമായി സംവദിച്ചു. പഴയ പേപ്പറെടുത്ത് പുസ്ത കങ്ങളെ മിനുക്കാൻ തുടങ്ങി. മുറിയിൽ പൊടിനിറഞ്ഞപ്പോൾ വിനോദ് പുറത്തിറങ്ങി. കാസിമലി അപ്പോൾ പ്രാർത്ഥിക്കുകയായിരുന്നു. വിനോദ് അടുത്തേക്കു ചെന്നു. കാസിമലി കഥകളുടെ കെട്ടഴിച്ചു. താരിഖലിയുടെ ജീവിതത്തിന്റെ പുസ്തകം അയാൾ തുറന്നു. ഒടുവി ലയാൾ ചോദിച്ചു.

-മോന് പറ്റ്വൊ, ന്റെ കുഞ്ഞാലീനെ കൊണ്ടരാൻ?

കണ്ടെത്താൻ കഴിയുമെന്ന ഒരുറപ്പുമില്ലാതെ വെറുതെ പറഞ്ഞു.

-ശ്രമിക്കാം ഉപ്പൂപ്പാ

-ചെറുവത്തൂരില് അബ്ദ്വുണ്ട്. ഓനെ കാണ്. പാവാ. പേട്യാ.

അയാളൊന്നു ചുമച്ചു. ചുമയുടെ ഒടുവിൽ, പൊടിപടലങ്ങൾക്കിട യിൽനിന്ന് ഇറങ്ങിവന്ന ലസിമയുടെ രൂപം കാസിമലിയെ ചിരിപ്പിച്ചു. വിനോദും ചിരിച്ചു; കൂടെ ലസിമയും. കലങ്ങിയ കണ്ണുകളിൽ നിന്ന് കാസിമലിയുടെ മുഖമാകെ പടർന്ന ചിരി ലസിമയെ ആനന്ദിപ്പിച്ചു.

-എന്തൊരു രൂപാ ഇദ്?

കാസിമലിയുടെ വാത്സല്യം അവൾ നുകർന്നു. അവർ സൃഷ്ടിച്ച പുതിയ ലോകത്ത് വിനോദ് അന്യനായി. അസ്വാസ്ഥ്യങ്ങളുടെ തുരുത്തായി അയാൾക്കവിടം അനുഭവപ്പെട്ടു. കൗതുകത്തോടെ അയാൾ ജിന്നുകളുടെ പറമ്പിലൂടെ നടന്നു. ഏറെ നേരത്തിനുശേഷം തിരിച്ചുവന്നപ്പോൾ രണ്ടുപേരും നിശ്ശബ്ദരായിരുന്നു. കണ്ണുകളിൽ വിങ്ങൽ മാത്രം സ്പഷ്ടമായിരുന്നു.

പുറത്ത് വീണ്ടും മഴ പെയ്യാൻ തുടങ്ങി.

അന്തരീക്ഷത്തെ ലാഘവപ്പെടുത്താൻ വിനോദ് ചോദിച്ചു.

-ഉപ്പൂപ്പാ താരിഖിന്റെ മുറീലെ ആ വലിയ ചിത്രം ആരുടേതാ?

-കാഫിറിന്റേതാ. ന്നേക്കാളും കുഞ്ഞാലിയേക്കാളും വല്യ ഒരു കാഫിറിന്റെ.

അയാളുറക്കെ ചിരിച്ചു.

-ചോയിക്കും നാളെ ചോയിക്കും. മൻ റബ്ബുക? ഉത്തരോണ്ടോ? വാമാദീനുക? ഉത്തരോണ്ടോ?

തകർത്തു പെയ്യുന്ന മഴയിൽ അയാളുടെ ശബ്ദം ആണ്ടുപോയില്ല.

കാസിമലി ഇപ്പോൾ യഥാർഥ സൂഫിയായി.

ഊരുവിലക്ക്

-എല്ലാരും ചേർന്ന് കൊന്നു. കുഞ്ഞാലി ഇനി വരില്ല.

താരിഖലിയുടെ ഭൂതകാലത്തിന്റെ പടവുകൾ അബ്ദുറഹിമാൻ കയറിയിറങ്ങി. ആഴമേറിയ നിരാശയോടെ താരിഖലിയെക്കുറിച്ച് അയാൾ പറഞ്ഞുകൊണ്ടേയിരുന്നു. 'കാഫിറലി'യുടെ കഥയും അയാൾ പറഞ്ഞു. തലമുടി ക്രോപ്പുചെയ്തതോടെ കാസിമലി ചിലർക്ക് 'കാഫിറലി'യും മറ്റുചിലർക്ക് 'തിയ്യനലി'യുമായി. മകൻ അബ്ദുവിനെയും മകൾ ഫാത്തിമയെയും കോളേജിലേക്കയച്ച് പഠിപ്പിച്ചു എന്നത് അക്കാലത്ത് കാസിമലി ചെയ്ത രണ്ടാമത്തെ തെറ്റായിരുന്നു. മൊയ്തുവിനെ മൊഴിചൊല്ലാൻ ഫാത്തിമയെ പ്രേരിപ്പിച്ചതോടെ കാസിമലിയുടെ കുടുംബത്തെ പള്ളിക്കമ്മറ്റി പൂർണ്ണമായും മാറ്റിനിർത്തി. അബ്ദുറഹിമാൻ സ്റ്റേഷന്മാസ്റ്ററുടെ ജോലിയുമായി ഊരുചുറ്റി. ഫാത്തിമയും ഇളയമകളും ചേവായൂരിലേക്ക് പറിച്ചുനടപ്പെട്ടു. കാസിമലിയും കൊച്ചുമകൻ താരിഖും സ്വതന്ത്രമായി ജീവിച്ചു. ഖുർആനും ഹദീസും പ്രമാണമാക്കിക്കൊണ്ടുതന്നെ കാസിമലി പലതിനെയും ചോദ്യം ചെയ്തു. മക്കിതങ്ങളുടെ പാരമ്പര്യമുള്ള ഇസ്ലാമിനെ സ്വപ്നം കാണാൻ താരിഖിനെ കാസിമലി പ്രാപ്തനാക്കി. ചേകന്നൂരിന്റെ ആളാണെന്നും കാഫിറുകളുടെ ചോരയാണെന്നുമുള്ള കുറ്റപ്പെടുത്തലുകൾ കാസിമലിയെ സ്പർശിച്ചേയില്ല.

സ്റ്റേഷന്മാസ്റ്ററുടെ കസേരയിലേക്ക് അബ്ദുറഹിമാൻ ചാരിയിരുന്നു.

-സ്റ്റേഷന്മാഷ് എന്ന രീതിയിൽ എനിക്കൊരുപാട് പരിമിതികളുണ്ടായിരുന്നു. ട്രാൻസ്ഫെറൊക്കെ വരുമ്പോൾ പലപ്പോഴും അകലേക്ക് പോകേണ്ടിവരുമായിരുന്നു. എങ്കിലും, ഉപ്പയുടെയും ഉമ്മയുടെയും സാമിപ്യമില്ലാത്ത കുട്ടിയെന്ന രീതിയിൽ കുഞ്ഞാലിയെ ഞാനെപ്പൊഴും ശ്രദ്ധിച്ചിരുന്നു. ഒരു നാണം കുണുങ്ങിയായിരുന്നുവെങ്കിലും അസാധാരണമായ ബുദ്ധിവൈഭവം അവനുണ്ടായിരുന്നു. ചന്ദ്രഗിരിപ്പുഴക്കപ്പുറത്ത് ഒരു ലോകമുണ്ടെന്ന് അവനറിയണം എന്നെനിക്ക് നിർബന്ധമുണ്ടായിരുന്നു. കുഞ്ഞാലി എന്റെ പ്രതീക്ഷകൾക്കുമപ്പുറത്ത് വളർന്നു. നിരന്തരമായ വായനയും സഞ്ചാരവും അവനെ മാറ്റിത്തീർത്തു. വയനാട്ടിൽ ജോലിചെയ്യുന്ന കാലത്താണ് എന്നു തോന്നുന്നു ദുബാ

യിക്കുപോകാനുള്ള ആഗ്രഹം അവൻ പ്രകടിപ്പിച്ചത്. പണമുണ്ടാക്കാനുള്ള ആഗ്രഹമല്ലെന്ന് ഉറപ്പാ. പിന്നെന്താണ് കാരണമെന്ന് അവൻ മനസ്സുതുറന്നിട്ടില്ല. ആദ്യമൊക്കെ ഇടക്കിടക്ക് വിളിക്കുമായിരുന്നു. പിന്നെ അതുമില്ല. ഇപ്പൊഴെവിടെയാണെന്ന് ആർക്കുമറിയില്ല. അവന്റെ അടുത്ത കൂട്ടുകാർക്കുമറിയില്ല. ശത്രുക്കളുണ്ടായിരുന്നൂന്ന് സത്യാ.

അയാൾ എഴുന്നേറ്റു.

-അവൻ എവിടെ പോയെന്ന് ആർക്കുമറിയില്ല. ഞാനൊരുപാട് അന്വേഷിച്ചു.

അയാൾ കാപ്പിക്ക് ഓർഡർ ചെയ്തു.

-എന്തെങ്കിലും വിവരം കിട്ടിയാൽ അറിയിക്ക്. ഇളയാപ്പ ഇവിടെ കാത്തുനിൽക്കുന്നുണ്ടെന്ന് പറയ്

അയാളുടെ സ്വരം ഇടറി. കാപ്പി കുടിച്ചു കഴിഞ്ഞപ്പോൾ അയാൾ ചോദിച്ചു.

-നിങ്ങളുടെ സെൽ നമ്പരെത്രയാ. ?

ലസിമ നമ്പർ നൽകി.

-കൊന്നിട്ടുണ്ടാവും; എന്റെ കുഞ്ഞാലീനെ കൊന്നിട്ടുണ്ടാവും

അയാളെ കേൾക്കാൻ ശക്തിയില്ലാത്തതുപോലെ ലസിമ പുറത്തേക്ക് നടന്നു. റെയിൽവേ സ്റ്റേഷനിൽ നിന്ന് റോഡിലേക്ക് കയറുമ്പോൾ അവളെ വിനോദ് സൂക്ഷിച്ചുനോക്കി. കണ്ണീരുകൊണ്ടവൾ ചന്ദ്രഗിരി തീർക്കുകയായിരുന്നു.

താരിഖലിയുടെ പുസ്തകം

തെയ്യങ്ങളുടെ നാട്ടിൽ ചാത്തനാണ് അവരെ സ്വാഗതം ചെയ്തത്. ബസ്റ്റാൻഡിനു മുന്നിലൂടെ കടന്നു പോകുന്ന ഘോഷയാത്രയിലെ വേഷം ഒന്നലറി. സ്റ്റാൻഡിലിറങ്ങിയപ്പോഴാണ് ബസ്സിൽ നിന്ന് പുറത്തേക്കിറങ്ങുന്ന മനുഷ്യനെ അവൾ കണ്ടത്. പരിചിതമായ ഭയത്തിന്റെ കയങ്ങളിലവളാഴ്ന്നു. അയാളിൽനിന്ന് രക്ഷനേടുക എന്നത് അവളെ സംബന്ധിച്ചിടത്തോളം നിസ്സാരമായിരുന്നില്ല. രക്ഷപ്പെടാനുള്ള എളുപ്പവഴി വിനോദിനേയും വലിച്ചിഴച്ചുള്ള ഭ്രാന്തമായ ഓട്ടമായിരുന്നു. ഘോഷയാത്രയ്ക്കിടയിലൂടെ അവർ ഓടി. പിന്നെ രണ്ടു പേരും നിശ്ശബ്ദരായി കാറിനകത്തിരുന്നു. പെരുമ്പ പിന്നിട്ടപ്പോൾ അയാൾ ചോദിച്ചു.

-ലസിമ ആരെയാണ് പേടിക്കുന്നത്?

ചാത്തന്റെ അലർച്ചയാണ് അവളുടെ കാതുകളിലേക്ക് കടന്നുവന്നത്. നിശബ്ദത മറുപടിയായില്ല. ഉത്തരങ്ങൾ അയാളെ സംബന്ധിച്ചിടത്തോളം നിർബന്ധവുമുണ്ടായിരുന്നില്ല. ഏറെ നേരത്തിനു ശേഷം അവൾ സ്വയമെന്നോണം പറഞ്ഞു.

-അയാൾ താരിഖിനെ കൊല്ലും.

കൊല്ലാൻ താരിഖ് ജീവിച്ചിരിപ്പുണ്ടോ? അയാൾ സംശയിച്ചു.

അവൾ ബാഗ് തുറന്ന് ഒരു പുസ്തകം വലിച്ചെടുത്തു. വിനോദിന്റെ സംശയത്തോടെയുള്ള നോട്ടം കണ്ടപ്പോൾ അവൾ പറഞ്ഞു.

-താരീഖലിയുടെ പുസ്തകമാണിത്. ഞാനിത് മോഷ്ടിച്ചു.

അയാൾ സംശയിച്ച് സംശയിച്ച് ചോദിച്ചു.

-ലസിമാ. ആരാണീ താരിഖലി? നിന്റെയാരാണ്? നീയെന്തിനാണ് അയാളെ അന്വേഷിക്കുന്നത്?

അവൾ ഉറക്കെ ചിരിച്ചു. പിന്നെ പറയാൻ തുടങ്ങി.

-സുന്നികളും ശിയാക്കളും അഹമ്മദീയാക്കളും മദരികളും ജലാലികളുമടങ്ങിയ ഇസ്ലാമിന്റെ വിശുദ്ധഗോത്രത്തിൽ പിറന്ന വിശുദ്ധ

നായ കാഫിറാണ് താരിഖലി. താരിഖലിയുടെ മുറിയിൽ കണ്ട വലിയ ചിത്രമില്ലേ? അതാണ് താരിഖിന്റെ പ്രവാചകൻ. ഒക്കെയും അസംബ ന്ധങ്ങളാണെന്ന് തോന്നും. പിന്നെ എന്റെയാരാണ് താരിഖ് എന്നുള്ള തിന് ഞാൻ എന്തുത്തരമാണ് നൽകേണ്ടത്? ജെ. എൻ. യു. വിൽ ഒന്നിച്ചു പഠിച്ച ഒരു സുഹൃത്ത് എന്ന് വേണമെങ്കിൽ പറയാം.

അവൾ പുറത്തേക്കു നോക്കി. പിന്നെ പതുക്കെ പറഞ്ഞു.

-എനിക്ക് ഭ്രാന്താണെന്ന് നിനക്കിപ്പോൾ തോന്നുന്നുണ്ടോ? സത്യമായിട്ടും ഇല്ല, എവിടെയോ ജീവിച്ചിരിക്കുന്ന താരിഖിനെ കണ്ടെത്തണം. പിന്നെ ഈ വിശുദ്ധഗ്രന്ഥം അയാളെ ഏല്പിക്കണം, എന്നിട്ട് നമ്മൾ തീരുമാനിച്ചുറപ്പിച്ചതുപോലെ.

മരണമുഖത്തുനിന്ന് ഒരു ദിവസം അവധിയെടുത്തു വന്നത് ഈ വിശുദ്ധകൃത്യത്തിനാണെന്ന് അയാളെ ബോദ്ധ്യപ്പെടുത്താൻ ലസിമ ശ്രമിച്ചു. പക്ഷെ, വിനോദ് വിഹ്വലതയുടെ തീരത്ത് തന്നെയായിരുന്നു.

അവൾ ഭദ്രമായി കെട്ടിവെച്ച പുസ്തകമഴിച്ചു.

പുറത്ത് ഇപ്പോൾ മഴയോടൊപ്പം കനത്ത കാറ്റുമുണ്ടായിരുന്നു.

-വിനോദിന് അറബിഭാഷ അറിയാമോ? ഇതെന്താണ് വായിക്കുക എന്നറിയുമോ?

അവൾ ചുവന്ന അക്ഷരങ്ങൾ തൊട്ടുകാണിച്ചുകൊണ്ട് മന്ത്രിച്ചു.

-അൽ കാഫിറൂൻ.

ഒന്നു നിർത്തി അവൾ തുടർന്നു.

-നോക്കൂ. ഇത് അവിശ്വാസികളുടെ പുസ്തകമാണ്.

അയാൾ ആ പുസ്തകം ഭയത്തോടെ സ്പർശിച്ചു.

വിശുദ്ധഗ്രന്ഥത്തിന്റെ താളുകളിൽ അലി കോറിയിട്ട അക്ഷരങ്ങളെ അയാൾ അറിഞ്ഞു. മലക്കുകൾക്കിടയിൽ നിന്ന് ആദം നബി മുതലുള്ള പ്രവാചകന്മാർ പുസ്തകങ്ങളിലേക്ക് ഇറങ്ങിവന്നു. ജിന്നുകളുടെ മാന്ത്രികഭാഷയിൽ പുസ്തകം സംസാരിക്കാൻ തുടങ്ങി. സംവാദങ്ങ ളുടെ നിരാർദ്രത പുസ്തകത്തെ വായനക്കതീതമാക്കിത്തീർത്തു. അയാൾ തളർന്നു. വിശ്വാസികളുടെ പടയോട്ടങ്ങളിൽ നിന്നകന്ന് എവിടെയോ അജ്ഞാതനായിരിക്കുന്ന ആ വിശുദ്ധനായ കാഫിറിന്റെ പുസ്തകം അയാൾ അടച്ചുവെച്ചു.

-താരിഖലി എവിടെയാണ് ഒളിച്ചിരിക്കുന്നത്?

അയാളുടെ ചോദ്യം ലസിമ കേട്ടില്ല.

അവൾ നല്ല മയക്കത്തിലായിരുന്നു.

തിരുവർക്കാട്ടമ്മ

വി. വി. റോഡിലെ അഹമ്മദിയാകളുടെ മസ്ജിദിന് അടുത്തുള്ള ഇൻഫർമേഷൻ സെന്ററിൽ അന്വേഷിച്ചപ്പോൾ പ്രൊഫസർ അഹമ്മദ്, മരക്കാർകണ്ടിയിലാണ് ഇപ്പോൾ താമസമെന്നു പറഞ്ഞു. പള്ളിയുടെ മതിലിലെഴുതിവെച്ച മിർസാ ഗുലാ അഹമ്മദിന്റെ സൂക്തങ്ങൾ വായിക്കുന്ന വിനോദിനെ വിളിച്ച് വണ്ടിയിലേക്കു കയറ്റി. വണ്ടി അല്പം മുന്നോട്ടെടുത്തപ്പോൾ, റോഡ് ക്രോസ്സ് ചെയ്തുവരുന്ന ചെറുപ്പക്കാരനെ ലസിമ ഉറക്കെ വിളിച്ചു.

-ജയകൃഷ്ണനല്ലേ.

അയാൾ അപരിചിത ഭാവത്തിൽ അവളെ നോക്കി.

താരിഖിന്റെ സുഹൃത്തുക്കളാണെന്ന് പറഞ്ഞപ്പോൾ ജയകൃഷ്ണൻ വാചാലനായി. താരിഖ് ഇപ്പോഴും അയാളെ വേട്ടയാടുന്നുണ്ടെന്ന് ജയകൃഷ്ണൻ പറഞ്ഞു. എം. ജി. യൂണിവേഴ്സിറ്റിയിലെ വാര്യർ സാറിന്റെ കൂടെ താരിഖ് വന്ന ദിവസം അയാൾ ഓർത്തെടുത്തു. മാടായിക്കാവിലെ ശാക്തേയപൂജ ഹൈന്ദവീയമല്ലെന്ന താരിഖിന്റെ വാദവും പ്രതിവാദവും മണിക്കൂറുകൾ നീണ്ടു നിന്നു. ആ ദിനം താരിഖിനെ ഒരിക്കലും മറക്കാനാവാത്ത വ്യക്തിയാക്കി മാറ്റിയെന്ന് ജയകൃഷ്ണൻ പറഞ്ഞു. മുത്തപ്പനും മാടായിക്കാവിലമ്മയും ഹൈന്ദവാരാധനയുടെ ഭാഗമല്ലെന്ന താരിഖിന്റെ ലേഖനം ഏറെ വിവാദങ്ങളുണ്ടാക്കിയ കാര്യം അയാൾ അനുസ്മരിച്ചു. മദ്യവും മാംസവും മത്സ്യവും മടായിക്കാവിലമ്മയ്ക്ക് നിവേദ്യമായിരുന്നുവെന്ന കൗതുകകരമായ വസ്തുത വിനോദിനെയും അദ്ഭുതപ്പെടുത്തി.

ജയകൃഷ്ണൻ അല്പം ആലോചിച്ചു.

-കുറെ കാലമായി താരിഖിനെ കണ്ടിട്ട്. എന്റെ സംശയം ഹിന്ദുക്കളയാളെ കൊന്നോ എന്നാണ്. ഞാൻ റിസെർച്ച് ചെയ്യുന്ന സമയത്ത് പലപ്പോഴും കാണാറുണ്ടായിരുന്നു. ഇവിടെയെത്തിയാൽ പ്രൊഫസർ അഹമ്മദുമായിട്ടായിരുന്നു സഹവാസം. അവരൊക്കെ ഇപ്പോൾ മരക്കാർക്കണ്ടിയിലാണ് താമസം.

ജയകൃഷ്ണൻ പറഞ്ഞ പിടാരന്മാരെന്ന ശാക്തേയ ബ്രാഹ്മണരും

തിരുവർക്കാട്ടമ്മയും വിനോദിനെ ഏതൊക്കെയോ ചിന്തകളിലേക്ക് നയിച്ചു. ടൗൺ പിന്നിട്ടപ്പോഴും രണ്ടുപേരും നിശ്ശബ്ദരായിരുന്നു.

-ഒന്നു നിർത്ത്.

കാർ നിന്നു. ലസിമ പുറത്തേക്കിറങ്ങി. ഇടതുവശത്ത് വലിയ അക്ഷരങ്ങളിൽ 'അറക്കൽ മ്യൂസിയം' എന്നെഴുതിയിട്ടുണ്ട്. തൊട്ടപ്പുറത്ത് വെയിലേറ്റ് പുളയുന്ന കടൽ.

-വിനോദ്. അവിടെ താരിഖ് തനിച്ചിരിക്കാറുണ്ടായിരുന്നു. പ്രാചീനമായ ഗൃഹാതുരത്വവുമായി അവൻ അവിടെയിരുന്ന് കിനാവ് കണ്ടിട്ടുണ്ട്. ഒരു മാറ്റവുമില്ല. ഇവിടെയൊന്നും മാറിയിട്ടേ ഇല്ല.

ലസിമ പാറമേൽ കയറി കടലിലേക്ക് തന്നെ നോക്കിക്കൊണ്ടിരുന്നു. അവൾ കൊച്ചുകുട്ടിയായി മാറി, താരിഖിനെപ്പോലെ ഏതോ ഗൃഹാതുരത്വത്തിന്റെ കൊതുമ്പിലേറുകയാണ്. ആളുകൾ ശ്രദ്ധിക്കുന്നുണ്ടായിരുന്നു.

അയാൾ തിരക്കു കൂട്ടി. അയാൾക്ക് ആൾക്കൂട്ടത്തെ ഭയമായിരുന്നു.

-ലസിമാ, നമുക്കു പോകാം.

-പോകാം.

അറക്കൽ ബീബിമാരുടെ പ്രതാപകാലത്തിന്റെ ശേഷിപ്പുകളുള്ള തെരുവിലൂടെ അവർ സഞ്ചരിച്ചു. അറിയാത്ത ഏതൊക്കെയോ വഴികളിലൂടെ അവൾ അയാളെ നയിച്ചു. ആരോടൊക്കെയോ അന്വേഷിച്ച് അഹമ്മദിന്റെ വീട് കണ്ടെത്തി. അഹമ്മദും മകളും സ്ഥലത്തുണ്ടായിരുന്നില്ല. പ്രൊഫസർ രണ്ടു ദിവസമായി തൃശൂരിലാണത്രെ. ഷബാന ഭർത്താവിന്റെ കൂടെ കുവൈറ്റിൽ മൂന്നു വർഷമായി.

കാറിലേക്ക് കയറുമ്പോൾ ലസിമയുടെ മുഖം ചുവന്നു. അവൾ സങ്കടപ്പെടുകയും ക്ഷോഭിക്കുകയും ചെയ്തു. ജയകൃഷ്ണൻ പറഞ്ഞ തിരുവർക്കാട്ടമ്മയായി അവൾ മാറി. അയാളവളെ സൂക്ഷിച്ചു നോക്കി. തിരുവർക്കാട്ടമ്മ തന്നെ.

'കരിങ്കാറിൻ നിറമൊത്ത തിരുമുടി തൊഴുന്നേൻ
കനൽക്കണ്ണും തിരുനെറ്റിത്തിലകം തൊഴുന്നേൻ
വിലസുന്ന മിഴിയും നാസിക കവിൾ തൊഴുന്നേൻ
തേഞ്ഞൊരിച്ചിറി പല്ലൊടു നാവു തൊഴുന്നേൻ. '

അയാൾ കണ്ണുകളടച്ചു.

സത്യപ്രസ്താവന – ഒന്ന്

–ഞാൻ പറേന്നത് സത്യാണ്. ഒന്നാം ക്ലാസ് മൊതല് പത്ത് വെരെ ഞാനും ഓനും ഒപ്പരാണ് പടിച്ചത്. പത്ത് തോറ്റപ്പം ഞാൻ പടിപ്പ് നിർത്തി. ഓൻ പി. ഡി. സിക്ക് ചേർന്നു. ഓന്റെ രക്തത്തിൽ കൊറച്ച് ചോപ്പ് അതികാ. ഓന്റച്ഛൻ പയേ കമ്യുണിസ്റ്റാ. ബി. എക്കു പടിക്കുമ്മം കോളേജില് കൊറച്ച് കൊയപ്പൊക്കെ ഇണ്ടാക്കിയെന്ന് ആൾക്കാറ് പറേന്ന്ണ്ട്. പക്ഷേങ്കില് ഓനങ്ങനെ വെറുതെ കൊയപ്പോണ്ടാക്കുന്ന ആളല്ല. അക്കാലത്ത് രാത്രീല് സ്ഥിരായിട്ട് ഞമ്മള് കാണാർണ്ട്. ചെലപ്പം ഓൻ പറേന്ന കാര്യങ്ങള് അത്ര പെട്ടെന്ന് ആർക്കും മനസ്സിലാവൂല്ല. കൊയപ്പം ഓന്റെയല്ല. പക്ഷെ വിനു പറയല് എല്ലാർക്കും എന്തെല്ലോ കൊയപ്പം ഇണ്ടെന്നാ. ശരിയാന്ന് എനക്കുംതോന്നീറ്റ്ണ്ട്. ഓന്റച്ചന്റെയും അമ്മേന്റെയും വിചാരം എനക്കെല്ലാം അറിയാന്നാ. എന്ത്ന്നറിയാൻ? സത്യായിറ്റും എനക്കൊന്നും അറിഞ്ഞൂട. ഈ ഇരിക്കുന്ന സോജേച്ചി എന്നോട് വെറുതെ ചൂടായില്ലേ? ഓനെ വഷളാക്കുന്നത് ഞാനാന്ന് പറഞ്ഞിറ്റ്. ഓനെ വഷളാക്കാൻ മാത്രോള്ള വിവരം എനിക്കില്ലാന്ന് സോജേച്ചിക്ക് അറിയാത്തതല്ലല്ലോ.

പടിപ്പെല്ലാം കയിഞ്ഞപ്പം കൊറച്ച് കാലം ഓൻ നാട്ടിലുണ്ടായിറ്റില്ല. തൃശൂരിലാണെന്നാ പറഞ്ഞത്. ഏതൊ പേപ്പറിലേനും. മാതൃഭൂമീലോ ദേശാഭിമാനീലോ മറ്റോ ആണ്. ഈ ഇരിക്കുന്ന വിനയാമേടത്തിനറിയാലോ അത്. പിന്നെപ്പറഞ്ഞു പേപ്പറുപണി നിറുത്തീന്ന്. പിന്നെ മാഷ്പണിക്കെറെങ്ങി. ഓന്റെ ക്ലാസ്സ് ഭയങ്കരാന്ന് എന്റെ പെങ്ങള് ഹർഷ പറഞ്ഞിറ്റ്ണ്ട്. പക്ഷേല് ഒരു ദിവസം അതും നിർത്തി. പിന്നെയാണ് പ്രശ്നം തൊടങ്ങുന്നത്. നാട്ടിലുള്ള എല്ലാത്തിലും തലേടും പ്രശ്നം വഷളാവും. ഓന്റെ നല്ല മനസ്സാ. അത് കൊണ്ട് തന്നെ ഓൻ നന്നാവൂല്ല. എനക്കൊറപ്പാ.

കഴിഞ്ഞാഴ്ച രാത്രി കണ്ടപ്പം എന്നോട് ചൊയിച്ച് ഭാസുരാ, നാട്ടിലെ വൃത്തികെട്ടവന്മാരെയൊക്കെ വെടിവെച്ചുകൊന്നാൽ എന്തു സംഭവിക്കൂന്ന് ഞാൻ പറഞ്ഞ് നാട്ടിലാള്ണ്ടാവില്യാന്ന്. അത് കേട്ട് കൊറേ ചിരിച്ചു.

പിറ്റേന്ന് രാത്രീലാണ് നാരാണാട്ടൻ വിളിച്ചത്. ഓടിയെത്തിയപ്പം

കണ്ടത് ആസ്പത്രീല് ബോധം ഇല്യാണ്ട് കെടക്കുന്നതാ. തൂങ്ങാൻ കാരണം എന്തേലും ഉണ്ടോന്ന് എനക്ക് അറീല്ല. പിന്നെ ചാകാൻ പ്രത്യേകിച്ച് കാരണം ഒന്നും വേണ്ടല്ലോ. ചാകാത്തത് ഭാഗ്യം. എന്താ പറ്റ്യേന്ന് ഞാൻ ചോയിച്ചിറ്റുമില്ല ഓൻ പറഞ്ഞിറ്റുമില്ല. പിറ്റേന്നാണ് ഈടെ അഡ്മിറ്റാക്കിയത്. മെനഞ്ഞാന്നു സന്ധ്യക്ക് ചോറുമായിറ്റ് വെരുമ്പം അപ്രത്തെ മുറീലെ പെണ്ണും ആയിറ്റ് ബർത്താനം പറയുന്നുണ്ടായിരുന്നു. ഞാൻ ചോയിച്ചപ്പം പറഞ്ഞു അയിന് ബട്ടാണെന്ന്. എന്നിറ്റ് എന്നോട് പറഞ്ഞ് ഇഞ്ഞി വേണങ്കില് ഓളെ മംഗലം കയിച്ചോന്ന്. ഞമ്മളു രണ്ടാളും അതും പറഞ്ഞ് കൊറച്ച് നേരം ചിരിച്ച്.

ഇന്നുരാവിലെ എണീറ്റേരം ഓൻ റൂമിലില്ലാ. എങ്ങോട്ട് പോയീന്ന് എനക്ക് അറീല്ല. സത്യാണ്.

നാരാണേട്ടനോടും യശോദേച്ചീനോടും ഞാനെനി എന്ത്ന്നാ പറയ്യാ?

സത്യപ്രസ്താവന – രണ്ട്

-ഇവിടെ അഡ്മിറ്റായിട്ട് കൃത്യായിട്ട് പറഞ്ഞാൽ ഇന്നേക്ക് പതിനേഴ് ദിവസായി. മുഴുവൻ സമയവും കൂടെ ഒരാൾ വേണമെന്നു പറഞ്ഞതിനാൽ മിക്കവാറും ഞാൻ തന്നെയാണ് കൂടെയുണ്ടാവാറ്. ഞാനില്ലെങ്കിൽ ആലീസുണ്ടാവും. രണ്ടു മൂന്ന് ദിവസം അവളുടെ അവസ്ഥ ആരെയും പേടിപ്പിക്കുന്നതായിരുന്നു. രാത്രിയിൽ തീരെ ഉറക്കമുണ്ടായിരുന്നില്ല. ഇടയ്ക്ക് ഉറക്കെ നിലവിളിക്കും. ഞാനല്ല. ഞാനല്ല. എന്ന് പിച്ചും പേയും പറയും. ഒരാഴ്ച കഴിഞ്ഞപ്പോൾ നോർമലായി. വെറുതെ ഇരിക്കാൻ അവൾക്ക് ഇഷ്ടമായിരുന്നില്ല. നിർമ്മല സിസ്റ്ററേ എന്തെങ്കിലും പുസ്തകം കൊണ്ടത്തരുമോ എന്നു പറഞ്ഞപ്പോൾ, ചെറിയ പെണ്ണല്ലേ, മനസ്സിനൊരു ധൈര്യം ഉണ്ടായിക്കോട്ടേ എന്നു കരുതി ലളിതസഹസ്രനാമവും മാതൃവാണിയും കൊണ്ടുകൊടുത്തു. പുസ്തകം വലിച്ചെറിഞ്ഞിട്ട് എന്നെ കുറേയേറെ ചീത്തപറഞ്ഞു. പിന്നീട് ആലീസ് രണ്ടുമൂന്നു പുസ്തകം നൽകിയപ്പം അത് ഞാൻ വായിച്ചതാ എന്നു പറഞ്ഞു. ഏതു പുസ്തകം കാണുമ്പോഴും അത് ഞാൻ വായിച്ചതാ എന്നു പറയുന്നത് അവളുടെ കാര്യമായ തകരാറാ. കുറച്ച് ദിവസം കഴിഞ്ഞപ്പോൾ മുറിക്ക് പുറത്തിറങ്ങാൻ തുടങ്ങി. ഞാനും കൂടെയുണ്ടാവും, വരാന്തയിലൂടെ നടക്കുന്നവരോടൊക്കെ ലോഹ്യം പറയും. അവളെക്കുറിച്ചെന്തെങ്കിലും ചോദിച്ചാൽ പേരു പറയും. വീടും നാടും ചോദിച്ചാൽ ചിരിക്കും. പലപ്പോഴും ആളുകളോട് വലിയ കാര്യങ്ങളാണ് സംസാരിക്കാറ്. പറഞ്ഞുവരുമ്പോൾ അവൾക്ക് അറിയാത്തതൊന്നുമില്ല. സാഹിത്യോം അറിയാം രാഷ്ട്രീയോം അറിയാം. ഞാൻ കൂടെയുണ്ടാവാറുണ്ടെങ്കിലും അങ്ങനെയൊരാളുള്ള കാര്യമേ അവൾ പരിഗണിക്കാറില്ല.

വ്യാഴാഴ്ച വൈകുന്നേരമാണ് അവളാദ്യമായി അയാളുമായി സംസാരിക്കുന്നത് കണ്ടത്. ലസിമയുടെ സ്വഭാവം വച്ച് അവൾ വ്യക്തിപരമായ കാര്യങ്ങൾ സംസാരിക്കില്ലെന്ന് എനിക്കുറപ്പുണ്ടായിരുന്നു. പിറ്റേന്നും അവർ കുറച്ചു നേരം സംസാരിച്ചിരുന്നു. മരണത്തെക്കുറിച്ച് സംസാരിക്കുന്നത് കേട്ടപ്പോൾ എനിക്ക് വല്ലായ്മ തോന്നി. ഞാനടുത്ത് ചെന്നപ്പോൾ അവർ സംസാരം നിർത്തിക്കളഞ്ഞു. ശനിയാഴ്ച രാവിലെ അവർ സംസാരിച്ചോ എന്നറിയില്ല. ആലീസാണ് അടുത്തുണ്ടായിരുന്നത്. വൈകുന്നേരം ഞാൻ തിരിച്ചുവരുമ്പോൾ അവർ വരാന്തയിലുണ്ടാ

യിരുന്നു. ഉച്ചമയക്കത്തിനുശേഷം വരാന്തയുടെ ഒരറ്റത്തുനിന്ന് മറ്റേ അറ്റത്തേക്ക് നടക്കുക അവളുടെ പതിവായിരുന്നു. അന്ന് അങ്ങനെ നടക്കുമ്പോൾ അയാളോട് എന്തൊക്കെയോ പറയുന്നുണ്ടായിരുന്നു. എനിക്കതിൽ അസ്വഭാവികതയൊന്നും തോന്നിയിട്ടില്ല.

രാത്രി ഞങ്ങൾ ഉറങ്ങാൻ കിടക്കുമ്പോൾ ഏകദേശം ഒരു പത്തരയായിട്ടുണ്ടാവണം. ഞാൻ പെട്ടെന്നുറങ്ങി. പുലർച്ചെ എന്റെ വായിലേക്ക് തുണി തിരുകുമ്പോളാണ് ഞാൻ ഞെട്ടിയുണർന്നത്. എന്റെ കൈകൾ പിന്നിലേക്ക് വളച്ച് ചുരിദാറിന്റെ ഷാളുകൊണ്ട് അവൾ ചേർത്തുകെട്ടി. മെലിഞ്ഞിട്ടാണെങ്കിലും അവൾക്ക് നല്ല കരുത്തുണ്ടായിരുന്നു. ഞാൻ രക്ഷപ്പെടാൻ വേണ്ടി കുതറിയെങ്കിലും സാധിച്ചില്ല. സെൽഫോണും അവളുടെ ചെറിയ ബാഗും അവൾ കൊണ്ടുപോയിട്ടുണ്ട്. കുറച്ച് രൂപ കൈയിലുണ്ടെന്നാണ് തോന്നുന്നത്. എവിടെപ്പോയി, എന്തിനുപോയി എന്നെനിക്ക് സത്യമായിട്ടും അറിയില്ല.

സത്യപ്രസ്താവന - മൂന്ന്

അസാധാരണ ബുദ്ധിയുള്ളവരാണ് രണ്ടുപേരും. പക്ഷേ ഇപ്പോൾ അബ്നോർമലാണ്; നമ്മളെയൊക്കെപ്പോലെ. ഒരുതരം സ്വത്വമതിപ്പില്ലായ്മയുടെ ഇരയാണയാൾ. സാധാരണയായി മദ്യമോ ലഹരിവസ്തുക്കളോ ഉപയോഗിക്കുന്നവർക്കും നിരന്തരപീഡനങ്ങളോ വിവേചനങ്ങളോ അനുഭവിക്കുന്നവർക്കും സ്വത്വമതിപ്പിടിയാറുണ്ട്. പക്ഷേ അയാൾക്കങ്ങനെയൊരു നെഗറ്റീവായ ഭൂതകാലമില്ല. ചിലർക്ക് സ്വാഭാവികമായ ജീവിതം പോലും ക്രൈസിസിന് കാരണമായേക്കാം. എന്തായാലും അയാളിൽ ഇപ്പോഴും ആത്മഹത്യാ ടെന്റൻസിയുണ്ട്.

ചിലപ്പോൾ ആത്മഹത്യചെയ്തേക്കാം. പക്ഷെ ആശ്വസിക്കാം. ടൗണിലോ പരിസരപ്രദേശങ്ങളിലോ ഇന്നുച്ചവരെ ബോഡിയൊന്നും കണ്ടെത്തിയിട്ടില്ല. ആ പെൺകുട്ടിക്കാവട്ടെ ഒരു ഭൂതകാലമേയില്ല. അവൾ അബോധപലായനം നടത്തുകയാണ്. സാധാരണ അപസ്മാര രോഗികളൊക്കെ ഏതാനും മണിക്കൂറുകളൊക്കെ അബോധ പലായനം നടത്താറുണ്ട്. ലസിമയെപ്പോലുള്ളവർ ദിവസങ്ങൾ. ചിലപ്പോൾ വർഷങ്ങൾ. അങ്ങനേയും വരാം. മറ്റൊരു പ്രശ്നം കൂടിയുണ്ട്. അകാരണഭീതിയുടെ ഇരയാണവൾ. ചിലർക്കൊക്കെ ജലത്തോടോ ഒഴിഞ്ഞ സ്ഥലത്തോടോ തീയോടോ ഒക്കെ ഭീതിതോന്നാറുണ്ട്. പക്ഷെ ഇവളുടെ കേസിൽ അങ്ങനെ സ്പെസിഫൈ ചെയ്തു പറയാൻ കഴിയില്ല. ചിലപ്പോൾ മനുഷ്യരെത്തന്നെയാവാം അവൾ ഭയപ്പെടുന്നത്. കൂടെയുള്ളയാളെ തന്നെ ചിലപ്പോൾ ഭയപ്പെട്ടേക്കാം. ആ ഭയം കൊല്ലാനുള്ള ടെന്റൻസി പോലുമായേക്കാം.

ഞാൻ നിങ്ങളെ ഭയപ്പെടുത്തുകയല്ല. പക്ഷേ റിയാലിറ്റി തിരിച്ചറിയുന്നത് നന്നായിരിക്കും. അവളുടെ ബോധമനസ്സിലും അബോധമനസ്സിലും ഒരാളുണ്ട്. ഒരു താരിഖലി. അയാളെ കണ്ടെത്തിയാൽ കാര്യങ്ങൾ വ്യക്തമായേക്കും. എന്തായാലും നമുക്ക് പോസിറ്റീവായി ചിന്തിക്കാം. ഞങ്ങളന്വേഷിക്കുന്നുണ്ട്. നിങ്ങൾക്കു മന്വേഷിക്കാം. തൽക്കാലം പോലീസിനെ ഇടപെടാൻ അനുവദിക്കേണ്ട. ഒന്നോ രണ്ടോ ദിവസത്തിനകം നമുക്കവരെ കണ്ടെത്താം. ഡോ. താഹിറവരെ കണ്ടെത്തും.

ചെറിയ സുവിശേഷങ്ങൾ

ഒന്ന്:

സോജ, ഡോക്ടർ താഹിറിനോട്:

-ഹോസ്പിറ്റലധികൃതരുടെ ഭാഗത്തുനിന്ന് വലിയ വീഴ്ചയാണുണ്ടായത്. എന്റെ അനുജനെന്തെങ്കിലും സംഭവിച്ചാൽ അതിന്റെ ഉത്തരവാദിത്തം നിങ്ങൾക്ക് മാത്രമായിരിക്കും.

ഡോക്ടർ താഹിർ മറുപടി പറഞ്ഞില്ല.

രണ്ട്:

വിനയ സോജയോട്:

-ചേച്ചീ, നമുക്കൊന്ന് അന്വേഷിച്ചാലോ. കോഴിക്കോടും തൃശൂരുമൊക്കെ എനിക്ക് കുറച്ച് സുഹൃത്തുക്കളുണ്ട്.

സോജയുടെ മറുപടി

-നീയെന്തിനാ അന്വേഷിക്കുന്നത്? അവൻ നിന്റെ കെട്ട്യോനാണോ? നിന്റെ സുഹൃത്തുക്കളുടെ അടുത്തുപോയി ഒളിച്ചിരിക്കുകയല്ലേ അവൻ?

വിനയ: നമുക്കൊന്നന്വേഷിക്കാമെന്നേ. ചേച്ചി എന്റെ കൂടെ വന്നാൽ മതി.

സോജ: എനിക്ക് പറ്റില്ല.

വിനയ: ചേച്ചിക്ക് വരാൻ പറ്റും. ചേച്ചി വരും.

സോജ: ആരാടീ നിന്റെ ചേച്ചി?

വിനയ മറുപടി പറയാതെ പുഞ്ചിരിച്ചു.

മൂന്ന്:

ഡോക്ടർ താഹിർ ആഷിഖിനോട്:

-അവരന്വേഷിക്കാൻ തയ്യാറാണെങ്കിൽ അവരുടെ കൂടെ ഒന്നിച്ച്

അന്വേഷിക്കുന്നതാണ് നല്ലത്.

ആഷിഖ്: എനിക്കറിയാം ലസിമ എവിടെയൊക്കെ പോകുമെന്ന്. എനിക്കാ സ്ത്രീകളുടെ സഹായം വേണ്ട. ഇന്നു തന്നെ ഞാനവളെ കണ്ടെത്തും.

താഹിർ ഒന്നും പറഞ്ഞില്ല.

നാല്:

പതിനഞ്ചു മിനിട്ടുകൾക്ക് ശേഷം ഡോക്ടർ താഹിറിന്റെ മുറിയിൽ സംഭവിച്ചത്:-

ഹാഫ്ഡോർ തള്ളിത്തുറന്ന് ഒരു വെളുത്തുമെലിഞ്ഞ മനുഷ്യൻ ഡോക്ടറുടെ മുറിയിലേക്ക് ഇടിച്ചുകയറി. അയാൾ താഹിറിന്റെ കഴുത്തിനു കുത്തിപ്പിടിച്ചു.

-എവിടെയാണെടാ പന്നീ നീയവളെ ഒളിപ്പിച്ചിരിക്കുന്നത്?

ഡോക്ടർ: ആരെ? നിങ്ങളാരാ? നിങ്ങൾക്കെന്തു വേണം?

അയാൾ: അഭിനയിക്കേണ്ട. കൊന്നുകളയും ഞാൻ. നിനക്കെന്നെ ശരിക്കും മനസ്സിലായിട്ടില്ല. ഒളിച്ചോടിയെന്ന് നീ പറയുന്ന പെണ്ണെവിടെ? നീയവളെ എങ്ങോട്ടാണ് നാടുകടത്തിയത്?

ഡോക്ടർ: എനിക്കറിയില്ല.

അയാൾ പിടിമുറുക്കി.

ഡോക്ടർ ഉറക്കെ നിലവിളിച്ചു.

വട്ടൻ കുഞ്ഞമ്പു

-വിനോദ് ബദ്ഫത്തൻ എന്ന് കേട്ടിട്ടുണ്ടോ? ഇതാണ് ബദ്ഫത്തൻ.

ഒരു ചരിത്രാധ്യാപകന്റെ ഓർമ്മകൾക്ക് മങ്ങലേറ്റിട്ടില്ലെന്ന ആത്മ വിശ്വാസത്തോടെ ചോദിച്ചു.

- ഇബ്നുബത്തുത്തയുടെ ദഹ്ഫത്തനല്ലേ ലസിമാ?

അവൾ ചിരിച്ചു.

-ദഹ്ഫത്തനല്ല.വട്ടൻ കുഞ്ഞമ്പുവിന്റെ ബദ്ഫത്തൻ.

വണ്ടി മുന്നോട്ട് നീങ്ങി.

-നേരമിരുട്ടിതുടങ്ങി.നിന്റേയി വട്ടനെവിടെയാ താമസിക്കുന്നേ?

-ആരോടെങ്കിലും ചോദിക്കാം.

.-അവിടെയൊരാളിരുന്ന് ചൂണ്ടയിടുന്നുണ്ട്

ഡ്രൈവറാണ് പറഞ്ഞത്.

വിനോദ് കാറിൽ നിന്നിറങ്ങി. കണ്ടൽക്കാടുകൾക്കടുത്ത് കൂനി ക്കൂടിയിരുന്ന് ചൂണ്ടയിടുന്ന കറുത്തുമെലിഞ്ഞ ഒരു വൃദ്ധൻ. അയാൾ സംശയിച്ചു. എന്താണ് ചോദിക്കേണ്ടത്? വട്ടൻ കുഞ്ഞമ്പുവിന് മേൽ വിലാസമുണ്ടോ?

-കുഞ്ഞമ്പൂന്റെ വീട് ഇവിടെ അടുത്താണോ?

വൃദ്ധൻ തുറിച്ചുനോക്കി.

-വട്ടൻ കുഞ്ഞമ്പൂന്നും പറയും

വൃദ്ധൻ ശാന്തനായി പറഞ്ഞു.

-ആ വളവുതിരിഞ്ഞ് വരമ്പിലൂടെ അപ്പുറത്ത് കടന്നാൽ കുഞ്ഞമ്പൂന്റെ വീടായി.

അയാൾ ഒന്നു നിർത്തിയിട്ട് പതുക്കെ ചോദിച്ചു.

-വീട് പൊളിക്കാനാ..

-അല്ല.

വിനോദ് ചിരിച്ചു; വൃദ്ധൻ ചിരിച്ചില്ല.

ലസിമ ഡ്രൈവർക്ക് പണം നൽകി. എത്രയാണ് നൽകിയതെന്ന് അയാൾ അന്വേഷിച്ചില്ല.

വരമ്പിലൂടെ നടക്കുമ്പോൾ ലസിമ പറഞ്ഞു.

-ഇവിടം ഒരുപാട് മാറിയിട്ടുണ്ട്. പുഴയൊക്കെ നികന്നിരിക്കുന്നു. താരിഖ് പറഞ്ഞ ധർമ്മപട്ടണമേയല്ല.

വീട് കണ്ടെത്താൻ വിഷമമുണ്ടായില്ല. ആ പരിസരത്ത് വീടുകൾ കുറവാണ്. വീട് എന്നു പറയാൻ പറ്റില്ല. കാറ്റിൽ ഇപ്പോൾ നിലം പൊത്തും എന്ന് തോന്നിപ്പിക്കും വിധത്തിലുള്ള കൂരയായിരുന്നു. എങ്കിലും അതിനൊരാകർഷണീയതയുണ്ടായിരുന്നു. വട്ടൻ കുഞ്ഞമ്പു അകത്തുണ്ടാകുമോ? വാതിൽ പാതി ചാരിയിരുന്നു. പതുക്കെ, പഴകിയ കതകിൽ തട്ടി. ഒരു സ്ത്രീ ഇറങ്ങി വന്നു. കുഞ്ഞമ്പുവിന്റെ കെട്ട്യോളാണെന്നും അയാൾ എത്തിയില്ലെന്നും പറഞ്ഞു. താരിഖിനെക്കുറിച്ച് അന്വേഷിച്ചപ്പോൾ താല്പര്യത്തോടെ കുഞ്ഞാണി പറഞ്ഞു.

-എളപ്പിട്ട് ഏളപ്പിട്ട് ആണിച്ചം കാണാനക്കൊണ്ട് അങ്ങാര് വന്തിന്. പെലപേച്ച് കേക്കാനാ.

അകത്തേക്ക് നോക്കി അവർ പറഞ്ഞു.

-അമ്മീം വറുത്താനത്തിനു ചേരു.

അകത്ത് പായയിൽ ചുരുണ്ടുകൂടിക്കിടക്കുന്ന വൃദ്ധ അസ്പഷ്ടമായ എന്തോ ശബ്ദമുണ്ടാക്കി.

കുഞ്ഞാണി അകത്തേക്കു ക്ഷണിച്ചു. പായ വിരിച്ചു തന്നു. മണ്ണെണ്ണ വിളക്കിന്റെ തിരി അല്പം നീട്ടി. തണുത്ത കാറ്റടിക്കുന്നുണ്ടായിരുന്നു. എവിടെയോ മഴ പെയ്യുന്നുണ്ടാവണം.

ഒരു മണിക്കൂറോളം കുഞ്ഞാണിയുമായി സംസാരിച്ചിരുന്നു. കുഞ്ഞാണി അവർക്കറിയാവുന്ന താരിഖിനെ വരച്ചു കാണിച്ചു. കുഞ്ഞമ്പു വന്നില്ല.

-പോകണ്ടേ ലസിമാ..

-കുഞ്ഞമ്പുവേട്ടൻ വന്നില്ലല്ലോ. വരട്ടെ.

-വല്ലാതെ വൈകി.

ലസിമ കുഞ്ഞമ്പുവിനെ കാണാതെ പോകില്ലെന്ന വാശിയിലായിരുന്നു.

ഇന്നിനി യാത്രയില്ലെന്ന് കുഞ്ഞാണി ആവർത്തിച്ചു. ഭക്ഷണം

കഴിക്കുവാനുള്ള ക്ഷണവുമായി ഒരു കപ്പിൽ വെള്ളവുമായി അവർ കടന്നു വന്നു.

-കിറിയൊണ്ണു കൊപ്ലിച്ചുകള.

വിനോദ് എതിരു പറഞ്ഞില്ല. കുഞ്ഞാണികൊണ്ടുവെച്ച ചോറ് കല്ലുമ്മക്കായയുടെ കറിയും കൂട്ടി അയാൾ ആർത്തിയോടെ കഴിച്ചു. ലസിമയാവട്ടെ കുഞ്ഞാണിയുടെ സ്നേഹത്തിനു വഴങ്ങി അല്പം കഴിച്ചെന്നു വരുത്തി.

കൈകഴുകി പുറത്തു വന്നപ്പോൾ പുറത്തെ ഇരുട്ടിൽ ലസിമ ആലോചനയോടെ തനിച്ചിരിക്കുകയായിരുന്നു.

-ലസിമാ താരിഖലിയെ കണ്ടെത്താൻ സാധിക്കുമോ?

അവൾ അതിനുള്ള മറുപടിയായിരുന്നില്ല പറഞ്ഞത്.

-നമുക്കിന്നിവിടെ തങ്ങാം

അവൾക്ക് അയാളുടെ സമ്മതം ആവശ്യമായിരുന്നില്ല. അവൾ ഭയപ്പാടോടെ അകലേക്ക് നോക്കി; അയാളും. ഇരുട്ടിലൂടെ ഒരു കറുത്ത് മെലിഞ്ഞരൂപം അവരുടെ അടുത്തേക്ക് വന്നു.

-കഹൾ ഹമ്പു

അവർ വന്നു.

ആ വൃദ്ധൻ. വഴി പറഞ്ഞു തന്ന ആ കറുത്ത് മെലിഞ്ഞ മനുഷ്യൻ. അയാൾ ലസിമയോട് ചോദിച്ചു.

-തേഷണ്ടാ?

ലസിമയുടെ മറുപടി വിനോദിന്റെ സംഭ്രമം വർദ്ധിപ്പിച്ചു.

-ണാൽ സലിന, കിപ് ഹിമോധ്.

അയാൾക്കറിയാത്ത ഭാഷയിൽ അവർ രണ്ടുപേരും സംസാരിച്ചു തുടങ്ങി. വിസ്മയത്തോടെ അവരുടെ മുഖങ്ങളിലേക്ക് അയാൾ മാറി മാറി നോക്കിക്കൊണ്ടിരുന്നു.

ഒരു രക്ഷകയുടെ വേഷത്തിൽ കുഞ്ഞാണി പ്രത്യക്ഷപ്പെട്ടു.

-നിങ്കട പായക്കെണ്ണാ തോയാ പൊണഞ്ചെ?

വട്ടൻ കുഞ്ഞമ്പു ജ്ഞാനിയായി.

ഇപ്പോൾ അയാൾ അച്ചടി ഭാഷയിൽ സംസാരിച്ചു.

-ആരുടെ ഭാഷയ്ക്കും ദോഷമില്ല. എല്ലാവർക്കും മനസ്സിലാകുന്ന ഭാഷ സംസാരിക്കുന്നവർ ആരുമില്ല.

അയാൾ എഴുന്നേറ്റു. കൈ കഴുകി അകത്തേക്കുനടന്നു. പുറകെ ലസിമയും.

ഏകാന്തതയുടെ ഭാരവുമായി വിനോദ് ഇരുട്ടിലേക്ക് നോക്കി കൊണ്ടിരുന്നു. താഹിറിന്റെ സ്പെഷ്യൽ കെയറിലേക്ക് മടങ്ങണമെന്ന് അയാൾ തീവ്രമായി ആഗ്രഹിച്ചു.

ഭക്ഷണം കഴിഞ്ഞ് പെട്ടന്നുതന്നെ വൃദ്ധൻ പുറത്തേക്കു വന്നു; നിഴലുപോലെ ലസിമയും.

-താരിഖെവിടെ? അയാള് മരിച്ചോന്നെങ്കിലും പറയ് എല്ലാം അറിയുന്ന ആളല്ലേ നിങ്ങള്... തളങ്കരയിൽ ഒരു വൃദ്ധൻ കാത്തിരിക്കുന്നുണ്ട്.

വിനോദിന് മറുപടിയായി അയാൾ വാക്കുകൾ പുറത്തേക്കു തുപ്പി.

-ഹചഅഷ തോളൗ. ഹേഞ്ചേസ് നാദഹമോച് ടോധിഅ്.

എന്നിട്ടയാൾ കാറ്റുപോലെ നടക്കാൻ തുടങ്ങി. വിനോദ് അയാളെ ഭ്രാന്തമായി കടന്നുപിടിച്ചു.

-പറയ്...അലി എവിടെ ഉണ്ടെന്നുപറയ്...

വട്ടൻ വിനോദിനെ കുടഞ്ഞു തെറുപ്പിച്ചു. പിന്നെ നിലത്തുനിന്ന് വാത്സല്യത്തോടെ കൈ പിടിച്ചെഴുന്നേല്പിച്ചു.

-നിങ്ങള് കുഞ്ഞമ്പൂനെ കാണാൻ വന്നു. കണ്ടു. അത്ര തന്നെ.

കുഞ്ഞമ്പു ലസിമയെ ചൂണ്ടിപ്പറഞ്ഞു.

-കടൽ നീന്തിവന്നവളോട് ചോദിക്ക് ഇവൾക്കറിയാത്തതൊന്നുമില്ല.

ആർക്കും വഴങ്ങാത്ത കരുത്തോടെ അയാൾ വയൽ വരമ്പിലൂടെ ഇരുളിലേക്ക് നടന്നു.

കുഞ്ഞാണി വിരിച്ചുകൊടുത്ത പായയിൽ അസ്വസ്ഥനായി വിനോദ് കിടന്നു. ഉറക്കം വന്നില്ല.

-ലസിമ ഉറങ്ങിയോ?

-ഇല്ല.

-എനിക്ക് ഉറങ്ങാനേ പറ്റുന്നില്ല. നിന്റെ വട്ടൻ കുഞ്ഞമ്പു സംസാരിച്ചതൊന്നും മനസിലായില്ല.

-മനസിലാക്കാനൊന്നുമില്ല. താരിഖിനെ വടകരയിലോ മാധവേട്ടന്റെ അടുത്തോ അന്വേഷിക്കാൻ പറഞ്ഞു. അത്രതന്നെ.

-അതെന്തു വിചിത്രഭാഷയിലാണ് അയാളും നീയും സംസാരിച്ചത്?

-മൂലഭദ്രിയാണത്. പണ്ടുകാലത്തുപയോഗിച്ചുവന്നിരുന്ന ഒരു

രഹസ്യഭാഷ.ഒരുതരം സാങ്കേതിക ഭാഷ.

അവൾ അതിന്റെ അക്ഷരക്രമങ്ങൾ അയാൾക്ക് വിശദീകരിച്ചു കൊടുത്തു.

-നിങ്ങളിതൊക്കെ എവിടുന്നു പഠിച്ചു.?

-ഞാൻ പുസ്തകം നോക്കി പഠിച്ചതാണ്. എഴുത്തും വായനയും അറിയാത്ത കുഞ്ഞമ്പുവേട്ടൻ ഇതൊക്കെ എങ്ങനെ പഠിച്ചു എന്നത് അദ്ഭുതകരമാണ്.

-നീയും അയാളും താരിഖിനെക്കുറിച്ചാണോ സംസാരിച്ചത്?

-അല്ല

അയാളത് വിശ്വസിച്ചില്ല.

-ലസിമാ നാളെ നമുക്കയാളുമായി സംസാരിക്കാൻ പറ്റുമോ?

-സാധ്യത വളരെക്കുറവാണ്. നമ്മളെ അന്വേഷിച്ച് ആരെങ്കിലും വരുന്നതിനുമുമ്പ് പുലർച്ചെ ഇവിടം വിടുന്നതാണ് ബുദ്ധി.

പിന്നെ അവളൊന്നും പറഞ്ഞില്ല.

അയാൾ മൂലഭദ്രിയിൽ കറങ്ങിത്തിരിഞ്ഞു. എന്നിട്ടു മെല്ലെ വിളിച്ചു.

-സലിനാ...

അവൾ അദ്ഭുതത്തോടെ വിളികേട്ടു.

-അത്രമേൽ പരിചിതരല്ലാത്ത നാം ഇവിടെ ഒരു മുറിയിൽ... അവിശ്വസനീയമായി തോന്നുന്നു.

അവൾ നിശ്ശബ്ദയായി; അല്പനേരം അയാളും. പിന്നെ മന്ത്രിച്ചു.

-നിന്റെ സാരിക്ക് കൂറമിഠായിയുടെ മണമുണ്ട്.

-ഉം. പെട്ടിയിലടച്ചുവെച്ചതാണ്. പ്രതീക്ഷ വെക്കേഷനുവരുമ്പാൾ മാത്രമേ ഉടുക്കാറുള്ളൂ.

ആരാണ് പ്രതീക്ഷയെന്നു ചോദിച്ചില്ല. വട്ടന്റെ മകളാവും.

-ലസിമാ.

പിന്നെയും വിളിച്ചു.

-താരിഖിന്റെ പുസ്തകം ഒന്നു തരുമോ? അയാൾ എന്താണ് എഴു തിയതെന്ന് ഒന്നു വായിച്ചു നോക്കട്ടെ..

-ഇപ്പോഴോ?

-അതെ. അയാളെക്കുറിച്ച് എന്തെങ്കിലും സൂചനകൾ ചിലപ്പോൾ

പുസ്തകം നൽകിയേക്കും.

അയാൾ വിളക്കു കൊളുത്തി.

ലസിമ എതിർപ്പ് പ്രകടിപ്പിച്ചില്ല. തലയ്ക്കരികെ വെച്ച ബാഗിൽ നിന്ന് അവൾ പുസ്തകം വലിച്ചെടുത്തു. ഭദ്രമായി പൊതിഞ്ഞ നീലക്കവറുള്ള പുസ്തകത്തിന്റെ കെട്ടഴിച്ചു.

അയാൾ വിറക്കുന്ന വിരലുകളോടെ, ത്രസിക്കുന്ന മനസ്സോടെ പുസ്തകം തുറന്നു. വിശുദ്ധമായ അക്ഷരങ്ങളിൽ കുറിച്ചുവെച്ചിരിക്കുന്നു.

-അൽ കാഫിറൂൻ.

ചെറിയ ജനാലയ്ക്കകത്തുകൂടെ തണുത്ത കാറ്റ് മുറിയിലേക്ക് അടിച്ചു കയറി. മണ്ണെണ്ണ വിളക്ക് അയാൾ അല്പം കൂടി അടുത്ത് നീക്കി വെച്ചു.

പായയിൽ ചമ്രം പടിഞ്ഞിരുന്ന് പുസ്തകം മടിയിൽ വെച്ച് ഒരു വേദപുസ്തകം തുറക്കുന്നതു പോലെ അടുത്ത പുറം തുറന്നു.

അൽ കാഫിറൂൻ

അധ്യായം ഒന്ന്.

ഇപ്പോൾ പുറത്ത് മഴ പെയ്യാൻ തുടങ്ങി.

അധ്യായം – ഒന്ന്
ഫാതിഹ: – പ്രാരംഭം

ഞാൻ എഴുതുന്നു.
അൽ കാഫിറൂൻ.

1. സത്യനിഷേധികൾ പറഞ്ഞു: 'ഇത് കെട്ടിച്ചമച്ച നുണമാത്രമാകുന്നു. അന്യായത്തിലും വ്യാജത്തിലും തന്നെയാണ് ഇക്കൂട്ടർ വന്നെത്തിയിരിക്കുന്നത.''

2. 'ഇത് പൂർവ്വികരുടെ കെട്ടുകഥകൾ മാത്രമാണ്. ഇവൻ ഇത് എഴുതിവെച്ചിരിക്കുന്നു. എല്ലായ്പ്പോഴും അവന്ന് വായിച്ചു കേൾപ്പിക്കപ്പെടുന്നു' എന്നും അവർ പറഞ്ഞു.

3. സത്യനിഷേധികൾ വ്യക്തമായ തെളിവ് തങ്ങൾക്ക് വന്നുകിട്ടുന്നതുവരെ (അവിശ്വാസത്തിൽ നിന്ന്) വേറിട്ട് പോരുന്നവരായിട്ടില്ല.

4. സത്യനിഷേധികളെ സംബന്ധിച്ചിടത്തോളം നീ അവർക്ക് താക്കീത് നൽകിയാലും ഇല്ലെങ്കിലും സമമാകുന്നു. അവർ വിശ്വസിക്കുന്നതല്ല.

5. നിങ്ങൾ നാട്ടിൽ കുഴപ്പമുണ്ടാക്കാതിരിക്കൂ എന്ന് അവരോട് പറഞ്ഞാൽ ഞങ്ങൾ സൽ പ്രവർത്തനങ്ങൾ മാത്രമാണല്ലോ ചെയ്യുന്നത് എന്നായിരിക്കും മറുപടി.

6. എന്നാൽ യഥാർത്ഥത്തിൽ അവർ തന്നെയാകുന്നു കുഴപ്പക്കാർ. പക്ഷെ അവരത് മനസ്സിലാക്കുന്നില്ല.

7. ഞാൻ വിശ്വസിച്ചതുപോലെ നിങ്ങളും വിശ്വസിക്കൂ എന്ന് അവരോട് ആരെങ്കിലും പറഞ്ഞാൽ ആ മൂഢന്മാർ വിശ്വസിച്ചതുപോലെ ഞങ്ങളും വിശ്വസിക്കുകയോ എന്നായിരിക്കും അവർ മറുപടിപറയുക. യഥാർത്ഥത്തിൽ അവർ തന്നെയാകുന്നു മൂഢന്മാർ. പക്ഷെ അവരത് മനസ്സിലാക്കുന്നില്ല.

അധ്യായം – രണ്ട്
അൽമുഅ്മിനൂൻ – സത്യവിശ്വാസികൾ

കുട്ടിക്കാലത്ത്, ഒരു രാത്രിയിൽ ഞാനുറക്കെ കരഞ്ഞപ്പോൾ ഉപ്പൂപ്പ കഥ പറയാൻ തുടങ്ങി.

-കുഞ്ഞാലീ, പണ്ട് പണ്ട് ലോകനാഥനായ ദൈവത്തിന് മൂന്ന് പെൺമക്കളുണ്ടായിരുന്നു. ഒരാളുടെ പേര് അൽ-ഉസ്സ, രണ്ടാമത്തെയാൾ അൽ-ലാത്ത, മൂന്നാമത്തവളുടെ പേര് അൽ-മനാത്ത. ഇതിൽ ഏറ്റവും ശ്രേഷ്ഠയായ അൽ-മനാത്തക്ക് മെക്കക്കും മദീനക്കും ഇടയ്ക്കുള്ള സ്ഥലത്ത് ഒരു ദേവാലയമുണ്ടായിരുന്നു. അതാണ് കഅബ ദേവാലയം. അവിടെയുള്ള ആരാധനാമൂർത്തി അറബികൾക്ക് പ്രിയപ്പെട്ട ഹുബൽ ആയിരുന്നു. ഹുബലിനു പുറമേ അല്ലാഹു എന്ന ദൈവത്തേയും അവർ ആരാധിച്ചിരുന്നു. ആദം നബിയുടെ കാലത്താണ് കഅബയിലെ ദേവാലയം സ്ഥാപിച്ചത്. ഒരിക്കലത് പ്രളയത്തിൽ മുങ്ങിനശിച്ചു. പിന്നെയത് ഇസ്മായിൽ നബിയാണ് പുതുക്കിപണിതത്. ഇസ്മായിൽ പുതുക്കി പണിയുമ്പോൾ ജിബ്രീൽ എന്ന മാലാഖ ഒരു കറുത്ത കല്ല് നൽകി. എന്നിട്ട് ആ കല്ലിനെ അവിശ്വാസികൾ ആരാധിക്കാൻ തുടങ്ങി. അങ്ങിനെയങ്ങിനെ മെക്കയിലെ ആരാധനാലയം നമ്മൾ പിടിച്ചെടുത്തു. അങ്ങനെ കഅബ നമ്മുടെ ആരാധനാകേന്ദ്രമായി. സഫായും മർവായും അല്ലാഹുവിന്റെ പ്രതീകമായി. നമ്മളവയെ ത്വവാഫ് ചെയ്യാൻ തുടങ്ങി. കുന്നും കല്ലും ആരാധിക്കുന്നത് നിർത്തിയില്ല. അപ്പോൾ നമ്മളാരാ കുഞ്ഞാലീ? വിശ്വാസികളോ അവിശ്വാസികളോ?

ഉപ്പൂപ്പ ചിരിച്ചു. ഞാനും ചിരിച്ചു.

ഒരു കഥ കൂടി എന്നു പറഞ്ഞപ്പോൾ ഉപ്പൂപ്പ രണ്ടാമത്തെ കഥ പറയാൻ തുടങ്ങി.

-ഒരു ദിവസം ജിബ്രീലുമൊത്ത് നാഥനങ്ങനെ സഞ്ചരിക്കുകയായിരുന്നു. ഒരിടത്തൊരു ബഹളം കേട്ടപ്പോൾ ജിബ്രീൽ പറഞ്ഞു. ആനന്ദത്തിന്റെ ഈ കവാടത്തിലേക്ക് നമുക്ക് ചെന്ന് നോക്കാം എന്ന്. അവിടെ ചെന്നപ്പോൾ കണ്ട കാഴ്ചയെന്താണെന്നോ നാല്പതു മനുഷ്യർ നൂൽബന്ധമില്ലാതെ ഇരിക്കുന്നു. അദ്ദേഹത്തിന്റെ ചോദ്യത്തിന് ആ മനുഷ്യരാരും ഒന്നും മിണ്ടിയില്ല അവസാനം ആരോ ഭാംഗ് എന്ന ലഹരി

വസ്തുകൊണ്ടുവന്നു പൊടിച്ചു. അവർക്കൊന്നും തുണിയില്ലാത്തതി നാൽ അത് അരിച്ചെടുക്കാൻ സാധിച്ചില്ല. അദ്ദേഹം തലപ്പാവ് ഊരി ഇലയുടെ നീര് അരിച്ചെടുത്തപ്പോൾ തലപ്പാവിന്റെ നിറം പച്ചയായി. അങ്ങനെ പച്ച നമ്മുടെ അടയാളമായി. സന്തുഷ്ടരായ മനുഷ്യർ അദ്ദേഹത്തിന് ഭാംഗ് പകർന്നുകൊടുത്തു. ഭാംഗ് കഴിച്ച ലഹരിയിൽ അദ്ദേഹം വിശുദ്ധവചനങ്ങൾ വെളിപാടുകളായി ലോകത്തിന് പകർന്നു കൊടുത്തു. ഇപ്പോഴും നഗ്നരായി നടക്കുന്ന, പ്രാർത്ഥനയും വ്രതങ്ങ ളും നടത്താത്ത, മുടി ജട പിടിപ്പിക്കുകയും ശരീരം ഭസ്മം പൂശുകയും ചെയ്യുന്ന ആ മദരികളാണ് വിശുദ്ധവചനങ്ങൾ ആദ്യമായി കേട്ടത്. അപ്പോൾ ആരാണ് വിശ്വാസികൾ?

ഉപ്പൂപ്പ ചിരിച്ചു. ഞാനും ചിരിച്ചു. ഒരു കഥ കൂടിയെന്ന് പറഞ്ഞ പ്പോൾ ഉപ്പൂപ്പ മൂന്നാമത്തെ കഥ പറയാൻ തുടങ്ങി.

അധ്യായം- മൂന്ന്
അൽ ഹശ്ർ- നാടുകടത്തൽ

-അലീ, ഞാൻ നമ്മുടെ ദേശ ചരിത്രം പറയാം.
ഇളയാപ്പ അബ്ദുറഹിമാൻ പറഞ്ഞു തുടങ്ങി.

-നബിക്കു മുമ്പ്, നബുവിന്റെ ജനതയായ അസ്സീറിയക്കാരും കഅബയുടെ ആരാധകരായ അറേബ്യക്കാരും പായ്ക്കപ്പലേറി, വഴിതെറ്റി വഴിതെറ്റി നമ്മുടെ ദേശത്തേക്ക് നാടുകടത്തപ്പെട്ടു. ഇവിടെ നിന്ന് കുരുമുളകും ഏലവും ദേശങ്ങളിലേക്ക് അവരിലൂടെ സഞ്ചരിച്ചു. ചെമ്പും ഈയവും മദ്യവും പാഷാണവും കണ്ണാടിയും എന്നിങ്ങനെ അങ്ങുനിന്ന് വരാവുന്നതൊക്കയും ഇങ്ങോട്ട് വന്നു. ഓലപ്പുരയിൽ താമസിക്കുന്ന അരചന്മാർക്ക് അതൊക്കെയും വിശിഷ്ടവസ്തുക്കളായിരുന്നു. അങ്ങനെയങ്ങനെ തിണ്ടിസിലും മുസിരിസിലും കമ്പോളങ്ങളുടെ പ്രാകൃതമാതൃകകൾ രൂപപെട്ടു.

നബിയുടെ കലഘട്ടത്തിൽ, ധർമ്മപട്ടണത്തുനിന്നും വളർപട്ടണത്തുനിന്നും പുതുപട്ടണത്തുനിന്നും കുരുമുളക് കയറ്റിയയക്കുന്ന മഹാദേശമായി നമ്മുടെ ദേശം മാറി. കെട്ടുകഥകൾ പോലെ നമ്മുടെ ദേശചരിത്രങ്ങൾ ഹുയാൻസാങ്ങും കാസ്മോസും എഴുതിവെച്ചു.

നബിക്കു ശേഷം, മാലിക് ഇബ്നു ദിനാറും കുടുംബവും നബിയുടെ പ്രബോധകരായി നമ്മുടെ ദേശത്ത് എത്തി. മാലിക് ദിനാർ പള്ളിയടക്കം പലയിടങ്ങളിലായി പന്ത്രണ്ടുപള്ളികൾ പണിതെന്ന് ഒരു കഥ. ഒരു ചേരമാൻ പെരുമാൾ മതം മാറി മക്കത്തുപോയി എന്ന് മറ്റൊരു കഥ. നബിയുടെ പ്രബോധകരുടെ വിശുദ്ധകഥകൾക്ക് ശേഷം യഥാർത്ഥകഥകൾ രേഖപ്പെടുത്തപ്പെട്ടു.

ഇബ്നുബത്തൂത്ത ഇങ്ങനെ എഴുതി: കുരുമുളകിന്റെ നാടായ മുലൈബാറിൽ സത്രത്തിനടുത്തുള്ള കിണറുകളിൽ നിന്ന് ഹിന്ദുക്കൾക്ക് പാത്രങ്ങളിലും മുസ്ലീങ്ങൾക്ക് കൈകളിലും വെള്ളമൊഴിച്ചുകൊടുക്കുന്ന ഹിന്ദു ഉദ്യോഗസ്ഥരുണ്ടായിരുന്നു. മുലൈബാറിലെ ഹിന്ദുക്കൾ തങ്ങളുടെ വീടുകളിൽ മുസ്ലീങ്ങളെ പ്രവേശിപ്പിക്കുകയോ പാത്രങ്ങളിൽ ഭക്ഷണം കഴിക്കാൻ അനുവദിക്കുകയോ ചെയ്തിരുന്നില്ല.

ഇബ്നു ബത്തൂത്തയുടെ ചരിത്രപാഠപുസ്തകങ്ങൾക്കപ്പുറത്തേക്ക്

ഒരു സമൂഹം വളർന്നു വന്നു. ശൈഖ് സൈനുദ്ദീൻ ഇബ്നു ഗസ്സാലി ഇബ്നു സൈനുദ്ദീൻ ഇബ്നു അലി ഇബ്നു അഹമ്മദ് മഅ്ബരിയുടെ കാലമെത്തുമ്പോഴേക്കും നബിയുടെ ആളുകൾ നമ്മുടെ ദേശത്ത് എല്ലായിടത്തും എത്തിക്കഴിഞ്ഞിരുന്നു. ബൗദ്ധന്റെയും ജൈനന്റെ യും പുലയന്റെയും തീയന്റെയും നമ്പൂതിരിയുടെയും തലമുറകൾ വിശുദ്ധമതത്തിലേക്ക് റിക്രൂട്ട് ചെയ്യപ്പെട്ടു. അങ്ങനെ അങ്ങനെ ഏതോ ഹിന്ദുവിന്റെ ചോരയിൽ നിന്ന് ഞാനും നീയുമടങ്ങുന്ന കാഫിറുകൾ ജന്മം കൊണ്ടു. കാഫിറുകളുടെ വിശുദ്ധഗോത്രത്തിൽ പിറന്ന അലീ, യഥാർത്ഥത്തിൽ നമ്മളാരാണ്? നാടുകടത്തപ്പെട്ട ഒരു ജനതയുടെ വിങ്ങലുകൾ നമ്മളിപ്പോഴും സൂക്ഷിക്കുന്നുണ്ടോ?

അധ്യായം - നാല്
അർ റഹ്മാൻ- പരമകാരുണികൻ

പ്രൊഫസർ അഹമ്മദ് പറഞ്ഞു:

-ഹസ്രത്ത് ശ്രീകൃഷ്ണൻ (അ) ഞങ്ങളുടെ പരമകാരുണികനായ പ്രവാചകനാണ്. സത്യമതത്തിന്റെ പ്രചാരകരായി മൂസാനബി(അ)യും മുഹമ്മദ്നബി(സ)യും ഹസ്രത്ത് ശ്രീകൃഷ്ണൻ(അ)യും ഹസ്റത്ത് അഹമ്മദ്(അ)യും ഭൂമിയിൽ പിറന്നു. ഹിന്ദുക്കൾ യഥാർത്ഥത്തിൽ കൃഷ്ണനെ കയ്യടക്കുകയാണ് ചെയ്തത്. കൃഷ്ണൻ ഹൈന്ദവദൈവമായിരുന്നില്ല. യാദവ-വൃഷ്ണി വർഗ്ഗത്തിന്റെ, അനാര്യഗോത്രക്കാരനായ നായകനാണ് കൃഷ്ണനെന്ന് ആർ. ജെ. ഭണ്ഡാർക്കറെപോലുള്ള ആളുകൾ പറയുന്നുണ്ട്. ഉപനിഷത്ത് കാലത്തിനും ഇതിഹാസകാലത്തിനുമിടയിൽ എപ്പോഴോ ആണ് കൃഷ്ണൻ വൈദിക മതക്കാരായ ഹിന്ദുക്കളുടെ ദൈവമായിത്തീരുന്നത്. ബുദ്ധമതത്തിന്റെ കടന്നുവരവോടെ ക്ഷയിച്ചുകൊണ്ടിരിക്കുന്ന ബ്രാഹ്മണമതത്തിന് നിലനില്പ് അനിവാര്യമായിത്തീർന്നു. അതിന്റെ ഭാഗമായാണ് ബൗദ്ധ-ക്രൈസ്തവ സങ്കല്പങ്ങളിൽ നിന്ന് ആശയസ്വീകരണം നടത്തി, കൃഷ്ണനെ ശ്രീകൃഷ്ണനാക്കിത്തീർത്തതും ഭഗവദ്ഗീത സൃഷ്ടിച്ചതും. മനുഷ്യ സാധാരണമായ പ്രവർത്തികളൊക്കെ നടത്തുന്ന കൃഷ്ണൻ ദൈവമല്ല; ഞങ്ങളുടെ പ്രവാചകനാണ്. അപ്പോൾ കൃഷ്ണനെ നബിയായികാണുന്ന ഞങ്ങളല്ലേ വിശ്വാസികൾ?

അധ്യായം- അഞ്ച്
മുനാഫിഖൂൻ- കപട വിശ്വാസികൾ

നമ്പീശൻ മാഷ് പറഞ്ഞു:

-മാപ്പിളകുഞ്ഞിക്ക് ഉമ്മച്ചിതെയ്യത്തിന്റെ കഥ അറിയോ? നമ്മുടെ ദേശത്തിന്റെ മാത്രം പ്രത്യേകതയാണിത്. രാജാവിന്റെ പ്രതിനിധിയായ യോഗ്യർ അകമ്പടി കോവിലിലെ നെല്ലുകുത്തുകാരിയായ മുസ്ലിം സ്ത്രീയെ നെല്ല് അശുദ്ധമാക്കിയെന്ന് പറഞ്ഞ് തല്ലിക്കൊന്നു. ഈ സ്ത്രീ ദൈവക്കരുവായി മാറി. ഇതാണ് നീലേശ്വരം മേക്കാട്ടില്ലത്തെ ഉമ്മച്ചിതെയ്യം. കമ്പല്ലൂർ കോട്ടനായർ തറവാട്ടിൽ വേറൊരു മാപ്പിളതെയ്യമുണ്ട്. അതാണ് മുക്രിത്തെയ്യം. തറവാട്ടിലെ തെയ്യരൂപമായ ചാമുണ്ഡിയും മുക്രിതെയ്യവും തമ്മിൽ അങ്കം വെട്ടാറുണ്ട്. അല്ലാഹു അക്ബർ വിളി മുഴക്കി നിസ്കാര കർമങ്ങൾ നടത്തി 'ശെയ്ത്താനെ' എന്നുവിളിച്ച് മുക്രിതെയ്യം ചാമുണ്ഡിയെ നേരിടുന്നു. അവസാനം രണ്ടുതെയ്യവും ഒന്നാകുന്നു. മൗവേനികോവിലകം ക്ഷേത്രത്തിലും വെള്ളരിക്കുണ്ട് മാലോം കൂലോം ഭഗവതിക്ഷേത്രത്തിലും മുക്രി പോക്കർ തെയ്യത്തെതന്നെയാണ് കെട്ടിയാടിക്കുന്നത്. പുളിങ്ങോം കോട്ടയിൽ തലയിൽ തൂവെള്ളതൊപ്പിയും ഫുൾ കൈ ഷർട്ടും മാപ്പിളക്കരമുണ്ടും ധരിച്ചാണ് മുക്രിപോക്കർ തെയ്യം ഇറങ്ങുന്നത്. ശ്രീഭഗവതി ആലിചാമുണ്ഡിക്ഷേത്രത്തിൽ ആലിചാമുണ്ഡിതെയ്യത്തെയാണ് കെട്ടിയാടിക്കുന്നത്. തലയിൽ സ്വർണ്ണ കിരീടവുമായി തുർക്കി തൊപ്പിയും പട്ടുടുപ്പുമണിഞ്ഞ് ആലിതെയ്യം കാവിന്റെ മുറ്റത്തിറങ്ങുന്നു. തെയ്യാട്ടത്തിന്റെ അവസാന ദിവസം വലിയമുടിയുള്ള ഭഗവതി കോലത്തോടൊപ്പം മാപ്പിളതെയ്യവും കാവിന്റെ മതിലിനകത്ത് വലം വെക്കും. നമ്മുടെ പ്രദേശത്തിന്റെ സംസ്കാരിക ഐക്യത്തിന്റെ പ്രതീകമായി മനുഷ്യ സ്നേഹത്തിന്റെ മാതൃകയായി, എത്ര മഹത്തായ ആദർശമാണ് മാപ്പിളതെയ്യങ്ങൾ സാക്ഷാത്കരിക്കുന്നത് എന്ന് നീ വലുതാവുമ്പോൾ തിരിച്ചറിയും. എന്നിട്ടുമെന്തേ ദൈവങ്ങളുടെ നാട്ടിലെ നമ്മൾ ഇങ്ങനെ ആയി തീർന്നത്? ആരാണ് കുഞ്ഞീ യഥാർത്ഥവിശ്വാസികൾ?

അധ്യായം- ആറ്
അൽ ഫത്ഹ്- വിജയം

മലബാർ ഹാരിസ് പറഞ്ഞു:

-1852 മാർച്ച് 19 ന് മമ്പുറം സയ്യിദ് ഫസൽ പൂക്കോയ തങ്ങൾ 57 പേരടങ്ങിയ തന്റെ കുടുംബാംഗങ്ങളോടൊപ്പം പരപ്പനങ്ങാടിയിൽ നിന്ന് പ്രത്യേകം ഒരുക്കിയ കപ്പലിൽ അറേബ്യയിലേക്ക യാത്രയായി. ഭൂമി ഒഴിപ്പിക്കുന്ന ജന്മിമാർക്കെതിരെ മാപ്പിളമാർ നിരന്തരം കലാപം നടത്തിയത് ഫസൽ തങ്ങൾ പ്രേരണ നൽകിയത്കൊണ്ടാണെന്ന് കളക്ടർ എച്ച്. വി കൊണോലി സംശയിച്ചു. മേൽജാതിക്കാരായ ഭൂവുടമകളുടെ എച്ചിൽ ഭക്ഷിക്കരുതെന്ന് ആഹ്വാനം ചെയ്തയാളാണ് തങ്ങൾ. 'നീ ' എന്നു വിളിക്കുന്നവരെ തിരിച്ച് 'നീ' എന്നു വിളിക്കണമെന്ന് തങ്ങൾ പഠിപ്പിച്ചു. തങ്ങളുടെ 'ഉദ്ദത്തുൽ ഉമറ'യിൽ കോളനിവിരുദ്ധ സമരത്തിന്റെ പോരാട്ടവീര്യമുണ്ടായിരുന്നു. ജന്മിത്തത്തിനെതിരെയുള്ള ചെറുത്തുനില്പുകളെ മാപ്പിളമാരുടെ ഹാലിളക്കമായാണ് ബ്രിട്ടീഷുകാർ വിശേഷിപ്പിച്ചത്. മാപ്പിള കലാപകാരിയായ തങ്ങളെ ബ്രിട്ടീഷുകാർ നിർബന്ധിച്ച് നാടുകടത്തിയെങ്കിലും മാപ്പിളമാരുടെ 'ഹാലിളക്കം' അവസാനിച്ചില്ല. തങ്ങളെ നാടുകടത്താൻ പ്രേരിപ്പിച്ച കൊണോലിയെ 1855 സെപ്റ്റംബർ 12 ന് അദ്ദേഹത്തിന്റെ വീട്ടിൽ വെച്ച് മൂന്ന് മാപ്പിളമാർ വെട്ടിക്കൊന്നു. ഇങ്ങനെ നീതിക്കുവേണ്ടി സമരം ചെയ്തവരാണ് മാപ്പിളമാർ. നൂറ്റിമുപ്പത്തിയേഴ് വർഷങ്ങൾക്ക് ശേഷം 1993 ജൂലായ് 29 ന് ശരിഅത്ത് വിമർശം നടത്തിയ ചേകനൂർ മൗലവിയേയും വെട്ടിക്കൊന്നു. എന്തുകൊണ്ടാണലി മാപ്പിളമാരുടെ ജിഹാദ് ഇങ്ങനെ വഴിമാറിപ്പോയത്?

അധ്യായം – ഏഴ്
അൽമു അ്മീൻ – വിശ്വാസി

ഖദീജ്ത്തയാണ് മക്തിതങ്ങളെക്കുറിച്ച് ആദ്യം പറഞ്ഞത്. മദ്രസ പഠനത്തിലും വയള് പ്രസംഗത്തിലും മക്തിതങ്ങളുണ്ടായിരുന്നില്ല. 'കഠോരകുഠാര' ത്തിന്റെ ഒരു കോപ്പി തന്ന് അവർ പറഞ്ഞു

-ഉപ്പയുടെ കിത്താബാണ്. മാപ്പിളമാരൊക്കെ മൗലവിമാരാകണമെന്നോ അറബിഭാഷ പഠിക്കണമെന്നോ മതം നിർബന്ധിക്കുന്നില്ലെന്നാണ് തങ്ങള് പറയുന്നത്. മദ്രസകളിൽ നിയമങ്ങള് വെച്ച് കുട്ടികളെ കെട്ടിക്കൂട്ടുന്നത് മതവിധിക്ക് വിപരീതവും മതത്തിനും ജനത്തിനും ദോഷവുമാണെന്നും തങ്ങൾ അഭിപ്രായപ്പെട്ടിട്ടുണ്ടെന്ന് ഉപ്പ പറഞ്ഞിട്ടുണ്ട്.

ക്രിസ്ത്യാനികളുടെ മതനിന്ദയെക്കുറിച്ച് മക്തിതങ്ങൾ എഴുതിയത് ഖദീജ്ത്ത ഉറക്കെ വായിച്ചു:

-നിങ്ങളുടെ കണ്ണിൽ കോൽ ഇരിക്കവെ, ഹിന്ദുക്കളുടെ കണ്ണിലെ കരടിനെ തെരഞ്ഞു ശാസ്ത്രങ്ങളേയും ശാസ്ത്രകർത്താക്കാളെയും വചനം കൊണ്ടും ലേഖനം കൊണ്ടും ആക്ഷേപിച്ചും നിന്ദിച്ചും വരുന്നത് അന്യായവും അധികപ്രസംഗവും ആകുന്നു.

എന്നിട്ട് അവർ പറഞ്ഞു:

-അൽഹം ദുലില്ലാഹി റബ്ബിൻ അലമീൻ. മാപ്പിളമാരുടെ കണ്ണിലെ കോലെടുത്തുകളയാൻ ഇനിയും നമുക്കായിട്ടില്ലല്ലോ അലി?

അധ്യായം- എട്ട്
അന്നാസ്- ജനങ്ങൾ

1921 ൽ ഏറനാട് കോൺഗ്രസ്സ് സെക്രട്ടറിയായിരുന്ന എം. പി.നാരായണമേനോൻ 1962 ൽ എം.പി.എസ്. മേനോനുമായി നടത്തിയ അഭിമുഖ സംഭാഷണത്തിൽ, എന്തായിരുന്നു മാപ്പിളലഹള എന്ന് വിശദീകരിക്കുന്നുണ്ട്.

-മലബാറിനും മാപ്പിളമാർക്കും ഇന്ത്യയുടെ സ്വാതന്ത്ര്യസമരത്തിനുമെതിരെ ബ്രിട്ടീഷുകാർ നടത്തിയ ക്രൂരമായ ഒരു യുദ്ധമായിരുന്നു അത്. മാപ്പിളമാരുടെ ഈ സായുധസമരത്തിന്റെയും അതിനെതിരായി ബ്രിട്ടീഷ് ഗവൺമെന്റ് നടത്തിയ കൂട്ടക്കൊലകളുടെയും ചരിത്രം എല്ലാവർക്കും അറിയുന്നതാണല്ലോ.

ആക്രമണം തടയുന്നതിൽ ഞാനും എന്റെ മാപ്പിളസുഹൃത്തുക്കളും പരാജയപ്പെട്ടു. മാപ്പിള സഹോദരീസഹോദരന്മാരെ പട്ടാളത്തിന്റെ ക്രൂരതയിൽനിന്ന് രക്ഷിക്കുന്നതിലും ഞങ്ങൾ പരാജിതരായി. മലബാറിലെ ഖിലാഫത്ത് പ്രസ്ഥാനവും സമരവും പരാജയപ്പെട്ടു. വിജയത്തിലേക്ക് നീങ്ങിയിരുന്ന പാവപ്പെട്ട ജനതയുടെ സ്വാതന്ത്ര്യസമരം (മാപ്പിളമാരുടെയും താണജാതിക്കാരുടെയും സ്വാതന്ത്ര്യസമരം) ആക്രമണപരമായ പാതയിലേക്ക് നീങ്ങി എന്ന കാരണത്താൽ അടിച്ചമർത്തപ്പെട്ടു. ഹിന്ദുക്കളും മാപ്പിളമാരും ഒറ്റക്കെട്ടായി നിന്ന് ഹിന്ദു-മുസ്ലിം മൈത്രിയുടെ പ്രതീകമായിതീരുമായിരുന്ന ആ സംരംഭം ഇല്ലാതാക്കപ്പെട്ടു. ഗാന്ധിയും കോൺഗ്രസ്സുകാരും മാപ്പിളമാരെ ‘അക്രമികൾ’ എന്ന് വിശേഷിപ്പിച്ച് കൈയ്യൊഴിച്ചു. കോൺഗ്രസ്സിന്റെ തെറ്റായ നയമാണ് മാപ്പിളമാരെ ഖിലാഫത്തിലേക്കിറക്കിയത്. വളരെയേറെ മാപ്പിളമാർ മരിച്ചു; നാടുകടത്തപ്പെട്ടു; വീടുകളും സ്വത്തുക്കളും നശിപ്പിക്കപ്പെട്ടു. മാപ്പിളമാർ ഹിന്ദുക്കളെയും ഹിന്ദുക്കൾ മാപ്പിളമാരെയും ആക്രമിച്ചു. പട്ടാളം മാപ്പിളമാരെ വേട്ടയാടി. ഞങ്ങളുടെ ശ്രമം പാളിപ്പോയി; പാവപ്പെട്ടവരെയും മാപ്പിളമാരെയും മുൻനിരയിലേക്ക് കൊണ്ട് വന്ന്, സമാധാനപരമായ നിസ്സഹകരണസമരം നടത്തി, മലബാറിലെ ജന്മിമാരുടെയും മുതലാളിമാരുടെയും ഒപ്പം നിൽക്കാൻ ത്രാണിയുള്ളവരാക്കാനുള്ള പരിശ്രമത്തിലായിരുന്നുവല്ലോ ഞങ്ങൾ.

അധ്യായം – ഒൻപത്
അൽ ഹാഖ്ഖ: – യഥാർത്ഥസംഭവം

ഷബാന പറഞ്ഞു:

-ഉമ്മു അതിയ്യ: മുഹമ്മദ് നബിയോടൊപ്പം ഏഴുയുദ്ധങ്ങളിൽ പങ്കെടുത്തിരുന്നുവെന്നും ഹസ്രത്ത് ആയിഷ, മുആവിയക്കെതിരെ യുദ്ധസന്നാഹങ്ങളിലേർപ്പെട്ടിരുന്നുവെന്നും മൗലവിമാർ മറന്നകാലത്താണ് ചേകനൂർ സ്ത്രീകളെക്കുറിച്ച് ചങ്കൂറ്റത്തോടെ സംസാരിച്ചത്. ഖുർആൻ പറയുന്ന നീതിയല്ല ശരിയത്തിന്റെ നീതിയെന്ന് ചേകനൂർ വിശ്വസിച്ചിരുന്നു. അറേബ്യയിലെ പ്രാകൃതഗോത്രരാജാക്കന്മാരുടെയും അവരുടെ സേവകപരിഷകളുടെയും കപടസൃഷ്ടിയാണ് ശരിയത്ത് എന്നുള്ള വിലയിരുത്തൽ 'വിശുദ്ധ'ന്മാരെ ഞെട്ടിച്ചു. വൈദേശികഭരണകർത്താക്കളും അവരുടെ നീതിന്യായവ്യവസ്ഥയും രൂപപ്പെടുത്തിയ അപരിഷ്കൃതമായ മുസ്ലിം വ്യക്തിനിയമമാണ് ശരിയത്ത് എന്നുള്ള ചേകനൂരിന്റെ വാദം മതമേധാവികളെ പ്രകോപിതരാക്കി. എന്തൊക്കെ പരിമിതികളുണ്ടെങ്കിലും ചേകനൂർ നടത്തിയത് ഒരുതരം 'ജിഹാദ്' തന്നെയായിരുന്നു. മാനുഷികമൂല്യങ്ങൾ തിരസ്കരിച്ച സമുദായത്തിൽ, ഖുർആനികമായ ദൈവശാസ്ത്രം തന്നെയാണ് അദ്ദേഹം രൂപപ്പെടുത്താൻ ശ്രമിച്ചത്. അതിന് അദ്ദേഹം നൽകിയ വിലയാണ് അദ്ദേഹത്തിന്റെ ബലി. ഇസ്ലാമിലെ യഥാർഥ 'ശഹീദാ'ണ് ചേകനൂർ. കാഫിറുകളുടെ ലോകത്തിൽ യഥാർത്ഥ തൗഹീദും യഥാർത്ഥ ഇസ്ലാമികബോധവും ചേകനൂരിന്റേതായിരുന്നുവോ താരിഖ്?

യാത്ര തുടരുന്നു

-നമ്മൾ പിടിക്കപ്പെടുമോ?

'അവിശ്വാസികളുടെ പുസ്തകം' വിനോദിലുണ്ടാക്കിയ ഭാരം ചെറുതായിരുന്നില്ല. വിനോദ് ആലോചനകളിൽ ആണ്ടിറങ്ങി. ഫാതിഹ: മുതൽ അന്നാസ് വരെയുള്ള അധ്യായങ്ങൾ ഉൾക്കൊള്ളാനുള്ള മനസ്സ് മതത്തെ വൈകാരികതയോടെ സമീപിക്കുന്ന ഒരു സമൂഹത്തിനുണ്ടാവുക അസാധ്യമാണെന്നയാൾ തിരിച്ചറിഞ്ഞു. ഓരോ അധ്യായവും അയാളുടെ മനസ്സിൽ പിന്നെയും കടന്നുവന്നു. കാസിമലി പറഞ്ഞ കഥകൾ എവിടെയോ വായിച്ചിട്ടുണ്ടെന്ന് വിനോദിനുതോന്നി. സുൽഫിക്കർ മുബേദ് 'ദബിസ്ഥാനി'ൽ കുറിച്ചുവച്ചതാണ് മദരികളുടെ കഥ എന്നയാൾ സംശയിച്ചു. മമ്പുറം തങ്ങളും മക്തി തങ്ങളും ചേകനൂരും ഒരു സമുദായത്തിന് നൽകിയ ആത്മവിശ്വാസം ചെറുതായിരുന്നില്ലെന്നയാൾക്ക് തോന്നി. പുസ്തകത്തിലെ നവോത്ഥാനത്തിന്റെ അടയാളപ്പെടുത്തലുകൾ അത്രയേറെ പ്രകോപനമുണ്ടാക്കുന്ന കാര്യങ്ങളല്ലെന്ന് അയാൾ വിശ്വസിക്കാൻ ശ്രമിച്ചു. പക്ഷെ ഭയം അവരുടെ സഹയാത്രികയായി മാറിക്കഴിഞ്ഞിരുന്നു. ഇപ്പോൾ ഭയപ്പാടോടെ ലസിമ അയാളിലേക്ക് ചേർന്നിരുന്നു. അബ്ദുറഹിമാന്റെ ഫോൺവിളി അവളെ വിഹ്വലയാക്കിയിട്ടുണ്ടെന്ന് വിനോദിനു തോന്നി. അവരെ അന്വേഷിച്ച് ആരാണ് അബ്ദുറഹിമാനെ തേടിച്ചെന്നത്? എന്തിനാണവർ അബ്ദുറഹിമാനെ ഭീഷണിപ്പെടുത്തിയത്? താരിഖിനെത്തേടിയുള്ള യാത്ര ആരെയാണ് ഭയപ്പെടുത്തുന്നത്? ഈ ചോദ്യങ്ങൾക്കുള്ള ഉത്തരം നൽകാൻ ലസിമയ്ക്ക് മാത്രമേ സാധിക്കുകയുള്ളൂവെന്ന് അയാൾക്കറിയാമായിരുന്നു. പക്ഷേ, അവൾ മറ്റൊരു ലോകത്തായിരുന്നു. താരിഖിന്റെ പുസ്തകം വെച്ച ബാഗ് നെഞ്ചോട് ചേർത്തിരിക്കുന്നത് കാണുമ്പോൾ തൊട്ടടുത്ത് ആരോ അത് തട്ടിപ്പറിക്കാനായി നിൽക്കുന്നുണ്ടെന്ന് തോന്നിപ്പിച്ചു. ബസ്സ് മാഹിപ്പാലം നിർത്തിയപ്പോൾ അവൾ പിന്നെയും ഭയത്തോടെ പുറത്തേക്ക് നോക്കിനിൽക്കുകയാണ്. അയാൾക്ക് ചിരിക്കാനാണ് തോന്നിയത്. താഹിറിന്റെ സ്പെഷ്യൽ കെയർ സെന്ററിൽനിന്ന് ഇറങ്ങിവരുമ്പോൾ എന്തൊരു ചങ്കൂറ്റമായിരുന്നു അവൾക്ക്? ഇപ്പോൾ, ആരോ തങ്ങളുടെ പുറകെയുണ്ടെന്ന് അവൾ ഉറച്ചു വിശ്വസിക്കുന്നു. രാവിലെ, വട്ടൻ കുഞ്ഞമ്പുവിന്റെ വീട്ടിൽ

നിന്ന് ഓടിയൊളിക്കാൻ അവൾ ധൃതികാണിച്ചു. സിദ്ധാശ്രമത്തിലേക്ക് പോകാമെന്ന് പറഞ്ഞപ്പോൾ, 'വേഗം പോകാം' എന്നായിരുന്നു മറുപടി. സിദ്ധാശ്രമത്തിന്റെ സൂചന തന്നത് താരിഖിന്റെ പുസ്തകമാണ്.

- ലസിമാ,നിന്റെ അലി എവിടെയാണ് ഒളിച്ചിരിക്കുന്നത്?

മറുപടിനൽകാതെ അവൾ ചിരിക്കാൻ ശ്രമിച്ചു. അയാൾ പിറുപിറുത്തു.

- ഭ്രാന്തൻ പുസ്തകം എഴുതിയ നിന്റെ അലിക്ക് ഭ്രാന്ത് തന്നെയാണ്. അലിയുടെ ഗുരു കുഞ്ഞമ്പുവും വട്ടൻ തന്നെ. ഞാനും നീയും സ്പെഷ്യൽ കെയർ സെന്ററിലെ അന്തേവാസികൾ. ചിലപ്പോൾ എനിക്ക് തോന്നാറുണ്ട് ഡോക്ടർ താഹിറിന്റെ ശരീരഭാഷയും മുഴുഭ്രാന്തന്റെയാണെന്ന്. അപ്പോൾ ഭ്രാന്തില്ലാത്തവരാരാ?

-ഭൂമിയിൽ എല്ലാവർക്കും ഒരുതരത്തിലല്ലെങ്കിൽ മറ്റൊരു തരത്തിൽ ഭ്രാന്ത് തന്നെയാണ് വിനോദ്.

അയാൾ ഒന്നും പറഞ്ഞില്ല. വിശുദ്ധജല്പനങ്ങളുടെ സമാഹാരമാണ് അൽ കാഫിറൂൻ എന്നയാൾക്ക് തോന്നി. ഇരുന്നൂറ്റി ഇരുപത് അധ്യായങ്ങളുള്ള, പരസ്പരവിരുദ്ധമായ ആശയങ്ങളുള്ള, അവിശ്വാസികളുടെ പുസ്തകം വിഭ്രാന്തികളിലൂടെ കടന്നുപോയ ഒരു മനസ്സിന്റെ പ്രതിഫലനം തന്നെയാവണം. വിശുദ്ധമായ ഭ്രാന്തുമായി അലി എവിടെയാണ് ഒളിച്ചിരിക്കുന്നത്? ആരിൽ നിന്നാണയാൾ മറഞ്ഞിരിക്കുന്നത്?

-ലസിമാ.

അവൾ വിളി കേട്ടില്ല. സാസ്ഥ്യത്തോടെ അയാളുടെ നെഞ്ചിൽ തല ചായ്ച്ച് അവൾ ഉറങ്ങുകയായിരുന്നു. കനിവോടെ അയാൾ അവളെ വഹിച്ചു.

സിദ്ധാശ്രമം

ലോകനാർകാവിലേക്ക് പോകുന്ന വഴികളിലൊക്കെയും ചേകവന്മാരുടെ രക്തത്തിന്റെ ഗന്ധമുണ്ടെന്ന് അയാൾക്ക് തോന്നി. ആശ്രമത്തിന്റെ വലിയ ഗെയിറ്റ് കടന്ന് അകത്ത് പ്രവേശിച്ചപ്പോൾ സംശയിച്ചു. എന്താണ് ചോദിക്കേണ്ടത്? താരിഖലി എന്നൊരാൾ ഇവിടെ ഒളിച്ചിരിപ്പുണ്ടോയെന്നോ?

വിശാലമായ ഹാളിലെ ചുമരിൽ നിറയെ ഫോട്ടോകൾ. സിദ്ധവേദത്തിലെയും മറ്റും വാക്കുകൾ വലിയ അക്ഷരത്തിലെഴുതി വച്ചിരിക്കുന്നു.

ലസിമ നിർവികാരയായി ഇരുന്നു.

വൃദ്ധസിദ്ധൻ ആശ്രമത്തെക്കുറിച്ച് വിവരിച്ചു. സ്വാമി ശിവാനന്ദ പരമഹംസരെക്കുറിച്ചും സിദ്ധജീവിതചര്യകളെക്കുറിച്ചും കേട്ടപ്പോൾ അത് കൗതുകകരമായ അനുഭവമായി മാറി. ലഹരി വസ്തുക്കളും മദ്യമാംസങ്ങളും ഉപയോഗിക്കാത്ത, ഏകോദരസഹോദരങ്ങളെപ്പോലെ ജീവിക്കുന്ന, അച്ഛനമ്മമാർ, മക്കൾ, സഹോദരങ്ങൾ തുടങ്ങിയ ചിന്തകൾക്ക് പ്രസക്തിയില്ലാത്ത, ഗാന്ധർവവിധിപ്രകാരം വിവാഹം കഴിക്കുന്ന ഒരു പുതിയ സമൂഹത്തെ വിനോദ് അറിഞ്ഞു. എല്ലാവരിലും ഈശ്വരാംശമുണ്ടെന്ന സിദ്ധന്റെ വാക്കുകളിൽ കാപട്യമുണ്ടായിരുന്നില്ല. മനഃപൊരുത്തമുള്ളവർക്ക് സ്വതന്ത്രമായ സമാഗമം ആവാമെന്ന് കേട്ടപ്പോൾ അത് അദ്ഭുതകരമായി തോന്നി. ആത്മീയതയുടെ നാട്യങ്ങളൊന്നും ഇല്ലാത്ത ഇവിടെ എവിടെയോ താരിഖുണ്ടെന്ന് വിനോദിന് തോന്നി.

-താരിഖലി എന്നൊരാൾ ഇവിടെ വന്നിരുന്നോ?

-പലരും വരാറുണ്ട്. അറിയാനും അന്വേഷിക്കാനും. താല്പര്യമില്ലാത്തവർ ഇവിടം വിട്ടുപോവാറുമുണ്ട്.

പെട്ടന്ന് വഴിമുട്ടിയതുപോലെ തോന്നി.

-വരൂ കാപ്പികുടിക്കാം

വൃദ്ധസിദ്ധൻ ക്ഷണിച്ചു.

കാപ്പി കുടിച്ചുകൊണ്ടിരിക്കുമ്പോൾ വന്ന ചെറുപ്പക്കാരനോട് താരിഖലിയെക്കുറിച്ച് ചോദിച്ചു.

-വിജേഷ് മാമനോട് ചോദിക്കാം.

അല്പം തടിച്ച ഒരാളെയും കൂട്ടി അയാൾ വന്നു. തമിഴ്ചുവയിലാണ് വിജേഷ്മാമൻ സംസാരിച്ചത്.

-താറിഖ് ഇവിടെ ഇണ്ടായിറുന്നു. പെട്ടെന്നൊറുദിവസം വന്നു. പെട്ടെന്നു പോയി. അയാൾക്ക് അടുപ്പമുണ്ടായിറുന്ന ശശിമാമൻ ഇപ്പോൾ സേലത്താണുള്ളത്. താറിഖ് ആശ്രമങ്ങളെക്കുറിച്ച് റിസേർച്ച് ചെയ്യുന്ന്ണ്ട് എന്ന് തോന്നുന്നു. കുറ്റ്യാടിക്കടുത്ത് ഒറു ഹോമിയോഡോക്ടറ് സ്നേഹിതനുണ്ട്. അയാളുടെ അമ്മ നാറായണി ശശിമാമന്റെയും താറിഖിന്റെയും ഒക്കെ വേണ്ടപ്പെട്ട ഒറാളാണ്. അവർ അവിടെ ഒറുപാട് പ്രാവശ്യം പോയിട്ടുണ്ട്.

സിദ്ധാശ്രമം ഒരു വെളിപാട് പുസ്തകമായി വിനോദിന് മാറിയെങ്കിലും താരിഖലി പിടിതരാതെ വഴുതിമാറുകയാണ്. അയാൾ എവിടെയാണുള്ളത്? നാരായണിയുടെ അടുത്ത് കൊച്ചുവർത്തമാനവും പറഞ്ഞ് അയാൾ ഇരിക്കുന്നുണ്ടാവുമോ? ബസ്സ് കാത്തുനിൽക്കുമ്പോൾ വിനോദ് അതുതന്നെയാണ് ആലോചിച്ചുകൊണ്ടിരുന്നത്.

നാരായണി

-കൊട്ടിയൂർ കാട്ടിൻ നടുവിൽ കരിങ്കല്ല്

വെട്ടി പ്രതിഷ്ഠിച്ചതല്ലയെന്നും

ദക്ഷയാഗസ്ഥലത്തിങ്കൽ പ്രത്യക്ഷമായ്

മോക്ഷമേകും സ്വയംഭൂവാണെന്നും

പണ്ട് കുറിച്യർ വാളണച്ചീടുമ്പോ-

ളുണ്ടായി രക്തമക്കല്ലിലെന്ന്

ഇങ്ങനെയോരോരു ഭോഷ്ക്കുകൾ കേൾക്കയാൽ

തിങ്ങിടുമന്ധവിശ്വാസമോടെ. .

അവർ നിർത്തി. ഒന്നു ചുമച്ചു.

നാരായണിയേച്ചിക്ക് വയസ്സ് എത്രയായിട്ടുണ്ടാവും? 90 കഴിഞ്ഞിട്ടുണ്ടാവണം.

-പാവപ്പെട്ട തീയന്മാർ നായ് നയിക്കുമ്പോലെ നയിച്ചുണ്ടാക്കിയ ബ്രിട്ടീഷ്കാശും എളനീരും കൊട്ടിയൂരിൽ കൊണ്ടുപോയി ശിവന്റെ കല്ലിന് കൊട്ത്ത് നശിപ്പിക്കുന്നത് ഗുരു എതിർത്ത്. കൃഷ്ണപ്പാറയ്ക്ക് നെയ്യമൃതും എളനീരും വേണ്ടെന്ന് ഗുരു പറഞ്ഞ്. അങ്ങനെ ഗുരുക്കളെഴുതിയതാണ് കൊട്ടിയൂർ ഉത്സവപ്പാട്ട്. ഇന്ന് വടകരേന്നും കുറ്റ്യാടീന്നും തിയ്യന്മാരങ്ങനെ പോവുന്നത് കാണുന്നില്ലേ? ആർക്കെങ്കിലും ഇങ്ങനെ പറയാൻ ചങ്കൂറ്റോണ്ടോ?

വല്ലാത്തൊരാവേശമായിരുന്നു അവർക്ക്. വാക്കുകളിൽ ആത്മവിശ്വാസവും ധൈര്യവും.

ഡോക്ടർ സ്നേഹിതൻ ചായ കഴിക്കാൻ ക്ഷണിച്ചു. അയാൾ പറഞ്ഞു.

-അമ്മ എപ്പോഴും ഇങ്ങനെയാണ്. താരിഖ് വന്നാലും അമ്മ മണിക്കൂറുകളോളം സംസാരിക്കും. വാഗ്ഭടാനന്ദഗുരുവിനെക്കുറിച്ചറിയാനാണ് താരിഖ് ആദ്യമായി വന്നത്. ഗുരുവിന്റെ പ്രീതിവിവാഹത്തിൽ

ആകൃഷ്ടരായി, തിയ്യസമുദായത്തിൽ പെട്ട അമ്മയും യോഗിസമുദായത്തിൽ പെട്ട അച്ഛനും എഴുപത്തിയഞ്ചു വർഷങ്ങൾക്കുമുമ്പ് വിവാഹം കഴിച്ചത് ഒരു സാമൂഹ്യവിപ്ലവം തന്നെയാണെന്ന് താരിഖ് തിരിച്ചറിഞ്ഞിരുന്നു. ഗുരുവിന്റെ ആത്മവിദ്യാ സംഘം ഹിന്ദുക്കളുടെ വൃത്തികേടുകളെ ചോദ്യം ചെയ്തു. വിഗ്രഹ നിരാകരണം അന്നും ഇന്നും ഒരു ചെറിയ കാര്യമല്ലല്ലോ.

ഡോക്ടർ സ്നേഹിതൻ ചിരിച്ചു.

-അമ്മയുടെ പാത പിന്തുടരാൻ ഞാനും ശ്രമിച്ചു. എല്ലാകാലത്തും വിവാഹം സാമൂഹ്യവിപ്ലവം തന്നെയാണെന്ന് ബോധ്യപ്പെട്ടു. അതാ ഈ കാൽ ഇങ്ങനെയായത്.

അയാൾ കാൽ നീട്ടി കാണിച്ചു.

-വെട്ടുകൊണ്ടതാ. രഹനയെ കല്യാണം കഴിച്ചതിന്. അന്ന് വ്യത്യസ്ത മതത്തിൽ പെട്ടവർ കല്യാണം കഴിക്കുക എന്നാൽ ഒരു ചെറിയ അവിവേകമാണ്. കാലിനുവെട്ടുകിട്ടി. ഇന്നാണെങ്കിൽ ക്രിമിനൽ കുറ്റമാണ്. കൊന്നുകളയും.

ഡോക്ടർ വീണ്ടും ചിരിച്ചു.

-ങ്ഹാ, അതിന്റെടയിൽ പറയാൻ മറന്നു. നിങ്ങളെത്തേടി ഒരാൾ വന്നിരുന്നു. ചോദിച്ചപ്പം പേരു പറഞ്ഞില്ല. പെട്ടന്നു പോയി.

ലസിമ പിന്നെയും ഭയത്തിന്റെ കയങ്ങളിലേക്ക് ആഴ്ന്നു പോകുമോ എന്നയാൾ ഭയപ്പെട്ടു. എന്നാൽ അസ്വാഭാവികതകൾ ഏതുമില്ലാതെ അവൾ നാരായണിയുടെ അടുത്തുചെന്നിരുന്നു. അവർ സ്നേഹവായ്പോടെ അവളുടെ കൈ തടവി. എന്നിട്ട് ആവേശത്തോ ടെ പറഞ്ഞു.

-അലി ഗുരൂനെപ്പറ്റി പുസ്തകം എഴ്ത്ന്ന്ണ്ട്ന്ന് എന്നോട് പറഞ്ഞിന്. ജാതിയെന്താന്നും മതമെന്താന്നും മനുഷ്യനെന്താന്നും അറിയാത്തോർക്ക് അത് കൊണാവൂന്ന് ഞാനും പറഞ്ഞു. സിദ്ധാശ്രമത്തിലെ ശശിയും വയനാട്ടിലെ അനീഷും ഒക്കെയായി എത്രയൊ പ്രാവശ്യം അലി ഇബ്ടെ വന്നിന്. ആയിരത്തിലൊരാളെ അലീനെ പോലെ ഇണ്ടാവൂ. എനക്ക് സങ്കടോണ്ട് മക്കളേ, ഇങ്ങളെപ്പോലെ എളതലമുറേലെ കുട്ട്യേക്ക് കരുത്തും ധൈര്യോം ഇല്ലാത്തേല്.

അവരുടെ കുഴിഞ്ഞകണ്ണുകളിലെ തിളക്കം വിനോദിനെ സ്പർശിച്ചു. എന്തൊരു കരുത്താണവരുടെ വാക്കുകൾക്ക്. കൗമാരത്തിലേ വൃദ്ധരായ എല്ലാവർക്കും വേണ്ടി അയാളാദ്യമായി ദുഃഖിച്ചു.

-'ഉണരുവിൻ, അഖിലേശ്വരനെ സ്മരിപ്പിൻ

ക്ഷണമെഴുന്നേൽകിൻ! അനീതിയോടെതിർപ്പിൻ!'

അവർ ബലഹീനമായ ചുണ്ടുകൊണ്ട് ഉണർത്തുപാട്ടു പോലെ മന്ത്രിച്ചു. ആത്മവിദ്യാസംഘത്തിന്റെ പ്രവർത്തകയായ ഒരു പതിനാറുകാരി, മലബാറിലെ നാട്ടകങ്ങളിൽ ഉറക്കെ ഉറക്കെ പാടുന്നത് വിനോദ് വ്യക്തമായി കേട്ടു. കുഞ്ഞിരാമൻ ഗുരുക്കളെന്ന അന്യ സമുദായക്കാരന്റെ കൈ പിടിച്ച് പാനൂരിൽ നിന്ന് കുറ്റ്യാടിയിലേക്ക് നടക്കുന്ന പെൺകുട്ടിയെ അയാളിപ്പോൾ വ്യക്തമായി കണ്ടു.

-കുട്ട്യോളേ, അലി വയനാട്ടിലുണ്ടാവും. ആടെ ഓനൊരു ചങ്ങായിയുണ്ട്. ആര്സ്. വയനാട്ടീ തന്ന്യാണ് അനീഷും ഇള്ളത്. ഓൻ ഓർടെ കൂടെണ്ടാവും. ഓനെന്തെലും ഒക്കെ ചെയ്യുന്ന്ണ്ടാവും. ഓനങ്ങനെ വെറുതെ ഇരിക്കാൻ പറ്റൂല്ല. ഈട്ത്തെ മാപ്പിളമാർക്കും തിയ്യന്മാർക്കും നായന്മാർക്കും ഓനെ മനസ്സിലാവൂല്ല. പക്ഷെ ഓനെ മനസ്സിലാവുന്ന ആൾക്കാറ്ണ്ട്. ഓനവ്ടെണ്ടാവും. ഇങ്ങളൊക്കെ ചെറുപ്പക്കാറല്ലേ. എല്ലാരും കൂടി ന്തേലും ഒക്കെ ചെയ്യ്.

അവർ കരയുകയായിരുന്നു. അഗാധമായ സ്നേഹം അവർക്ക് അലിയോട് ഉണ്ടായിരിന്നിരിക്കണം. കണ്ണുകളിൽ കണ്ണീരൊളിപ്പിച്ച് ലസിമ അവരുടെ കൈകൾ നെഞ്ചോട് ചേർത്തുവെച്ചു.

ചുരത്തിനുമുകളിൽ

മൂന്നാനക്കുഴിയിറങ്ങി, മുമ്പിലുള്ള റോഡിലൂടെ ലസിമ നടന്നു. വഴി നല്ല നിശ്ചയമുണ്ടെന്ന വിധത്തിലാണ് അവൾ നടക്കുന്നത്.

പൊടിയും പുല്ലും ചുഴറ്റിക്കൊണ്ട് ഒരു കനത്ത കാറ്റ് അവർക്ക് മുമ്പേ കടന്നുപോയി. അതിന് കരിന്തണ്ടന്റെ കരുത്തുണ്ടെന്നയാൾക്കു തോന്നി.

കുറച്ചുദൂരം നടന്ന് ചെറിയ ഒരു വീടിന്റെ മുറ്റത്തേക്ക് അപരിചിതത്വമേതുമില്ലാതെ അവൾ കയറിച്ചെന്നു.

-ഹാരിസില്ലേ.

പുറത്തുകണ്ട പത്തുപന്ത്രണ്ടുവയസ്സു തോന്നിക്കുന്ന കുട്ടി ഇല്ലെന്ന് തലയാട്ടി. തിരിച്ചുനടക്കുമ്പോൾ പിന്നിൽ നിന്ന് വിളിയുയർന്നു.

-ഹലോ.

ഒരു സുമുഖനായ ചെറുപ്പക്കാരൻ

-എന്തേയ്നും. ഉറക്കായിരുന്നു. കുട്ട്യേള് പോലീസാന്ന് വിചാരിച്ചിട്ടാ ഇല്ലാന്ന് പറഞ്ഞത്.

ലസിമയെ അയാൾ സൂക്ഷിച്ചുനോക്കി.

-ലസിമയല്ലേ?

-അതെ

-ആഷിഖിവിടെ വന്നിരുന്നു. ഞാനെല്ലാമറിഞ്ഞു. താരിഖിനെ തേട്യാണ്. അല്ലേ? അ ചങ്ങായ്നെ അങ്ങനെ കണ്ട് കിട്ടൂല്ല. മുങ്ങിയാ പൊങ്ങണെങ്ങില് കാലം കൊറെ എടുക്കും. കല്പറ്റക്കടുത്തൊരാ നീഷുണ്ട്. അ ചങ്ങായിന്റെ ഫോൺ നമ്പറിലൊന്നു വിളിച്ച് നോക്ക്.

ലസിമ നമ്പർ കുറിച്ചു വെച്ചു.

ഹാരിസ് വിനോദിനോടായി പറഞ്ഞു.

-മൂപ്പര് ഇസ്ലാം മതം പോല്യാ. തിയറി ഗംഭീരം. പ്രാക്ടിക്കൽ മഹാപ

രാജയവും. മനസ്സില് ഒരു കടല് തെളച്ച്മറീന്നുണ്ടേങ്കിലും ഒന്നും ചെയ്യാൻ സാധിക്കാത്ത മനുഷ്യൻ. ഇല്ലേ ലസിമാ.

അവൾ ഒരു കുറ്റവാളിയെപ്പോലെ തലയും താഴ്ത്തി നിൽക്കുകയായിരുന്നു.

-വെളിയങ്കോട് ഉമർഖാസിയും മമ്പറംതങ്ങളും മക്തിതങ്ങളും ചേകനൂരും എന്തൊക്കെ പറഞ്ഞീന്ന് മൂപ്പറ് പടിക്ക്യായിരുന്നു. പക്ഷെ നാട്ടുകാർക്ക് കാര്യം ഇല്ലാണ്ടായി. ഇവരൊക്കെ ജനിച്ച മതാണ് ഇസ്ലാംന്ന് പറഞ്ഞാതന്നെ ഇപ്പളത്തെ കുട്ടിയെള് തല്ലിക്കൊല്ലും. അലീനെം കൊന്നിറ്റുണ്ടാവും. കൊന്നാലും ചാവാത്ത മൊതലാ. എല്ലെ ലസിമാ

അയാൾ ഒന്നു നിർത്തി.

-ലസിമയോട് മാത്രായിറ്റ് കൊറച്ച് കാര്യം പറയാൻണ്ട്.

അവർ മാറിനിന്ന് സംസാരിക്കാൻ തുടങ്ങി. അത് എന്തെന്നറിയാനുള്ള സ്വാഭാവികമായ ജിജ്ഞാസ പോലും വിനോദിനുണ്ടായില്ല. അയാൾ ഹാരിസിനെക്കുറിച്ച് ചിന്തിക്കുകയായിരുന്നു. ഈ പാവം മനുഷ്യനാണോ മലബാർ ഹാരിസ്. ബ്ലേഡ് മാഫിയയുടെയും കരിമണൽ ലോബിയുടെയും പേടിസ്വപ്നം ഇയാളാണോ? ഒന്നും വിശ്വസിക്കാൻ തോന്നുന്നില്ല. അസ്വാഭാവികതകളിൽ കുഴഞ്ഞ് മറിഞ്ഞ് വിനോദ് അതിൽ മുങ്ങിത്താണു.

-ചായക്ക് ക്ഷണിക്കുന്നില്ല. പാലില്ല.

ഹാരിസ് അടുത്തേക്കുവന്നു. പിന്നെ ഒരു സ്വകാര്യം പോലെ വിനോദിനോടയാൾ പറഞ്ഞു.

-ഇങ്ങള് ഒളിച്ചോടി വന്ന കാര്യം ഞാനായിറ്റ് ആരോടും പറയുന്നില്ല.

ബസ്സ് കാത്ത് നിൽക്കുമ്പോൾ ലസിമ ഭയപ്പാടോടെ ചുറ്റും നോക്കുന്നുണ്ടായിരുന്നു.

-ഹാരിസിന്റെ സംസാരം വയനാട്ട്കാരന്റെതല്ലല്ലോ ലസിമാ?

പനമരം ബസ്സ് വിനോദിന്റെ ചോദ്യത്തെ മുറിച്ചുകളഞ്ഞു.

മരണവീട്

ഇടവഴികളിലൂടെ അവർക്ക് പുറകെ നടക്കുമ്പോഴും ലസിമയുടെ ഭീതി മാറിയിരുന്നില്ല. മരണവീട്ടിലേക്കാണ് യാത്ര എന്നു മനസ്സിലാക്കാൻ അയാൾ അല്പസമയമെടുത്തു. മരണവീടാണെന്ന് മനസ്സിലായപ്പോൾ ഒന്നു മടിച്ചു. പക്ഷെ ലസിമ ഒരു കുഴപ്പവുമില്ലെന്ന് ആംഗ്യം കാട്ടി. അവൾ സ്ത്രീകളുടെകൂടെ അകത്തേക്കു കയറിപ്പോയി.

മുറ്റത്ത്, പായയിൽ മൃതദേഹം കിടത്തിയിട്ടുണ്ട്. ചന്ദനവും കുങ്കുമവും തൊട്ട് കണ്ണെഴുതിയിട്ടുണ്ട്. വായിൽ മുറുക്കാനുമുണ്ട്. ഓരോ തിരി വീതം കത്തിച്ച്, ശവശരീരത്തിന്റെ തലഭാഗത്തും കാൽ ഭാഗത്തുമായി രണ്ടു നിലവിളക്കുകൾ വച്ചിട്ടുണ്ട്. രണ്ടു ഭാഗത്തും നിന്ന രണ്ടു പുരുഷന്മാർ, ശവശരീരത്തെ തൊഴുത് നമസ്കരിച്ച് കുമ്പിട്ടു പ്രാർത്ഥിച്ചു. തളികയിൽനിന്ന് ഓരോ പിടി അരിവാരി കാൽ ഭാഗത്തുള്ളയാൾ തലഭാഗത്തും തലഭാഗത്തുള്ളയാൾ കാൽ ഭാഗത്തും മൃതദേഹത്തിൽ അല്പാല്പമായി വിതറിക്കൊണ്ടുനടന്നു. മൂന്നുതവണ ഇങ്ങനെ ചെയ്തുകഴിഞ്ഞപ്പോൾ മൃതദേഹത്തെ വെളുത്തമുണ്ടുകൊണ്ട് പുതപ്പിച്ചു. 'ഹരേരാമ' എന്ന ഉരുവിടലോടെ മൃതദേഹത്തെ ചുമന്നു കൊണ്ട് ആളുകൾ നടന്നു. വിനോദ് പിന്നാലെ നടന്നില്ല.

അപരിചിതരായ ആൾക്കൂട്ടത്തിനിടയിൽ അയാൾ സ്വാസ്ഥ്യത്തോടെ ഇരുന്നു. ഇപ്പോൾ അയാൾ ആൾക്കൂട്ടത്തെ ഭയപ്പെട്ടില്ല. ഈ ആൾക്കൂട്ടത്തിനിടയിൽ താരിഖ് ഉണ്ടാവുമോ? ലസിമ അയാളെ കണ്ടെത്തിയിട്ടുണ്ടാകുമോ?

–പോകാം.

ലസിമയാണ്. കൂടെയൊരു പെൺകുട്ടിയും. പെൺകുട്ടി ചിരിച്ചപ്പോൾ അയാളും ചിരിച്ചു.

–ഇതാണ് സുനിത.

ലസിമ പരിചയപ്പെടുത്തി. അവൾ സുനിതയുടെ പുറകേ നടന്നു. പിന്നാലെ അയാളും.

–പോകണ്ടേ?

അയാൾ പതുക്കെ ചോദിച്ചു.

-വൈകിയില്ലേ? ഇനി ബസ്സുകിട്ടില്ല. ഇവളുടെ കൂടെ കൂടാം. രാത്രി അനീഷ് വരും.

അനീഷിന്റെ തൊട്ടടുത്ത വീടുതന്നെയാണ് സുനിതയുടേതും. വളരെ താല്പര്യത്തോടെ സുനിതയുടെ അച്ഛനും അമ്മയും അവരെ സ്വീകരിച്ചു. താരിഖ് ചെന്നയിടങ്ങളിലൊക്കെയും വിതറിയ സ്നേഹത്തിന്റെ ഗന്ധം വിനോദിനെ അതിശയിപ്പിച്ചു. ഏതോ കെട്ടുകഥകളിൽനിന്ന് ഇറങ്ങിവന്ന രാജകുമാരനെപ്പോലെ, തന്റെ മാന്ത്രികവടികൊണ്ട് ആരെയൊക്കെയോ വിസ്മയിപ്പിച്ച് ഒരത്ഭുതകഥാപാത്രമായി അവരുടെ കഥകളിൽ അയാൾ ജീവിക്കുകയാണ്.

രാത്രി വൈകിയാണ് അനീഷ് വന്നത്. അയാൾ പറയാൻ തുടങ്ങി.

-താരിഖലി സാർ എന്നെ പഠിപ്പിച്ചിട്ടില്ല. പക്ഷെ മറ്റുസാറന്മാരോടൊന്നും തോന്നാത്ത ആത്മബന്ധം സാറുമായിട്ട് എനിക്കുണ്ടായിരുന്നു. എനിക്ക് നാടകത്തോട് അല്പം താല്പര്യമുണ്ടായിരുന്നു. അടിസ്ഥാനപരമായി ഒരു കലാകാരന്റെ മനസ്സായിരുന്നു സാറിന്റേതും. അങ്ങനെയൊരടുപ്പമാണ് ആദ്യം ഉണ്ടായത്. കോളേജ് മാഗസിൻ ചെയ്തപ്പം എനിക്കായിരുന്നു ചുമതല. എന്തുചെയ്യുമ്പോഴും നമ്മുടേതായ മുദ്രകളുണ്ടാവണം എന്ന് സാർ ആവർത്തിച്ചു പറയാറുണ്ടായിരുന്നു. വയനാടിലെ ജനജീവിതം തേടി മുത്തങ്ങയിലും ചേകാടിയിലും ഇരുളത്തും ഒക്കെ സാറിന്റെ കൂടെ ഞാനും അലഞ്ഞു നടന്നിരുന്നു. ഒരു സാധാരണ റിസർച്ചായിരുന്നില്ല സാറ് നടത്തിയത്. ഗവേഷകരാക്കെയും ഓരോ സമുദായത്തെയും വില്പന നടത്തു കയാണെന്ന് സാറ് പറയാറുണ്ട്. സാറ് ഓരോരുത്തരോടും ഇടപെടുന്ന വിധം എന്നെ അദ്ഭുതപ്പെടുത്തിയിട്ടുണ്ട്. ഒരു കാന്തം പോലെ എല്ലാവരെയും തന്നിലേക്കാകർഷിക്കാൻ സാറിനു കഴിഞ്ഞിരുന്നു.

ഇന്നു മരിച്ച ആളില്ലേ? എന്റെ അച്ഛാച്ഛൻ. സാറുമായിട്ട് വല്ലാത്തൊരു ബന്ധം പുലർത്തിയിരുന്നു. അച്ഛാച്ഛനുമൊക്കെയായി സംസാരിച്ച് വയനാടൻ ചെട്ടിമാരെക്കുറിച്ചുള്ള ആധികാരികമായ പഠനം സാറ് തയ്യാറാക്കിയിരുന്നു. ഇവിടെ വന്നിരുന്ന് സുനിതയുമായി ജൈനരെക്കുറിച്ച് സംസാരിക്കുന്നത് പലപ്പോഴും ഞാൻ താല്പര്യത്തോടെ കേട്ടിട്ടുണ്ട്. എന്തും അറിയാനുള്ള മനസ്സ്. ഞാൻ അങ്ങനെയൊരാളെ ഇതുവരെ കണ്ടിട്ടില്ല.

ഒന്നരവർഷമേ ബത്തേരിയിലുണ്ടായിരുന്നുള്ളൂ. പക്ഷേ ഒരായുഷ്കാലത്തിന്റെ ബന്ധം പലരുമായും സാറ് സ്ഥാപിച്ചിരുന്നു. സാറിന്റെ രാഷ്ട്രീയനിലപാടുകൾ എനിക്കറിയില്ല. പക്ഷെ മനുഷ്യസ്നേഹിയായിരുന്നു. സാറിനെന്തെങ്കിലും സംഭവിച്ചിട്ടുണ്ടോ എന്നെനിക്ക് സംശയമുണ്ട്. മുത്തങ്ങ സമരമൊക്കെ നടക്കുന്നതിനുമുമ്പ്തന്നെ ചില

ആദിവാസി ഗ്രൂപ്പുകളൊക്കെയായി സാറിന് ബന്ധമുണ്ടായിരുന്നു. ഇനി പോലീസോ മറ്റോ. രാജനെയൊക്കെ ചെയ്തതുപോലെ. .

അനീഷ് നിർത്തി.

ലസിമ വിദൂരതയിലെവിടെയോ നോക്കിനിൽക്കുകയായിരുന്നു. അവളൊന്നും മിണ്ടിയില്ല.

-ഞങ്ങളിത്രയും ദൂരം വന്നത് വെറുതെയായല്ലോ. ഒരു വിവരവും കിട്ടാൻ സാധ്യതയില്ലേ അനീഷ്?

വിനോദിന്റെ ചോദ്യത്തിന് മറുപടി പറഞ്ഞത് സുനിതയായിരുന്നു.

-കോഴിക്കോട് ഏതോ പത്രത്തിലൊരു സെബിസാറുണ്ട്. ഒന്നു രണ്ടുമാസം മുമ്പ് അദ്ദേഹം എന്റെ നമ്പറിൽ വിളിച്ചിരുന്നു. അടുത്തകാലത്തെങ്ങാനും താരിഖ് വന്നിരുന്നോ എന്നു ചോദിച്ചു. കൂടുതലൊന്നും പറഞ്ഞില്ല.

രാത്രി നല്ല മഴയായിരുന്നു. വയനാട്ടിലെ അരിച്ചെത്തുന്ന തണുപ്പ് വിനോദിനെ അസ്വസ്ഥനാക്കി. അയാൾ മറ്റെവിടെയോ ആയിരുന്നു. തൊട്ടടുത്തമുറിയിൽ ലസിമയുടെയും സുനിതയുടെയും പൊട്ടിച്ചിരി അയാളുടെ അസ്വാസ്ഥ്യം വർദ്ധിപ്പിച്ചു. ലസിമയുടെ മാനസികാവസ്ഥയിൽ വന്ന മാറ്റം അയാളെ അദ്ഭുതപ്പെടുത്തി. അവളും താരിഖലിയും എന്തെന്ത് വേഷപ്പകർച്ചകളിലൂടെയാണ് കടന്നുപോകുന്നത്? താരിഖിന്റെ പുസ്തകത്തിൽ ലസിമയെക്കുറിച്ച് വല്ലതും പറയുന്നുണ്ടാവുമോ? അയാളുടെ ആലോചനകൾ നീണ്ടില്ല. പെട്ടന്നയാൾ ചാടിയെഴുന്നേറ്റു. താരിഖിന്റെ പുസ്തകം അപ്പോൾതന്നെ മറിച്ചുനോക്കണമെന്ന് അയാൾ തീവ്രമായി ആഗ്രഹിച്ചു. ലസിമയോട് പുസ്തകത്തിനാവശ്യപ്പെട്ടപ്പോൾ അവൾ അത്ര താല്പര്യത്തോടെയല്ല നൽകിയത്. അയാളത് അവഗണിച്ചു. പുറത്ത് കാറ്റിന്റെയും മഴയുടെയും കയറ്റിറക്കങ്ങൾ തുടരവേ അയാൾ താരിഖലിയുടെ പുസ്തകം തുറന്നു.

അധ്യായം- എഴുപത്തിയാറ്
ആത്മസംയമയോഗം

സുനിതകുമാരി പറഞ്ഞു:

- അലിസാർ, ജൈനധർമ്മം ഹിന്ദുക്കളുടേതുപോലെ ആര്യ സംസ്കാരമായിരുന്നില്ല. ആര്യർക്കുമുമ്പ് തന്നെ ഭാരതത്തിലുണ്ടായിരുന്ന ദ്രാവിഡധർമ്മമാണത്. ജൈനമുനികളുടെ സംഘത്തെ 'ദ്രാവിഡ സംഘം' എന്നുവിളിച്ചിരുന്നു. ആര്യന്മാരുടെയും അനാര്യന്മാരുടെയും ജീവിതത്തിന്റെ മഹത്ത്വം പ്രകീർത്തിച്ചവരാണ് ജൈനർ. രാവണനും ഹനുമാനുമൊക്കെ ഞങ്ങൾക്ക് രാക്ഷസനും വാനരനുമൊന്നുമായിരുന്നില്ല; വിദ്യാധരരാജവംശജരായിരുന്നു. യഥാർത്ഥ അവൈദിക സംസ്കാരമാണ് ഞങ്ങളുടേത്. അറുപത്തിമൂന്ന് ശലാകപുരുഷന്മാരുടെ ഭൂതകാലമുണ്ട് ജൈനർക്ക്. ഇരുപത്തിനാല് തീർത്ഥങ്കരന്മാരുടെയും പന്ത്രണ്ടു ചക്രവർത്തിമാരുടെയും ഒൻപത് ബലഭദ്രന്മാരുടെയും ഒൻപത് നാരായണന്മാരുടെയും ഒൻപത് പ്രതിനാരായണന്മാരുടെയും മഹാപ്രസ്ഥാനമാണത്. ഹൈന്ദവ ധർമ്മത്തിന്റെ പ്രതിഷ്ഠാപനത്തിനുമുൻപേ ദേശങ്ങളെ മറികടന്നുകൊണ്ട് അത് ഇവിടെയുമെത്തി. പുന്നാടിൽ നിന്ന് മൂലങ്കാവ്, ബത്തേരി, പനമരം വഴിയിലും ഹെഗ്ഡദേവങ്കോട്ട വഴി ബൈരക്കുപ്പ പുഴകടന്ന് പുല്പള്ളി, മാനന്തവാടിയിലേക്കും വന്നു. എന്നാൽ ഹൈന്ദവരുടെ കടന്നു വരവോടെ ജൈനസംസ്കാരം ക്ഷയോന്മുഖമായി. വയനാട്ടിലെയും കേരളത്തിലെയും മിക്കവാറും ജൈന ക്ഷേത്രങ്ങളൊക്കെയും ഹിന്ദുക്കൾ അവരുടേതാക്കുകയായിരുന്നു. വയനാട്ടിലെ പുത്തൂർവയലിലെ ക്ഷേത്രവും ബാവലിക്ക് സമീപമുള്ള ചറക്കൊല്ലി ക്ഷേത്രവും മറ്റും ഇരിഞ്ഞാലക്കുടയിലെ കൂടൽമാണിക്യക്ഷേത്രം പോലെ ഹിന്ദുക്കൾ കയ്യടക്കിയതാണ്. പത്മാവതി, ജ്വാലാമാലിനി, സിദ്ധായനി, കൂഷ്മാണ്ഡിനി ക്ഷേത്രങ്ങളെ ഭഗവതി മന്ദിരങ്ങളാക്കിമാറ്റിയതും തീർത്ഥങ്കരവിഗ്രഹങ്ങളെ അയ്യപ്പനാക്കിയതും പാർശ്വനാഥന്റെ സർപ്പപടത്തെ ആദിശേഷനാക്കിയതും ബലാൽക്കാരത്തിന്റെ ഭാഷയിലാണ്. എന്നിട്ടും എല്ലാ ദൈവങ്ങളും തങ്ങളുടേതാണെന്ന് അഭിമാനിക്കുന്നത് ഹിന്ദുത്വത്തിന് ഭൂഷണമാണോ?

അധ്യായം– എഴുപത്തിയേഴ്
സാംഖ്യയോഗം

പുഷ്പമ്മയുടെ സാഹിത്യവിദ്യാർത്ഥിയായ മകൻ പ്രസാദ് പറഞ്ഞു:

-കരുമാടിക്കാരുടെ കഥകളിൽ കുട്ടൻ പലതാണ്. എല്ലാം ശരിയുമാണ്. നാട്ടുവഴക്കങ്ങളിൽ തെറ്റുകളില്ല. ഹിന്ദുമതത്തിന്റെ വ്യാപനത്തോടെ ബുദ്ധരുടെയും ജൈനരുടെയും ആരാധനാലയങ്ങളും പ്രതിഷ്ഠകളും ഹിന്ദുക്കൾ തങ്ങളുടേതാക്കുകയോ നശിപ്പിക്കുകയോ ചെയ്തിട്ടുണ്ട്. തീർച്ചയായും ശബരിമലപോലെ, കൊടുങ്ങല്ലൂർക്കാവുപോലെ ഹിന്ദുക്കളുടേതാക്കിയ ആരാധനാലയങ്ങൾ നിരവധിയുണ്ട്; നശിപ്പിക്കപ്പെട്ട വിഗ്രഹങ്ങളും. ഹിന്ദുമതപ്രചാരണത്തിന്റെ ഭാഗമായി നശിപ്പിക്കപ്പെട്ട ബൗദ്ധവിഗ്രഹങ്ങളിലൊന്നാണ് കരുമാടിക്കുട്ടന്റേത്. തല്ലി ഉടച്ച്, തോട്ടിലെറിഞ്ഞ ഈ വിഗ്രഹം പത്മാസനത്തിൽ ധ്യാനനിമഗ്നനായിരിക്കുന്ന അവസ്ഥയിൽ പീഠമുൾപ്പെടെ തൊണ്ണൂറ്റിയൊന്ന് സെന്റീമീറ്റർ പൊക്കമുള്ളതാണ്. നൂറ്റാണ്ടുകളോളം കാമപുരം ക്ഷേത്രത്തിന് പടിഞ്ഞാറ്, കരുമാടി തോട്ടിനരികിലുള്ള പാടത്ത് മുങ്ങിക്കിടക്കുകയായിരുന്ന വിഗ്രഹം പുനഃപ്രതിഷ്ഠിക്കാൻ തിരുവിതാംകൂറിലെ ചീഫ് എഞ്ചിനീയറായിരുന്ന എ. എച്ച്. ബാസ്റ്റാ എന്ന ബ്രിട്ടീഷുകാരൻ വേണ്ടിവന്നു. അധിനിവേശകഥകൾക്ക് ഇങ്ങനെയും ചില തിരുത്തലുകളുണ്ട്. അലിയേട്ടാ, ആരാണ് യഥാർത്ഥത്തിൽ അധിനിവേശശക്തികൾ?

അധ്യായം – എഴുപത്തിയെട്ട്
പുരുഷോത്തമയോഗം

കുഞ്ഞമ്പുവേട്ടൻ പറഞ്ഞു:

-പണ്ട് പണ്ട് ചേരരാജാക്കന്മാരുടെ സാമന്തരായിരുന്ന ശ്രീകണ്ഠനെന്ന മൂഷകരാജാവ് ബുദ്ധമതക്കാരനായി മാറി. ശങ്കരനു ശേഷം ശക്തിപ്രാപിച്ച ഹിന്ദുമതക്കാർക്ക് അത് അസഹ്യമായി തീർന്നു. അവർ പാണ്ടിനാട്ടിൽനിന്ന് ബ്രാഹ്മണരെ കൊണ്ടുവന്നു. പ്രസിദ്ധ ഹീനയാന ബുദ്ധമതകേന്ദ്രമായ മൂലവാസമെന്ന ധർമ്മപട്ടണത്തുവെച്ച് ബുദ്ധസന്ന്യാസികളുമായി വേദാന്തതർക്കം നടത്തിച്ചു. തർക്കത്തിൽ തോറ്റാൽ നാവുപിഴുതെടുക്കുമെന്ന് ശിക്ഷ. ഹിന്ദുക്കളുടെ ഹീനമായ വ്യവഹാരങ്ങളിൽനിന്ന് രക്ഷനേടാൻ ബുദ്ധ മതക്കാർക്ക് സാധിച്ചില്ല. ഹിന്ദുക്കൾക്കെതിരെ ശബ്ദിച്ച മുഴുവൻ ബുദ്ധ ഭിക്ഷുക്കൾക്കും നാവുനഷ്ടമായി. നാവുനഷ്ടപ്പെട്ട ബുദ്ധസന്ന്യാസിമാരെ ഓരോരുത്തരെയായി നാടുകടത്തി. ഹീനയാനബുദ്ധ വിഹാരം ഹിന്ദുക്കളുടേതായി; അണ്ടല്ലൂർകാവ് എന്ന സുപ്രസിദ്ധ കാവും ആയുധം പ്രയോഗിക്കാതെ ഹിന്ദുക്കൾ തങ്ങളുടേതാക്കി മാറ്റി. ശ്രീകണ്ഠൻ തന്റെ വിശ്വാസക്രമത്തിൽ നിന്ന് പിന്മാറിയില്ല. അദ്ദേഹത്തെ ഭ്രഷ്ടനാക്കി. ബുദ്ധമതത്തെ നശിപ്പിച്ച ഹിന്ദുക്കളുടെ ഇംഗിതത്തിന് വഴങ്ങാൻ തയ്യാറാകാതിരുന്ന രാജാവ് ഇസ്ലാമായി. കോലത്തിരിയുടെ മുത്തച്ഛനായ രാജാവ് മതം മാറി അറേബ്യയിലേക്ക് പോയി എന്ന് ഇബ്നുബത്തൂത്ത പറഞ്ഞിട്ടുണ്ട്. ആ രാജാവ് ശ്രീകണ്ഠനാണ്. മൂഷകവശത്തിലെ അവസാനത്തെ അരചനെ ഇല്ലതാക്കിയ ചരിത്രം പോലും അപ്രത്യക്ഷമായി. ഹൈന്ദവരോട് ചെറുത്ത്നില്പ് നടത്തിയ ആ അസാധാരണ മനുഷ്യന്റെ മണ്ണാണ് ധർമ്മപട്ടണത്തിലേത്. അലീ, നമ്മുടെ ധർമ്മപട്ടണം ഇന്ന് ആരോടാണ് ചെറുത്ത്നില്പ് നടത്തുന്നത്?

അധ്യായം- എഴുപത്തിയൊൻപത്
മോക്ഷസന്ന്യാസയോഗം

ടി. പി. സെൻ പറഞ്ഞു:

-ഒണ്ടിക്കാവിലെ കറുത്തചെളിമണ്ണ് പ്രസാദമായി മാറുന്ന, ശ്രീകോവിലോ പ്രതിഷ്ഠയോ ഇല്ലാത്ത, ജാതിമതത്തിന്റെ വേലിക്കെട്ടുകളില്ലാത്ത, യാചകരുടെയും, രോഗികളുടെയും വിശ്രമകേന്ദ്രമായ ഓച്ചിറ എങ്ങനെയാണ് ഹിന്ദുക്കളുടേതായി തീർന്നത്? പടനിലത്തിനരികെയുള്ള രണ്ട് ആൽത്തറകളും പടനിലത്തിന് വടക്കുള്ള ഒണ്ടിക്കാവും ആരാധനാകേന്ദ്രങ്ങളായ ഓച്ചിറ ബൗദ്ധഭിക്ഷുക്കളുടെ ആവാസസ്ഥാനമായിരുന്നു. ശങ്കരാചാര്യൻ വേഷപ്രച്ഛന്നനായ ബുദ്ധനായി കടന്നുവന്ന്, ഹിന്ദുത്വത്തിന്റെ പടനായകനായി ചവിട്ടിമെതിച്ച ഇടങ്ങളിലൊന്നാണ് ഓച്ചിറ പരബ്രഹ്മക്ഷേത്രം. മനുഷ്യനെ അന്വേഷിച്ച, മഹത്തായ ഒരു ദർശനത്തെ നിഷ്പ്രഭമാക്കിയ ചരിത്രമാണ് ഓച്ചിറയുടേത്. ബിംബാരാധനകൾക്കപ്പുറത്ത് പ്രപഞ്ചം മുഴുവൻ നിറഞ്ഞുനിൽക്കുന്ന ചൈതന്യമെന്ന പരബ്രഹ്മസങ്കല്പം ഹൈന്ദവരുടെ സ്വപ്നങ്ങളിൽ പോലും കടന്നുവന്നിരുന്നില്ല. അധ:സ്ഥിതർക്കും നിരാലംബർക്കും മുന്നിൽ നടയടച്ച ഹൈന്ദവക്ഷേത്ര സങ്കല്പത്തിൽനിന്ന് വ്യത്യസ്തമായി ബൗദ്ധ മാനവിക ബോധത്തിന്റെ കൈച്ചൂട്ടായിരുന്നു ഓച്ചിറ. ആലും ആൽത്തറയും എന്ന പ്രപഞ്ചവീക്ഷണവും പാരിസ്ഥിതികബോധവും ബൗദ്ധരുടേതായിരുന്നു. ആൽത്തറ ഹിന്ദുക്കളുടെ ആരാധനാകേന്ദ്രമായിമാറിയത് എന്തൊരു വിചിത്രമായ ചരിത്രമാണ്?

അധ്യായം- എൺപത്
ജ്ഞാനയോഗം

ഡോ. സി എൻ. പി. പറഞ്ഞു:

-ചരിത്രത്തെക്കുറിച്ചുള്ള വീക്ഷണങ്ങൾ ആപേക്ഷികമാണ്. നമുക്കാവശ്യമുള്ളത് സ്വീകരിക്കാനും തള്ളിക്കളയാനും കൂട്ടിച്ചേർക്കാനും കഴിയുന്ന ഒരയഞ്ഞ ഘടനയാണ് രേഖപ്പെടുത്തപ്പെട്ടിട്ടുള്ള ചരിത്രത്തിനുള്ളത്. ശങ്കരാചാര്യരെ മനുഷ്യസ്നേഹിയാക്കാനും ടിപ്പുവിനെ മതഭ്രാന്തനാക്കാനും ശ്രമിക്കുന്നത് ചരിത്രത്തെ തങ്ങൾക്കനുകൂലമായി മാറ്റിത്തീർക്കാം എന്നു തിരിച്ചറിയുമ്പോഴാണ്. യഥാർത്ഥചരിത്രം ഇതിൽ നിന്ന് വിഭിന്നമാണെന്ന് പറയേണ്ടതില്ലല്ലോ? കൊടുങ്ങല്ലൂരാവട്ടെ ചരിത്രത്തിന്റെ ബാധയാണ്. വ്യാഖ്യാന സാധ്യതകളാണ് കൊടുങ്ങല്ലൂരവശേഷിപ്പിക്കുന്നത്. ഇസ്ലാം, ക്രൈസ്തവമതം, ജൈന-ബൗദ്ധമതങ്ങൾ എന്നിങ്ങനെ ഏതൊരു മതവുമായി ബന്ധപ്പെട്ട ചർച്ചകൾക്കും വഴക്കമുള്ള സ്ഥലമാണ് കൊടുങ്ങല്ലൂർ. ഇത് ഹിന്ദുമതത്തിനും ബാധകമാണ്. എന്തായാലും ഒന്നുറപ്പാണ് പാപപങ്കിലമായ ഒരു ഭൂമിയാണിത്. ആയിരക്കണക്കിന് ബൗദ്ധഭിക്ഷുക്കളെ - അതോ ജൈനരെയോ - കൊടും കൊല ചെയ്ത ഊരാണിത്. കൊടുംകൊലയൂരിൽ തെറിയഭിഷേകം നടത്തി ആരാധിക്കുന്ന ദേവി ഹിന്ദുക്കളുടെതാണെന്ന് വിശ്വസിക്കാൻ അവർക്ക് സ്വാതന്ത്ര്യമുണ്ട്. പക്ഷേ ചരിത്രത്തിന്റെ പിൻബലം അതിനുണ്ടാവണമെന്ന് അവർ ശാഠ്യം പിടിക്കരുത്. നിഷ്കൃഷ്ടമായ ചരിത്രാന്വേഷണങ്ങൾ നടത്തുമ്പോൾ നാം വിശ്വസിച്ചിരുന്ന തൊക്കെയും അസംബന്ധങ്ങളാണെന്ന് ബോധ്യപ്പെടും. താരിഖ്, ചരിത്രം ഒരു വിമോചനശാസ്ത്രമായി തീരണം എന്നുള്ളത് എന്റെ ആഗ്രഹമാണ്; എന്റെ സ്വപ്നം.

അധ്യായം – എൺപത്തിയൊന്ന്
ക്ഷേത്രക്ഷേത്രജ്ഞവിഭാഗയോഗം

ദളിത്പഠനം നടത്തുന്ന പ്രഭ, തിരുവനന്തപുരത്തിന്റെ പുരാവൃത്തങ്ങളുടെ കെട്ടഴിച്ചു:

-തിരുവനന്തപുരം പഴക്കമുള്ള സ്ഥലനാമമല്ല. സംഘകാല സ്ഥലപേരുകളിലോ സഞ്ചാരികളുടെ കുറിപ്പുകളിലോ തിരുവനന്തപുരമില്ല. അനന്തക്ഷേത്രത്തിൽ നിന്നല്ല; ആനന്ദൻ കാട്ടിൽ നിന്നാണ് ആ പേരുണ്ടാവുന്നത്. ബുദ്ധശ്രമണന്മാർ ചില സ്ഥലങ്ങൾക്ക് ബുദ്ധസന്ന്യാസിയായ ആനന്ദന്റെ പേര് നൽകുന്ന സ്വഭാവമുണ്ടായിരുന്നു. ഹിന്ദുമതം രൂപപ്പെടുന്നതിന് മുമ്പ് പത്മനാഭസ്വാമിക്ഷേത്രവും പരിസരവും മിത്രാനന്ദപുരം എന്നറിയപ്പെട്ട പ്രബലമായ ബുദ്ധമതകേന്ദ്രമായിരുന്നു. പിന്നീട് ഹൈന്ദവാധിനിവേശത്തോടെ അത് അവർ അവരുടേതാക്കി. കിളിരൂർക്ഷേത്രവും മടവൂർപാറയിലെ ഹൈന്ദവക്ഷേത്രവുമൊക്കെ അങ്ങനെയായി തീർന്നതാണ്. അപ്പൻ, മുത്തപ്പൻ, മാടൻ, പുത്തൻ, പോത്തൻ, കണ്ടൻ, കണ്ടാരൻ, കണ്ടകാരൻ, കണ്ടാകർണ്ണൻ, പുത്തരയ്യൻ, പുത്തരച്ചൻ, മുത്തൻ തുടങ്ങിയ ഗ്രാമ്യനാമങ്ങളൊക്കെ ബുദ്ധ പര്യായങ്ങളണ്. പാർശ്വവത്കരിക്കപെട്ട ബൗദ്ധരാവാം ചിലപ്പോൾ ഞങ്ങൾ ദളിതരുടെ പൂർവ്വികർ. പുലയരുടെയും പറയരുടെയും ജാതിനാമങ്ങൾ സ്ഥലനാമങ്ങളായി ഇന്നും നില നിൽക്കുന്നുണ്ട്. പത്മനാഭസ്വാമിക്ഷേത്രത്തിലെ അനന്തശായപ്രതിഷ്ഠയ്ക്കു സമീപമുള്ള ശിലയിൽ ചില ചരിത്രവസ്തുതകൾ ആലേഖനം ചെയ്തിട്ടുണ്ടെന്ന് പറയപ്പെടുന്നു. പത്മനാഭസ്വാമിക്ഷേത്രത്തിന്റെയും തിരുവനന്തപുരത്തിന്റെയും ചരിത്രവും ദളിത്ഭൂതകാലവും അനാവരണം ചെയ്യപ്പെടുന്ന രേഖയാകുമോ അത്?

അധ്യായം – എൺപത്തിരണ്ട്
വിശ്വരൂപദർശനയോഗം

കുഞ്ഞമ്പുവേട്ടന്റെ മകൾ പ്രതീക്ഷ പറഞ്ഞു:

–തെയ്യങ്ങളൊക്കെയും ഞങ്ങളുടേതാണ്; ഞങ്ങളുടേത് മാത്രം. അവയൊന്നും ഹിന്ദുക്കളുടേതല്ല. വലിയ ദൈവങ്ങളെയൊക്കെ കീഴ്പ്പെടുത്തിക്കഴിഞ്ഞപ്പോൾ ഹിന്ദുത്വത്തിന്റെ പടയോട്ടം ഗ്രാമദൈവങ്ങളെ കീഴ്പ്പെടുത്താനായിരുന്നു. അതിൽ അവർ ഏറെക്കുറെ വിജയിച്ചുകഴിഞ്ഞു. പുലയന്റെയും വണ്ണാന്റെയും വാണിയന്റെയും തീയന്റെയും മാപ്പിളയുടെയും ഗ്രാമദൈവങ്ങൾ നഷ്ടമായിക്കഴിഞ്ഞു. പൊട്ടൻതെയ്യം ഇപ്പോൾ ശൈവാവതാരമാണ്. ജാതി ക്കോമരങ്ങളെ ചോദ്യംചെയ്ത നാട്ടുദൈവത്തിന് ഹിന്ദുദൈവമാകാൻ സാധിക്കുമോ? കുറുവാടൻ കുറുപ്പിനാൽ വധിക്കപ്പെട്ട കണ്ണനെന്ന തീയചെക്കൻ വിഷ്ണുമൂർത്തിയായി. കാളകാട്ടില്ലത്തെ തൊട്ടു കൂടാത്ത ചാത്തൻ ശിവ-പാർവ്വതിമാരുടെ മകനായി. രയരമംഗലത്തെ പെൺകുട്ടിയായ മുച്ചിലോട്ട് പോതി സീതാവതാരമായി. മുത്തപ്പൻ ശൈവാവതാരവും. എല്ലാ കാവുകളും ക്ഷേത്രങ്ങളായിതീരുന്നു. ഞങ്ങളുടെ കാവുകളും ഞങ്ങളുടെ ദൈവങ്ങളും ഇനിയെപ്പോഴെങ്കിലും ഞങ്ങൾക്ക് തിരിച്ചു കിട്ടുമോ?

അധ്യായം – എൺപത്തിമൂന്ന്
ജ്ഞാനകർമ്മ വിഭാഗയോഗം

ഒരു ചരിത്രകാരന്റെ ആർജ്ജവത്തോടെ ശിവാനന്ദൻ പറഞ്ഞു:

-അലീ, ഇവിടെയുള്ള പറയനും പുലയനും ഗോത്രവർഗക്കാരുമടക്കമുള്ള തൊട്ടുകൂടാത്തവരൊക്കെയും ഹിന്ദുക്കളല്ലെന്ന് നിനക്കറിയാമല്ലോ? സ്വന്തം ഭൂതകാലത്തെ നിഷേധിക്കുന്ന മറ്റൊരു വിഭാഗവും കൂടിയുണ്ട്. ഉത്തരകേരളത്തിലെ മാപ്പിളമാരും സുറിയാനി ക്രിസ്ത്യാനികളുമാണവർ. നാഴികയ്ക്ക് നാല്പതുവട്ടം നമ്പൂതിരിയിൽനിന്ന് മാർഗം കൂടിയവരാണെന്ന് അഭിമാനത്തോടെ പറയാറുണ്ട്. കളവാണത്. ചരിത്രത്തിന്റെ പിന്തുണയില്ലാത്ത വ്യാജ പ്രസ്താവങ്ങളാണവ. അവരൊക്കെയും മാർഗം കൂടിയത് ബുദ്ധമതക്കാരിൽ നിന്നാണ്. കേരളത്തിലെ തീയന്മാരും നായന്മാരും അമ്പലവാസികളും കമ്മാളരും നാടുവാഴികളുൾപ്പെടെയുള്ള അന്തരാളശൂദ്രരും ഒരായിരം വർഷങ്ങൾക്കുമുമ്പ് ബുദ്ധമതക്കാരായിരുന്നു. ഇത് ഞാനാദ്യമായി പറയുന്നതൊന്നുമല്ല. പലരും പറഞ്ഞിട്ടുണ്ട്. പക്ഷെ അതൊക്കെയും തമസ്ക്കരിക്കുകയായിരുന്നു. കേരളത്തിലെ ഹിന്ദുമതത്തിന് ഒരുപാട് കാലത്തെ പഴക്കമോ സാംസ്കാരിക പാരമ്പര്യമോ ഇല്ല. 'നമ്പൂതിരിഹിന്ദുമതം' പ്രതിഷ്ഠാപനമാവുന്നതിന് മുൻപേ ഇവിടെ ക്രിസ്ത്യാനികളുണ്ടായിരുന്നു. പത്താം നൂറ്റാണ്ടിന്റെ അവസാനം വരെയും കേരളത്തിലെ ഭൂരിപക്ഷം ജനങ്ങളും ഭരണാധികാരികളും ബുദ്ധമതക്കാരായിരുന്നു. അവരൊക്കെയും ഹിന്ദുമതത്തിലേക്ക് റിക്രൂട്ട് ചെയ്യപ്പെട്ടു. ചോദ്യം ചെയ്തവർ അധഃകൃതരായി. 'അഷ്ടമാർഗ്ഗ'ക്കാരായ ബുദ്ധാനുയായികൾ 'മാർഗ്ഗപ്പിള്ള'യും പിന്നീട് 'മാപ്പിള'യുമായി മാറി. ക്രിസ്ത്യാനികളും ഉത്തരകേരളത്തിലെ മുസ്ലീങ്ങളും മാപ്പിളമാരായി മാറി. നമ്പൂതിരിമാർ മുസ്ലീങ്ങളെ 'ബൗദ്ധ'രെന്ന് പരിഹസിച്ചു. ബുദ്ധപ്രതിമകൾ ശിവന്റേതാക്കി മാറ്റി. ബുദ്ധവിഹാരങ്ങൾ ശിവക്ഷേത്രങ്ങളാക്കി മാറ്റി. ബുദ്ധഭിക്ഷുണികളെ യക്ഷികളാക്കി മാറ്റി. ന്യൂനപക്ഷമായിരുന്ന 'നമ്പൂതിരിഹിന്ദുക്കൾ' മഹാഭൂരിപക്ഷമായിതീർന്നു. ഹിന്ദുക്കളുടെ ജൈത്രയാത്ര അവസാനിക്കാറായില്ല. അത് തുടങ്ങിയിട്ടേ ഉള്ളൂ. യഥാർത്ഥത്തിൽ ആരാണ് ഹിന്ദുക്കൾ?

ചുരമിറങ്ങുന്നു

-യഥാർത്ഥത്തിൽ ആരാണ് ഹിന്ദുക്കൾ?

അസാധാരണമായ ഒന്നും തന്നെ ആ ചോദ്യത്തിലുണ്ടായിരുന്നില്ല. അംബേദ്കറും കാഞ്ചഐലയ്യയുമൊക്കെ ചോദിച്ച ചോദ്യങ്ങൾ എത്രയോ പ്രാവശ്യം അയാളും ചോദിച്ചിട്ടുണ്ട്. പക്ഷെ, ശിവാനന്ദന്റെ ചോദ്യം ഏറെനേരം അയാളുടെ ഉറക്കം കളഞ്ഞു. പുലർച്ചെക്കപ്പോഴോ അയാളൊന്നു മയങ്ങി. രാവിലെ എഴുന്നേറ്റപ്പോൾ ഉന്മാദത്തിന്റെ ലഹരിയിൽ ആഴുകയാണോ എന്നയാൾ സംശയിച്ചു. താരിഖലിയുടെ പുസ്തകത്തിലെ ഓരോ പുറവും അയാളെ അസ്വസ്ഥനാക്കി. ചരിത്രം ഭീതിയാണ്; തമസ്കരണങ്ങളുടെ ഇന്നലെകളാണ് ചരിത്രം. ഏത് ചരിത്രസന്ധിയിലാണ് 'അഭിപ്രായങ്ങളുടെ പുസ്തകം' താരിഖ് രൂപപ്പെടുത്തിയതെന്ന് അയാൾ സ്വയം ചോദിച്ചുകൊണ്ടിരുന്നു. ദേശങ്ങളെ തോല്പിച്ച് സഞ്ചരിച്ച ഒരു മനുഷ്യന് തന്റെ പരിചിതവലയങ്ങളിൽ നിന്ന് ഓടിയൊളിക്കാൻ സാധിക്കില്ലെന്ന് വിനോദിന് മനസ്സിലായി. അതിന്റെ അർത്ഥം അയാൾ 'ഇല്ല' എന്നു തന്നെയാണ്. പിന്നെ ഈ യാത്ര ആർക്കുവേണ്ടിയാണ്? താരിഖിനെതേടിയുള്ള യാത്ര നിരർത്ഥകമാണെന്ന് അയാൾക്ക് തോന്നി. പക്ഷേ യാത്ര അവസാനിപ്പിച്ചാൽ ലസിമ പിന്നെയും ആത്മഹത്യയെക്കുറിച്ച് സംസാരിക്കുമെന്ന് അയാൾ ഭയപ്പെട്ടു. രണ്ടുദിവസത്തെ അനുഭവങ്ങൾ ജീവിതത്തെ ലാഘവത്തോടെ കാണുന്നതിൽ നിന്ന് അയാളെ പിന്തിരിപ്പിച്ചു. കാസിമലി മുതൽ സുനിതകുമാരി വരെയുള്ള എല്ലാ മനുഷ്യരും നാം അറിയുന്നതിനപ്പുറത്ത് അറിയുന്നവരാണെന്ന് വിനോദ് തിരിച്ചറിഞ്ഞു. നിശ്ശബ്ദരായി ജീവിക്കുന്ന ഓരോ മനുഷ്യരും ജ്ഞാനികളായ അവധൂതരെപ്പോലെയാണ്. പങ്കുവെക്കപ്പെടാത്ത അറിവുകളുമായി അവർ കാത്ത് നിൽക്കുകയാണ്. അവരെ അറിയുന്ന താരിഖലി ഒരു നാൾ വന്നു ചേരും. അയാളോട് മാത്രം പറയാൻ. അയാളുടെ പുസ്തകത്തിൽ രേഖപ്പെടുത്തിവെക്കാൻ. ഐതിഹ്യം, ചരിത്രം സംസ്കാരം. അങ്ങനെ അങ്ങനെ എല്ലാം എല്ലാം അവർ കരുതിവെച്ചിട്ടുണ്ടാവും.

ലസിമ ധൃതിയിൽ നടന്നു. ഏത് 'സൂഫി'യെയാണ് ഇപ്പോൾ അവൾ തേടുന്നത്?

-നമ്മൾ എങ്ങോട്ടാണ് പോകുന്നത്?

-ഇതാ ഇവിടെ വരെ.

ഭാവനാസ്റ്റോറിൽ തിരക്ക് കുറവായിരുന്നു. അവിടെയുള്ള ചെറുപ്പക്കാരനോട് 'ജോസഫാശാനുണ്ടോ' എന്ന ലസിമയുടെ ചോദ്യത്തിന് മരിച്ചിട്ട് രണ്ടുവർഷമായി എന്നായിരുന്നു ഉത്തരം.

മിഠായിത്തെരുവിലൂടെ നടക്കുമ്പോൾ അയാൾ ചോദിച്ചു.

-സുനിത പറഞ്ഞ സെബിസാറിനെ അന്വേഷിച്ചാലോ?

-വേണ്ട. നമ്മൾ പിടിക്കപ്പെടും.

-ലസിമാ. നമ്മൾ ആരെയാണ് ഭയക്കുന്നത്? പിടിക്കപ്പെടാൻ നമ്മൾ കുറ്റവാളികളൊന്നുമല്ലല്ലോ?

-താഹിറിന്റെ രേഖകളിൽ നമ്മൾ മനോരോഗികളാണ്.

-അതുകൊണ്ട്? അതുകൊണ്ടെന്താ?

അയാളുടെ ശബ്ദമുയർന്നു. ലസിമ രൂക്ഷമായി അയാളെ നോക്കി. വിനോദ് ഉറക്കെ പറഞ്ഞു.

-എനിക്ക് മടുത്തു. ഇല്ലാത്ത ഒരാളെത്തേടിയുള്ള യാത്ര. ഇല്ലാത്ത ശത്രുക്കളെ പേടിച്ചുള്ള യാത്ര. എന്തൊരു ബോറാണിത്.

-വിനൂ. ശബ്ദം കുറയ്ക്ക്; അളുകൾ ശ്രദ്ധിക്കുന്നു.

-ശ്രദ്ധിക്കട്ടെ.

-വിനൂ.

അവൾ അയാളുടെ കൈ പതുക്കെ സ്പർശിച്ചു. എന്നിട്ടു മന്ത്രിച്ചു.

-എനിക്കു വേണ്ടി വിനു വരണം. ഞാനുറപ്പുതരാം. താരിഖ് മരിച്ചിട്ടില്ല. താരിഖിനെ ആർക്കും കൊല്ലാൻ സാധ്യമല്ല.

-പിന്നെ അയാളെവിടെയാണ് ലസിമാ ഒളിച്ചിരിക്കുന്നത്?

-നമ്മളയാളെ കണ്ടെത്തും.

പൂക്കോട്ടൂരിലേക്കുള്ള യാത്രക്കിടയിൽ രണ്ടുപേരും നിശ്ശബ്ദരായിരുന്നു. മലബാർകലാപത്തിന്റെ രണഭൂമിയിലൂടെയുള്ള യാത്രയിൽ ചരിത്രത്തിന്റെ പോരാട്ടസ്മാരകങ്ങളെ അയാൾ നിർവികാരതയോടെ നോക്കിക്കണ്ടു.

ഖദീജ്ത്ത

-എമ്പത്താറ് എമ്പത്തേയ് കൊല്ലായീലേ. കൊറച്ച് കണ്ട കഥേം കൊറെ കേട്ട കഥേം അലീനോട് പറഞ്ഞ്ക്ക്ണ്. അലി ന്റെ മൊനാണ്.

അവർ ഒന്നു നിർത്തി.

-അക്കാലത്ത് എത്രണ്ണത്തിനാണ് ആ പഹേര് സായ്വ്മ്മാറ് കൊന്നങ്ങൂണ്ട് ബന്നക്ക്ണത്. കുഞ്ഞമ്മതാജീം കൂട്ടറും സായ്വ്നെ പേടിച്ചീല.

ഖദീജ്ത്തയുടെ ഓർമ്മകൾ മുറിഞ്ഞു. അവർക്കെത്ര വയസ്സായിട്ടുണ്ടാവും? നൂറായിട്ടുണ്ടാവുമോ? കലാപകാലത്തെ കുട്ടിയുടെ കാഴ്ചകൾ അവരിലേക്ക് തിരിച്ചുവന്നു.

-ലഹളക്കാലത്ത് ലഹളാന്റാളുകള് വന്നപ്പോ പേടച്ച്ട്ട് ഹിന്ദുക്കള് ചെലര് ദീനിൽ നിക്കാന്ന് പറഞ്ഞ് ലഹളക്കാര കൂട്ട്ത്തിക്കൂടി. ലഹളക്കും മുമ്പായിറ്റും സനാ ഉല്ലാഹിന്റെ ബയള് കേട്ട ചേൽക്ക് ബെളിയങ്കോടും പൊന്നാനീം ഇന്ദ്ക്കള് ദീനിൽ ബന്നേക്ക്ണ്. ന്നെ പെറ്റത് സനാ ഉല്ല മയ്യത്തായ ദെവസം മഗരിബിനാണോലും.

അവർ വീണ്ടും ഓർത്തെടുക്കാൻ ശ്രമിച്ചു.

-ശഹബിലാണോ റമ്ലാനിലാണോ ഞമ്മക്ക് ഓർമ്മ ബരണീല. തിരൂരങ്ങാടി ജുമാ അത്തിന് പട്ടാളം നെറെയൊയ്ച്ച്. ലഹളേന്റാൾകള് തിരിച്ചും കൊടുത്ത്. അമ്മത്ന്റെ പെരെം ഞമ്മള പെരെയ്ട്ട് ഒരെട്യ്ണ്ട്. ഇപ്പം റോഡായീലോ. അയിലൂടെ പാഞ്ഞ്ങ്ങാണ്ട് ഞമ്മള മിറ്റത്തെക്ക് കുട്ട്യാലി ഓടി ബന്നിക്കണെല്ലോ. ജ്ജ് എന്തെ കുട്ട്യാലി പട്ടാളത്തക്ണ്ട് പേടിച്ചോന്ന് ചോയ്ച്ച്. ഓനാ പറഞ്ഞത് ഞമ്മളെ ആലി മുസ്ലാറെ പട്ടാളം പിടിച്ച്ക്ക്ണ്ന്ന്.

അവർ ഒന്ന് നിശ്ശബ്ദയായി. ഭൂതകാലത്തിന്റെ യഥാർത്ഥ ചിത്രം അവരുടെ കണ്ണുകളിൽ തെളിയുന്നതായി വിനോദിന് അനുഭവപ്പെട്ടു. ലസിമയുടെ മുഖത്ത് നോക്കി അവർ പറഞ്ഞു.

-പാണ്ടിക്കാട്ട്ള്ള പട്ടാൾത്തെ വെടിവെക്കാൻ ലഹളക്കാറ് പോയ്നീം. ആവ്റൽ സായ്വൊക്കെ മയ്യത്തായ കതൊക്കെല്ലാർക്കും അറിയെയ്നും. ന്റെ ബാപ്പേം ഇണ്ടായിനീം. എത്രണ്ണത്തിനാണ് പഹേര് കൊന്നിക്ക്ണ്ത്. ലഹളന്റോള്ളേം ചുട്ട് കത്തിക്കണ് കണ്ട്ന്ന് അമ്മത്

പറഞ്ഞ്ക്ക്ണ്. പിന്നെ കണക്കും പറഞ്ഞ്. ഇരുനൂറ്റി പയിനെട്ട്. ഒന്ന് ന്റെ ബാപ്പെം. മയ്യത്ത് പോലും കിട്ടീല.

ഖദീജ്ത്തായുടെ കണ്ണുകളിൽ നനവ് പടർന്നു. അവർ ലസിമയുടെ കൈകൾ നെഞ്ചോട് ചേർത്തുപിടിച്ചു. പതിനായിരത്തിലധികം മാപ്പിള മാർ ജീവൻ കൊടുത്ത ഒരു മഹാവിപ്ലവത്തിൽ ശഹീദ് ആയി തീർന്ന ആ പോരാളിയുടെ മകൾക്ക് ശബ്ദത്തിനുമാത്രമേ ഇടർച്ച വന്നിരുന്നുള്ളൂ. മനസ്സിന് ഇപ്പോഴും യൗവനമായിരുന്നു. അവർ ലഹളക്കാരെക്കു റിച്ചോർത്ത് അഭിമാനിച്ചു. മരണമില്ലാത്ത പോരാട്ടങ്ങൾക്ക് സാക്ഷ്യം വഹിക്കാൻ അവർക്കിപ്പോഴും കെല്പുണ്ടെന്ന് എഴുന്നേൽക്കാൻ പറ്റാത്ത അവസ്ഥയിലും അവരോർമ്മിപ്പിച്ചു.

-അടുത്ത കാലത്തോ മറ്റോ താരിഖലി ഇവിടെ വന്നിരുന്നോ ഉമ്മാ?

വിനോദിന്റെ ചോദ്യത്തിന് ഖദീജ്ത്തയുടെ മറുപടി കൃത്യമാ യിരുന്നു.

-കൊറച്ചൂസം മുൻപ് അലി ബന്ന്ക്ക്ണ്. ലഹളേന്റെ കിത്താബ് എയ്താനയെക്കാണ്ട്ണ്ലോ. ഹുസ്നുൽ ജമാൽന്റെ ചേലുക്ക്ള്ള രണ്ട് ഹൂറികളുണ്ടെയ്ന്. ജ്ജ്യോനോട് ഇബ്ടെ ബരാനായിക്കൊണ്ട് പറയ്. ഖദീജ്ത്താന്റെ പൂതിക്ക്.

അവർ പിന്നെയും മനസ്സുകൊണ്ട് സഞ്ചരിക്കുകയായിരുന്നു. ഖദീജ്ത്തായ്ടെ അടുത്തേക്ക് ഏത് മരണത്തിന്റെ പുസ്തകത്തിൽ നിന്നാണ് ഹൂറികളുമായി അലി ഇറങ്ങിവന്നത്? യാഥാർത്ഥ്യമോ അല്ലെങ്കിൽ ഖദീജ്ത്തായുടെ വിഭ്രമമോ? ഹോട്ടലിൽ നിന്ന് ഭക്ഷണം കഴിച്ചുകൊണ്ടിരിക്കുമ്പോഴും വിനോദിന്റെ ചിന്ത അതുതന്നെയാ യിരുന്നു.

-ഖദീജ്ത്ത അലിയെക്കുറിച്ച് പറഞ്ഞതിൽ വല്ല സത്യവുമുണ്ടാകുമോ?

-സത്യം തന്നെയാവണം. ഖദീജ്ത്ത പറഞ്ഞതിലെല്ലാം പരസ്പരബ ന്ധമുണ്ട്. പക്ഷെ കൊറച്ചൂസം എന്നത് ദിവസമാണോ മാസമാണോ വർഷമാണോ എന്നേ സംശയമുള്ളൂ.

-അങ്ങനെയാണെങ്കിൽ അലിയുടെ കൂടെയുണ്ടായിരുന്ന ഹൂറി കളെ കണ്ടെത്തിയാൽ പോരേ? അങ്ങനെയാരെക്കുറിച്ചെങ്കിലും അലി എപ്പോഴെങ്കിലും പറഞ്ഞിരുന്നോ?

ലസിമ ഒന്നും പറയാതെ അയാളെ നോക്കി.

-ലസിമാ സത്യം പറയ്. അലിയുടെ ഹൂറികളിലൊരാൾ ലസിമാ യാണോ?

അവൾ ചിരിച്ചു. പിന്നെ കൈകഴുകാനായി എഴുന്നേറ്റു.

ഹോട്ടലിൽനിന്ന് പുറത്തേക്ക് നടക്കുമ്പോൾ ലസിമ പറഞ്ഞു.

-പൊന്നാനിക്ക് പോവാം. അവിടെ അലിയുടെ ഹൂറികളിലൊരാൾ ചിലപ്പോഴുണ്ടാവും.

ഉപ്പുകൂറ്റന്റെ മണ്ണ്

-ഇരുന്നോളൂ.

ഭാമ സാരിയുടെ തുമ്പ് കൊണ്ട് ബെഞ്ച് തുടച്ചു.

-അലിമാഷും തേജേച്ചീം ഇത് പോലൊരു സന്ധ്യയ്ക്കാ ഇങ്ങട്ട് വന്നത്. അന്ന് നല്ല മഴ്യായിരുന്നു. തേജേച്ചീടെ വീട്ട്ന്ന്, ചെർപ്പുളശ്ശേരീന്ന് വരാന്നാ പറഞ്ഞത്. സംസ്കൃതസർവ്വകലാശാലേടെ തിരൂര് സെന്ററിലെ സന്ധ്യടീച്ചറ് പറഞ്ഞിട്ടാണ് വന്നത്. ഞാൻ പി. ജി ക്ക് ഒരു ഡെസർട്ടേഷൻ വർക്ക് ചെയ്തിരുന്നു. ന്റെ ദേശചരിത്രാണ്. തുറമുഖനഗരമായ പൊന്നാനി, പൊന്നാനിക്കളരി, ഇസ്ലാമിക കേന്ദ്രം എന്നുള്ള പ്രത്യകതകള്, പന്തിരുകുലം കഥ, പൊന്നാനിയുടെ പൊളിറ്റിക്സ്, തൊക്കെ ന്റെ വർക്കില് ചർച്ചചെയ്തിരുന്നു. പൊന്നാനി എപ്പഴും ചർച്ചാവിഷയം തന്ന്യാ. കഴിഞ്ഞ ഇലക്ഷനിലും കേരളം മുഴുവൻ ചർച്ച ചെയ്തിരുന്നല്ലോ. അലിമാഷ് പൊന്നാനിയുമായി ബന്ധമുള്ള വേറെന്തോ വർക്ക് ചെയ്യാണെന്നാ പറഞ്ഞത്. മാഷ് പൊന്നാനിക്കഥേടെ കെട്ടഴിച്ചപ്പം. ഈശ്വരാ. നമ്മളിതുവരെ കേൾക്കാത്ത കഥകള്. എവിട്ന്ന് കളക്റ്റ് ചെയ്ത്ന്ന് ചോദിച്ചപ്പം മാഷ് ചിരിക്ക്യേ ചെയ്തുള്ളൂ. സത്യം പറഞ്ഞാൽ നിക്ക് അധികോന്നും അറിയില്ല്യാന്ന് മനസ്സിലായത് അപ്പളാ.

ഭാമ ചിരിച്ചു.

ഭാമയുടെ അമ്മ ചായ കൊണ്ടുവന്നു വെച്ചു. അവളുടെ സംസാരത്തിന്റെ തുടർച്ചയെന്നോണം ആരും ചോദിക്കാതെ അവർ പറഞ്ഞു.

-കണ്ടപ്പഴ് ഞാൻ കരുതീത് ആ നമ്പൂരിക്കുട്ടീടെ നമ്പൂര്യാന്നാ. ഈ കുട്ടീടെ രൂപം തന്ന്യാ അയാൾക്കും. പിന്ന്യാ മനസ്സിലായേ വടക്കെങ്ങോട്ട്യോ ള്ള മാപ്ല്യാന്ന്. ആ കുട്ട്യേള് വേളി കഴിച്ചിട്ടുണ്ടാവ്വോ?

ഭാമയ്ക്ക് ദേഷ്യം വന്നു.

-അമ്മയ്ക്ക് വേറെ പണ്യ്യോന്നും ഇല്ല്യേ. അണും പെണ്ണും തമ്മില് കല്യാണം കഴിക്കണ്ട ബന്ധം മാത്രല്ല ള്ളത്.

ലസിമയും വിനോദും ചിരിച്ചു.

അമ്മ മകളോട് പരിഭവിച്ച് അകത്തേക്ക് കയറിപ്പോയി.

-പിന്നെ ഒരൂസം അലിമാഷും തേജേച്ചീം ഞാനും ചെത്തല്ലൂരും തൃത്താലയ്ക്കടുത്ത് പാക്കനാർ കോളനീലും പോയി. മാഷ്ക്ക് എവിടേം പരിചയക്കാര്ണ്ടായിരുന്നു. രായിരനെല്ലൂർ മലചവിട്ടാൻ ഒരൂസം പോവാന്ന് പറഞ്ഞിരുന്നു. പറ്റീട്ടില്ല്യ. തൂതപ്പുഴേന്റടുത്തൂടെ മാഷുടേം തേജേച്ചീടേം കൂടെ നടന്ന ആ ഒരു ദെവസോണ്ടല്ലോ നിക്കൊരിക്കലും മറക്കാൻ കഴിയില്ല്യ.

ഭാമ പറഞ്ഞു നിർത്തിയപ്പോൾ മണിക്കൂറുകളായി അലട്ടിക്കൊണ്ടിരിക്കുന്ന സംശയം വിനോദ് ആരാഞ്ഞു.

-പൂക്കോട്ടൂരിലെ ഖദീജ്ത്തായെ അറിയോ?

-പിന്നേ. മാഷും തേജേച്ചീം ഞാനും അവരുടെ അടുത്ത് പോയിട്ട്ണ്ട്. എന്തൊരനുഭവ്ള്ള ഉമ്മയാണെന്നോ പൊന്നാനിക്കാരിയാണേലും മാപ്പിള ലഹളന്ക്ക് കുമാരനാശാന്റെ ദുരവസ്ഥയായിരുന്നു. അതല്ല അതൊരിതിഹാസാന്ന് മനസ്സിലായത് ഖദീജുമ്മയോട് സംസാരിച്ചപ്പഴാ. കൊല്ല്യെത്രയായി? ന്ന്ട്ടും മനസീന്ന് മായണില്ല്യ.

ഇനി ഒരു സംശയം മാത്രമമമമമമേ വിനോദിന് ബാക്കിയുള്ളൂ. അലി ഇപ്പോഴും ജീവനോടെയുണ്ടോ?

-അലിയെ പിന്നെ കണ്ടിട്ടുണ്ടോ?

-ഇല്ല്യ. പക്ഷേല് തേജേച്ചിക്കറിയാതിരിക്കില്ല്യ. ചെർപ്പുളശ്ശേരീല് വരാറ്ണ്ടാവും.

ലസിമ വിനോദിനെ നോക്കി. ഇറങ്ങാനുള്ള സമയമായി.

-അലിമാഷ്ടെ പുസ്തകം പബ്ലിഷ് ചെയ്തോ?

ഭാമയ്ക്ക് മറുപടി ലസിമയാണ് പറഞ്ഞത്.

-ഇല്ല.

രണ്ടുപേരും എഴുന്നേറ്റു.

-നേരം വല്ലാണ്ട് വൈകീല്ലോ. ഇന്ന് വ്ടെ നിന്നാലോ.

ഭാമ നിർബന്ധിച്ചു.

-വേണ്ട.

ലസിമ നടന്നു. പുറകെ വിനോദും. ഇടവഴി അവസാനിക്കുന്നിടം വരെ ഭാമയും വന്നു.

-തേജേച്ച്യോടും മാഷോടും ഭാമേടെ അന്വേഷണം പറയ്ണേ.

-പറയാം.

പ്രാചീനതയെ ആവാഹിച്ച തെരുവുകളിലൂടെ സഞ്ചരിക്കുമ്പോൾ പന്തിരുകുലം കഥയിലെ ഉപ്പുകൂറ്റന്റെ കാലടിപ്പാടുകൾക്ക് പുറകെ നടന്ന അലി ഇവിടെ എവിടെയോ ഉണ്ടെന്ന് വിനോദിന് തോന്നി. ഉപ്പുകൂറ്റനെപ്പോലെ വിചിത്രമായ കഥകളിലെ അതിവിചിത്രമായ കഥാപാത്രമായി അലി മാറുകയാണോ? ഇഷ്ടം പോലെ ഉപ്പു കിട്ടുന്ന പൊന്നാനിയിലേക്ക് പാലക്കാട് നിന്ന് ഉപ്പ്കൊണ്ടുവന്ന് വിൽക്കുന്ന ഉപ്പുകൂറ്റൻ. വേർപിരിഞ്ഞ കുലത്തെ കൂട്ടിയോജിപ്പിക്കാനായി സഞ്ചരിച്ച ഉപ്പുകൂറ്റൻ. അലി മറ്റൊരു ഉപ്പുകൂറ്റനായി മാറുകയാണ്. ജീവിതത്തിന്റെ എന്ത് ഉപ്പാണ് അയാൾ ഇവിടെ വിറ്റഴിക്കാൻ ശ്രമിച്ചത്?

മരണത്തിനു മുമ്പിൽ

-ഈ ലോഡ്ജ് വല്ലാതെ ശ്വാസം മുട്ടിക്കുന്നു.

ലസിമയെ സൂക്ഷിച്ചുനോക്കിയിട്ട് അയാൾ പറഞ്ഞു.

-പരിചയമില്ലാത്ത സ്ഥലമാണ്. പെട്ടന്ന് ഭക്ഷണം കഴിച്ചുവരാം.

-വിനൂ. ഇവിടെയുള്ള തെരുവുകൾ എനിക്ക് ഒരുപാട് കാലമായി പരിചയമുള്ളതാണ്. ഒരു പ്രശ്നവുമില്ല. നീയിവിടെ ആദ്യമായിട്ടായ തുകൊണ്ടാണ്. എനിക്ക് പ്രിയപ്പെട്ട സ്ഥലങ്ങളിലൊന്നാണിത്. ഇവി ടെയുള്ള ഇരുണ്ടവഴികൾ എന്നെ പലപ്രാവശ്യം സമാശ്വസിപ്പിച്ചിട്ടുണ്ട്.

ലസിമ മനസ്സു തുറന്നു.

-ഭാമയെ്ക്കന്നെയറിയില്ല. പക്ഷെ അവളെ എത്രയോ പ്രാവശ്യം ഞാൻ കണ്ടിട്ടുണ്ട്. സത്യം.

അയാൾക്കെന്തോ അസ്വാഭാവികത തോന്നി. അസംഭാവ്യതകളി ലൂടെയാണ് അവൾ സഞ്ചരിക്കുന്നതെന്ന് അയാൾ സംശയിച്ചു. അ ബ്നോർമലായ അവസ്ഥയിലൂടെ അവൾ കടന്നുപോവുകയാണെന്ന് വിനോദ് ഭയപ്പെട്ടു. മനഃശാസ്ത്രപുസ്തകങ്ങളിൽ കാണാറുള്ള ഭാവ നാത്മകമായ ഭ്രമകല്പനയുടെ ലോകത്താണോ ലസിമയുള്ളത്?

-തേജയും അലിയും നല്ല ചേർച്ചയാണെന്നാ ഭാമയുടെ അമ്മ പറഞ്ഞത്. അവർക്ക് കല്യാണം കഴിക്കാമായിരുന്നു. അല്ലേ വിനൂ.

അവൾ കിടക്കയിൽ മലർന്നു കിടന്നുകൊണ്ട് സ്വയമെന്നോണം പറഞ്ഞു.

-ചെത്തല്ലൂരും തൃത്താലയും ഒക്കെ ഭാമയും തേജയും അലിയും പോയിട്ടുണ്ട്. തൂതപ്പുഴയുടെ അടുത്തൂടെ. രായിരനെല്ലൂർ മല ചവിട്ടാൻ അലിക്ക് കഴിഞ്ഞില്ല.

അയാൾക്കഭിമുഖമായി ചരിഞ്ഞുകൊണ്ട് അവൾ മന്ത്രിച്ചു.

-അലിക്കതൊരു നഷ്ടം തന്നെയാ.. ഇനി ഒരിക്കലും അവനത് സാധിക്കില്ലല്ലോ.

ലസിമ തലയണയിൽ മുഖം ചേർത്തുവെച്ച് കരയുകയായിരുന്നു.

-ലസിമ കരയാതിരിക്ക് അലിയെക്കുറിച്ചുള്ള എന്തെങ്കിലും വിവരം കിട്ടാതിരിക്കില്ല.

സമാശ്വാസ വാക്കുകൾ അവളെ സ്പർശിച്ചില്ല. അവൾ സ്വയം മറന്നു കരഞ്ഞു. കരയട്ടെ അയാൾ അവളെ സ്വതന്ത്രമായി വിട്ടു. ഏറെ നേരത്തിനു ശേഷം വിനോദ് പതുക്കെ അവളുടെ പുറത്ത് തട്ടി വിളിച്ചു.

-ഭക്ഷണം വേണ്ടേ. മുഖം കഴുകിയിട്ടു വാ.

അനുസരണയുള്ള കുഞ്ഞിനെപ്പോലെ അവൾ എഴുന്നേറ്റു. ഹോട്ട ലിലേക്കു നടക്കുമ്പോൾ രണ്ടു പേരും ഒന്നും മിണ്ടിയില്ല. റോഡിൽ തിരക്ക് കുറവായിരുന്നു. അരികിലൂടെ ഒരു ഓട്ടോ കടന്നു പോയപ്പോൾ അയാൾ തിരിഞ്ഞുനോക്കി. കുതിച്ചു വരുകയാണ് ഒരു ബൈക്ക്.

'ലസിമാ' എന്ന വിളിയോടെ അയാളവളെ വലിച്ച് തൊട്ടടുത്ത വരാന്ത യിലേക്ക് കുതിച്ചു. രണ്ടുപേരും നിലത്തേക്കു പതിച്ചു. അവളുടെ നെ റ്റിത്തടം ചുമരിൽ ഇടിച്ചു. തലയുയർത്തിയപ്പോൾ ബൈക്ക് അപ്ര ത്യക്ഷമായിരുന്നു. അവളെ അയാൾ കൈ പിടിച്ച് എഴുന്നേല്പിച്ചു.

-കൊല്ലാനാണ്. നമ്മളെ കൊല്ലാൻ തന്നെയാണ്. താരിഖിനെ കൊന്നപോലെ നമ്മളെയും കൊല്ലും. വേഗം വാ.

-നിന്റെ തോന്നലാണ്. വെറുതെ പേടിക്കുകയാ.

-രാവിലെ നീ പറഞ്ഞതൊക്കെ ശരിയാണ്. നമ്മളെ കൊല്ലാൻ ആരോ പിന്നാലെയുണ്ട്. ഞാൻ നിന്നെ വലിച്ചിട്ടില്ലെങ്കിൽ നമ്മുടെ ശരീരത്തിൽ ബൈക്ക് കയറിയിറങ്ങിയിട്ടുണ്ടാകുമായിരുന്നു.

അയാൾ പറഞ്ഞു.

-വിനോദ് നീ തെറ്റിദ്ധരിച്ചതാണ്.

-അല്ല. താരിഖിനെ തേടിയുള്ള നമ്മുടെ യാത്രയെ ആരൊക്കെയോ ഭയപ്പെടുന്നുണ്ട്. അവർ ഇവിടെ എവിടെയോ ഉണ്ട്. നമുക്ക് ലോ ഡ്ജിലേക്കു പോകാം.

-നമുക്ക് ഭക്ഷണം കഴിച്ചിട്ട് പോവാം.

-ജീവനുണ്ടെങ്കിലല്ലേ ഭക്ഷണം. നീ വാ.

അയാൾ അവളുടെ കൈ പിടിച്ച് ലോഡ്ജിലേക്ക് കുതിച്ചു.

-വിനൂ. കൈവിട്. നിനക്ക് ഭ്രാന്ത് പിടിച്ചോ?

-മിണ്ടരുത്. നാം ആത്മഹത്യചെയ്യാൻ ഇറങ്ങിപുറപ്പെട്ടവരാണ്. കൊലചെയ്യപ്പെടാനല്ല. വാ.

വല്ലാത്തൊരാജ്ഞയായിരുന്നു അത്. അയാളവളെയും വലിച്ച് മുറിയിലേക്ക് കുതിച്ചു. റിസ്പ്ഷനലിരിക്കുന്ന ചെറുപ്പക്കാരൻ തുറിച്ചു നോക്കുന്നുണ്ട്. മുറിതുറന്ന് ലസിമയെ ബെഡിലേക്ക് വലിച്ചിട്ടു. പെട്ടന്ന് ഡോർ അടച്ച് അവിടെയുണ്ടായിരുന്ന ജഗ്ഗിലെ വെള്ളം ഒറ്റവലിക്ക് കുടിച്ച്തീർത്ത് അയാൾ സോഫയിലേക്ക് വീണു.

-നിനക്ക് ശരിക്കും ഭ്രാന്ത് തന്നെയാണ് വിനൂ.

അവൾ അമർഷത്തോടെ പറഞ്ഞു.

-പിന്നെ. ഭ്രാന്ത് തന്നെയാ. താഹിറിന്റെ സ്പെഷ്യൽ കെയർ സെന്ററിൽ നിനക്കുമെനിക്കും തടവു വിധിച്ചത് മുഴുത്ത ഭ്രാന്തായത് കൊണ്ടാ. നീയത് ആവർത്തിക്കേണ്ട. നമുക്ക് മരിക്കാം. അതാണ് നല്ലത്.

-വിനൂ താരിഖിനുവേണ്ടി മരണം നീട്ടിവച്ചവരല്ലേ നമ്മൾ.

-താരിഖ്. താരിഖ്. അവനെ ഇപ്പോൾ കിട്ടിയാൽ കൊന്നുകളയും ഞാൻ.

-വിനോദ്.

ലസിമ സോഫയ്ക്ക് പുറകിലൂടെ ചെന്ന് അയാളുടെ മുഖം രണ്ടു കൈകൊണ്ടും ചേർത്ത് പിടിച്ചു. എന്നിട്ടു മെല്ലെ ചോദിച്ചു.

-നിനക്കെന്താ വിനൂ പറ്റിയത്? ഇന്ന് രാവിലെ മുതലേ നീ അസ്വസ്ഥനാണ്.

-ഞാൻ പറഞ്ഞില്ലേ. ഈ സ്ഥലം എന്നെ ശ്വാസം മുട്ടിക്കുന്നു. നിന്റെ താരിഖിനെ ഇവിടെ എവിടെയോ വെച്ചാണ് കൊന്നുകളഞ്ഞത്. എനിക്കുറപ്പാ.

അവൾ അയാളുടെ മുടിയിഴകളിലൂടെ വിരലോടിച്ചു.

-നീയൊന്നു റിലാക്സ് ചെയ്യ്. എന്നിട്ട് നമുക്ക് പോയി ഭക്ഷണം കഴിച്ചുവരാം.

-വേണ്ട. ഇന്നിനിയീ രാത്രി മുറി തുറക്കരുത്. അവരൊക്കെ ഇവിടെ എവിടെയൊക്കെയോ ഉണ്ട്. ലൈറ്റ് ഓഫ് ചെയ്യ്. . നീ ഉറങ്ങിക്കൊള്ളൂ. ഞാൻ കാവലിരിക്കാം.

അയാൾ ലസിമയുടെ കൈ പിടിച്ച് അടുത്തിരുത്തി.

-ലസിമ. നിന്നെ രക്ഷിക്കാൻ എനിക്കാവില്ലേ?

വിഭ്രാന്തമായ ഏതോ അവസ്ഥയിൽ അയാൾ സഞ്ചരിച്ചു.

ലസിമ ഒരു കുഞ്ഞിനെയെന്നപോലെ അയാളെ ചേർത്തിരുത്തി.

-നമുക്ക് രാവിലെ ചെർപ്പുളശ്ശേരിയിൽ പോവണ്ടേ?എനിക്ക് വിനു മാത്രമല്ലേ ഉള്ളൂ.

-നേരാണോ ലസിമാ.

-അതെ വിനൂ.

-ലസിമ ഉറങ്ങിക്കോ. ഞാൻ കാവലിരിക്കാം.

-നമുക്ക് രണ്ടുപേർക്കും ഉറങ്ങാം.

അവൾ അയാളെ ബെഡിൽ കിടത്തി. ഒരു കുഞ്ഞിനെപോലെ അയാളെ പുതപ്പിച്ചു. അവൾ ലൈറ്റ് ഓഫ് ചെയ്തു.

-ലസിമ ഇവിടെയില്ലേ?

-ഉണ്ട്.

അയാൾ കാതോർത്ത് കിടന്നു. അജ്ഞാതരായ കൊലയാളികൾ പുറത്തെവിടെയോ ഉണ്ട്. ഇത് അവസാന രാത്രിയാണോ?

പിന്നെയെപ്പോഴോ അയാൾ ശാന്തമായുറങ്ങി. അവൾക്കുറങ്ങാൻ കഴിഞ്ഞില്ല.

താരിഖലിയെ കണ്ടെത്തുന്നു

കതകിൽ ശക്തമായ മുട്ടുകേട്ടപ്പോൾ ലസിമ ഞെട്ടിയെഴുന്നേറ്റു.

-ആരാ?

-വാതിൽ തുറക്കെടീ.

കനത്തശബ്ദം.

-തുറന്നില്ലേൽ ചവിട്ടിപൊളിക്കും.

ഞെട്ടിയെഴുന്നേറ്റ വിനോദ് കണ്ടത് പോലീസുകാരെയായിരുന്നു.

സ്റ്റേഷനിൽ കുറ്റവാളിയെപ്പോലെ നിൽക്കേണ്ടിവന്ന അവസ്ഥ വിനോദിനെ ഭയപ്പെടുത്തിയില്ല. എത്രയോ സിനിമകളിൽ കണ്ട ദൃശ്യം പോലെ അയാളത് ആസ്വദിച്ചു. പക്ഷെ വ്യഭിചാര കുറ്റാരോപണം അയാളെ അലട്ടി. ലസിമയ്ക്കും ഭാവഭേദമൊന്നുമുണ്ടായിരുന്നില്ല. പോലീസോഫീസറുടെ മുഖത്തുനോക്കാൻ അയാൾ അറച്ചുനിന്നു.

-നേരെ നോക്കെടാ.

തലയുയർത്തിയപ്പോൾ പരിചിതമുഖം. പഴയ സുഹൃത്തിനെ ഇൻസ്പെക്ടറുടെ വേഷത്തിൽ കണ്ടപ്പോൾ അയാൾക്ക് സ്വാസ്ഥ്യം തിരിച്ചുകിട്ടി.

-എടോ സബ് എഡിറ്ററേ ലോഡ്ജല്ലാതെ വേറെ എവിടെയും സ്ഥലം നീ കണ്ടില്ലേ?

വിനോദ് കഥയുടെ കെട്ടഴിച്ചു. ഡോക്ടർ താഹിറിന്റെ കെയർ സെന്ററിൽനിന്ന് ചാടിപ്പോന്നു എന്നതൊഴികെ, അയാൾക്കറിയാവുന്ന താരിഖലിയുടെ പുരാവൃത്തങ്ങളെല്ലാം അവതരിപ്പിച്ചു.

ഇൻസ്പെക്ടർ അല്പമൊന്നാലോചിച്ചു.

-നിങ്ങളുടെ താരിഖലിയെ ഇന്നു രാത്രി കണ്ടെത്തി തന്നാൽ എനിക്കെന്തുതരുമെടാ ആയിക്കരേ?

-എന്തും.

വിനോദ് മടിച്ചുനിന്നില്ല.

-രാത്രികുറച്ചു വൈകി. എന്നാലും കുഴപ്പമില്ല. നമുക്കൊന്ന് ചെന്ന് നോക്കാം. തൊട്ടടുത്ത പോലീസ് സ്റ്റേഷൻ വരെ.

ലസിമ അയാളുടെ വാക്കുകളെ സംശയ ഭാവത്തിലാണ് ശ്രദ്ധിച്ചത്.

-താരിഖിനെയോ? ഈ രാത്രിയോ? എവിടെക്കാണാൻ?

-നമുക്കൊന്നു ശ്രമിച്ചുനോക്കാം മേഡം.

പോലീസ് ജീപ്പിൽ അടുത്ത സ്റ്റേഷൻ വരെ പോകാൻ അധികസമയമെടുത്തില്ല. ലോക്കപ്പിലുള്ള ആളെ വിളിച്ചുണർത്തി.

-ഇന്നു വൈകുന്നേരം പൊക്കിയതാ. ഇവനാണോ നിങ്ങളുടെ അലി? പറഞ്ഞപേര് താരിഖലി എന്നാണ്.

ലസിമ അയാളെ സൂക്ഷിച്ചുനോക്കി. അവൾക്കയാളെ മനസ്സിലായി. അയാളും ഒരു വല്ലാത്ത പകയോടെ അവളെ നോക്കി.

-ഇയാളാണോ?

-അല്ല.

ലസിമ പെട്ടന്നുപറഞ്ഞു.

ലോഡ്ജിലേക്ക് പോലീസ് വണ്ടിയിൽ തിരികെ വരുമ്പോൾ ഫ്രാൻസിസ് ചോദിച്ചു

-മിസ്സിങ്ങായയാളുടെ ഫോട്ടോ ഉണ്ടോ?

-ഇല്ല.

ലസിമ മറുപടി നൽകി.

-പിന്നെ എങ്ങനെ അയാളെ തപ്പും?

രണ്ടുപേരും മിണ്ടിയില്ല.

ഫ്രാൻസിസ് വിനോദിന് അയാളുടെ ഫോൺ നമ്പർ നൽകി. പഴയ സുഹൃത്തിനെ എപ്പോൾ വേണമെങ്കിലും വിളിക്കാമെന്ന മുഖവുരയോടെ.

മുറിയിലെത്തുമ്പോൾ പാതിരാകഴിഞ്ഞിരുന്നു.

ജാതകവിധി

വരണ്ടുണങ്ങിയ മുഖമാണയാൾക്ക്. എന്നാൽ ശബ്ദത്തിന് അസാധാരണമായ മുഴക്കമുണ്ടായിരുന്നു.

-എന്നെയാണോ കാണേണ്ടത്? അതോ മാധവനെയോ?

-മാധവൻ നമ്പൂതിരിയെ.

ലസിമയുടെ മറുപടി അയാൾക്കിഷ്ടമായില്ല.

-അവൻ നമ്പൂര്യല്ല. ശൂദ്രനാണ്. ഞാൻ പരമേശ്വരൻ. ആ ശൂദ്രന്റെ ജ്യേഷ്ഠൻ. കാലം കലിയുഗമാണ്. ശൂദ്രൻ ബ്രാഹ്മണനാകും. ബ്രാഹ്മണൻ ശൂദ്രനാകും. കുട്ടീടെ നക്ഷത്രെന്താ?

-അറിയില്ല.

-ഇയാളുടേയോ?

-അനിഴം.

വിനോദ് പറഞ്ഞു.

-വൃശ്ചിക രാശി. കുപ്പായം നീലയാണ്. പാടില്ല്യ. ചുവപ്പോ മഞ്ഞയോ ആവാം. മന:പ്രയാസക്കാരനാണേലും സാമർത്ഥ്യോണ്ട്.

മന:പ്രയാസമില്ലാത്ത മനുഷ്യർ ഭൂമിയിലുണ്ടോ? എന്തെങ്കിലുമൊന്നിൽ സാമർത്ഥ്യമില്ലാത്തവർ ആരെങ്കിലുമുണ്ടോ?

-നക്ഷത്രദേവത മിത്രനാണ്. ജപിക്കുക.

ഓം നമോ മിത്രസ്യ വരുണസ്യ ചക്ഷസേ മഹാദേവായ തദൃതം സപര്യതം ദൂരദൃംശേ ദേവജാതായ കേതവേ ദിവസ് പുത്രായ സൂര്യായ സംസതാ.

അയാൾ ലസിമയെ സൂക്ഷിച്ചുനോക്കി. വസ്ത്രത്തിൽ നോക്കിയിട്ടു പറഞ്ഞു.

-പച്ചയും വെള്ളയും ചേരേണ്ടത് ചേർന്നപോലെ. മിഥുനമോ കന്നിയോ അവാം. ലക്ഷണ ശാസ്ത്രപ്രകാരം നക്ഷത്രം തിരുവാതിര

അല്ലെങ്കിൽ അത്തം. കുലീനതയുണ്ട്. ഐശ്വര്യവും ആകർഷകത്വവു മുണ്ട്. അപ്പോൾ അത്തം തന്നെ. ഓം സവിത്രേ നമ: എന്നു ജപിക്കുക.

കഴിഞ്ഞ ദിവസം ലസിമ ധരിച്ച വസ്ത്രങ്ങളായിരുന്നെങ്കിൽ ലക്ഷണ ശാസ്ത്രപ്രകാരം നക്ഷത്രം മാറുമായിരുന്നുവോ എന്ന് വിനോദ് ചോദിച്ചില്ല.

-കൂടെ അധികം നടക്കേണ്ട പ്രതികൂല നക്ഷത്രമാണ് അനിഴം.

അയാൾ വിനോദിനെ സംശയത്തോടെ നോക്കി ലസിമയോട് പറഞ്ഞു. അവൾ ചിരിച്ചു.

-പ്രതിക്രിയ ചിരിയല്ല. ബ്രഹ്മാവ് നാരദനുപദേശിച്ച ഷോഡശ മഹാമന്ത്രം ജപിക്കുക.

ഹരേ രാമ ഹരേ രാമ രാമ രാമ ഹരേ ഹരേ

ഹരേ കൃഷ്ണ ഹരേ കൃഷ്ണ കൃഷ്ണ കൃഷ്ണ ഹരേ ഹരേ.

ഈ പതിനാറ് നാമങ്ങൾ ജപിക്കുക. ചതുർമുക്തികൾ സിദ്ധിക്കും. ഈശ്വരാനുഗ്രഹം ഉണ്ടാവട്ടെ. പ്രാർത്ഥനയുടെ സമയമായി.

അയാൾ അകത്തേക്കു കയറിപ്പോയി.

വിനോദ് വിശാലമായ മുറ്റം കൗതുകത്തോടെ നോക്കി. പഴയ ഇല്ലത്തിന്റെ ശേഷിപ്പ് മാത്രമാണവിടം എന്നയാൾക്കു തോന്നി. മുറ്റത്ത് ഏതോ പെൺകുട്ടികളുടെ കൈവിരല്പാടുകൾ പതിഞ്ഞ, ചെടിച്ചട്ടികളിൽ വളരുന്ന ആകർഷകമായ പൂക്കളുള്ള ചെടികൾ.

-വരൂ, വരൂ. ആരാന്ന് മനസ്സിലായില്ല. കുളിക്ക്യായിരുന്നു. ബോറടിച്ചുവോ?

നിറഞ്ഞ ചിരിയുമായി മാധവൻ നമ്പൂതിരി ഇറങ്ങിവന്നു. ശരീരത്തിൽ പൂണൂലില്ലാത്തത് ശ്രദ്ധയിൽ പെട്ടു. അദ്ദേഹത്തിന്റെ പിന്നാലെ അകത്തേക്ക് നടന്നു. വിശാലമായ മുറിയിൽ ചുമർ നിറയെ ഫോട്ടോകൾ. വി. ടി, നാരായണഗുരു, ഇ. എം. എസ്സ്.

-താരിഖാണത്.

ലസിമ ഒരു ഫോട്ടോയിലേക്ക് കൈ ചൂണ്ടി വിനോദിനോട് പറഞ്ഞു. ചിരിച്ചുകൊണ്ടിരിക്കുന്ന ഒരു ചെറുപ്പക്കാരനും മാധവൻ നമ്പൂതിരിയും. ഇയാൾ. ഇയാളെ എവിടെയോവച്ച് കണ്ടിട്ടുണ്ടല്ലോ എന്ന് വിനോദ് സംശയിച്ചു.

-താരിഖിന്റെ കൂട്ടുകാറാണല്ലേ.

മാധവൻ നമ്പൂതിരി എന്തോ ഓർത്തു. എന്നിട്ടിരിക്കാൻ കസേര നീക്കിയിട്ടു തന്നു.

-അവൻ ജിജ്ഞാസുവായിരുന്നു. എപ്പോൾ വരുമ്പോഴും അന്വേഷണങ്ങളുടെ മഹാഭാണ്ഡവുമായി മാത്രമേ അവൻ വന്നുള്ളൂ. അവസാനമായി ഞങ്ങൾ സംസാരിച്ചദിവസവും അവന്റെ സംശയം രാധോപനിഷത്തിനെക്കുറിച്ചായിരുന്നു. മനുഷ്യൻ സൃഷ്ടിച്ച എല്ലാ മഹാഗ്രന്ഥങ്ങളുടെയും പരിമിതികൾക്കപ്പുറത്തേക്ക് സഞ്ചരിക്കാൻ അവൻ ശ്രമിച്ചു. എന്നിട്ടും ഉപനിഷത്തുകൾക്കും വിശുദ്ധ ഗ്രന്ഥങ്ങൾക്കുമപ്പുറത്തുള്ള ഏത് ലോകത്തെക്കാണ് അവൻ യാത്രയായത്?

സങ്കടങ്ങളുടെ ഏതോ തുരുത്തിലേക്ക് അയാൾ സഞ്ചരിച്ചു. അയാളെ തിരിച്ചുകൊണ്ടുവരാനായി വിനോദ് ചോദിച്ചു.

-രാധോപനിഷത്ത് എന്നൊരുപനിഷത്തുണ്ടോ?

ചോദ്യത്തിനുത്തരം പറഞ്ഞത് മാധവൻ നമ്പൂതിരിയായിരുന്നില്ല. വെളുത്ത്തുടുത്ത മുഖമുള്ള, നെറ്റിയിൽ ചന്ദനക്കുറി വരച്ച, കാപ്പിയുമായി കടന്നുവന്ന ഒരു പെൺകുട്ടിയാണ്.

-അങ്ങനെയൊന്നുണ്ട്. വിശുദ്ധമായ ഉപനിഷത്ത്.

-തേജസ്വിനി.

വിനോദ് പെട്ടന്നു പറഞ്ഞു.

-തേജസ്വിനിയല്ല. കബനി.

അവളുടെ മറുപടിയും പെട്ടന്നായിരുന്നു.

-നിങ്ങള് മരിച്ചയാളെ തേടീട്ട് ഇവിടെ വരണ്ട വല്ല ആവശ്യംണ്ടോ?

-കബനീ.

മാധവൻ നമ്പൂതിരി ഉറക്കെ വിളിച്ചു.

-ഞാനൊന്നും പറയുന്നില്ല. അച്ഛനിനിയും അസ്വസ്ഥനാകും. വീണ്ടും വീണ്ടും അയാളെക്കുറിച്ച് പറഞ്ഞുകൊണ്ടിരിക്കും.

കബനി ദേഷ്യത്തോടെ അകത്തേക്ക് കയറിപ്പോയി.

-താരിഖ് മരിച്ചെന്ന കഥകളുണ്ടായിരുന്നു. മാത്രമല്ല അവനാണെന്നുകരുതി ആരുടെയോ ശരീരം സംസ്ക്കരിക്കുകയും ചെയ്തു. പക്ഷെ തേജക്കും ആഷിഖിനും ഉറപ്പുണ്ടായിരുന്നു അത് അവനല്ലെന്ന്. അവൻ ജീവനോടെയുണ്ട്. ഉറപ്പാ.

മാധവൻ നമ്പൂതിരി ഒന്നു ചിരിക്കാൻ ശ്രമിച്ചു.

-കബനിയുടെ സംസാരം കാര്യമാക്കേണ്ട. അവളെപ്പോഴും അങ്ങനെയാണ്. താരിഖുമായി അവൾ നിരന്തരം ശണ്ഠ കൂടുമായിരുന്നു. അവളെ പ്രകോപിപ്പിക്കാൻ അവനും ഇഷ്ടമായിരുന്നു. അവനെല്ലാരെയും പ്രകോപിപ്പിച്ചു. എല്ലാവർക്കും സ്വന്തമായ ശരികളുണ്ട്. താരിഖ് പലരുടെ

യും സ്വന്തം ശരികളെ പൊതുസമൂഹത്തിന്റെ ശരികളുമായി ചേർത്തു വെക്കാൻ ശ്രമിച്ചു. അവനതിൽ പരാജയപ്പെട്ടു.

ലസിമയെ നോക്കിക്കൊണ്ട് അദ്ദേഹം പറഞ്ഞു.

-മോളിതുവരെ ഒന്നും പറഞ്ഞില്ല.

എന്തുപറയാനെന്ന ഭാവത്തിൽ അവൾ ചിരിച്ചു.

-താരിഖും അങ്ങനെയാണ്. മറ്റുള്ളവരെ കേൾക്കാനായിരുന്നു അവനേറെ ഇഷ്ടം.

അദ്ദേഹം ലസിമയുടെ മുഖത്തേക്ക് സൂക്ഷിച്ചുനോക്കി.

-അവനെവിടെയാണ് മോളെ ഒളിച്ചിരിക്കുന്നത്? ഞാൻ എപ്പോഴും പറയാറുണ്ട് എല്ലാത്തിനെയും സംശയിക്കുന്ന ഒരു വ്യക്തിയെ, അയാളുടെ സംശയം എത്ര നീതിപൂർവ്വമാണെങ്കിൽ തന്നെയും സമൂഹം അംഗീകരിക്കില്ലെന്ന്. ചെറിയ അന്വേഷണങ്ങൾക്ക് പോലും പഴുതുകളില്ലാത്ത വളരെ കപടമായ സമൂഹമാണ് നമ്മുടേത്. 'മതമില്ലാത്ത ജീവൻ' വിശ്വാസസ്വാതന്ത്ര്യമായേ പറ്റൂ നമ്മുടെ പൊതുസമൂഹത്തിന്.

അദ്ദേഹം ആവേശത്തോടെ സംസാരിച്ചു.

-എല്ലാ വിശുദ്ധഗ്രന്ഥങ്ങളും കെട്ടുകഥകളുടെ അതിസുന്ദരങ്ങളായ സമാഹാരങ്ങളാണെന്ന് നമുക്കറിയാം. നാമത് പറയാറില്ല. പക്ഷെ താരിഖത് പറഞ്ഞു. ജീവിതവുമായോ മതവുമായോ ബന്ധമില്ലാത്ത കാല്പനികധ്യാനങ്ങളാണ് മതഗ്രന്ഥങ്ങളെന്ന് താരിഖ് ഉറപ്പിച്ചു പറഞ്ഞിരുന്നു.

-തേജസ്വിനിയെവിടെ?

ലസിമ ഇപ്പോഴാണ് വാ തുറന്നത്.

-അവൾ വരാനാവുന്നേയുള്ളൂ. ഇന്നലെ നൈറ്റായിരുന്നു. തേജ കബനിയെ പോലെയല്ല. താരിഖിന്റെ ശരികൾ അവളുടെയും ശരികളായിരുന്നു.

ഹിരണ്മയേന പാത്രേണ സത്യസ്യാപിഹിതം മുഖം.

സ്വർണമയ പത്രത്താൽ സത്യത്തിന്റെ മുഖം മൂടപ്പെട്ടിരിക്കുന്നു എന്നു മനസ്സിലാക്കാൻ അവർക്ക് സാധിച്ചിരുന്നു. എല്ലാ മതങ്ങളും വിശ്വാസസംഹിതകളും സത്യത്തിന്റെ മുഖം മൂടിക്കെട്ടിയിരിക്കുന്നു.

-ഹോ അച്ഛൻ തുടങ്ങി.

കബനിയാണ്.

-നാഴികയ്ക്ക് നാല്പതുവട്ടം മതങ്ങളെ ചീത്തപറഞ്ഞതുകൊണ്ടെന്താ കാര്യം. മനുഷ്യനല്ലേ നന്നാവേണ്ടത്?

-മനുഷ്യനിൽനിന്ന് വേറിട്ട് മതങ്ങൾക്കസ്തിത്വമുണ്ടോ കബനീ.

ലസിമ സംസാരിക്കാൻ തുടങ്ങി.

മാധവൻ നമ്പൂതിരി തലകുലുക്കി അത് ശരിവെച്ചു.

-മനുഷ്യൻ ശരിയാവത്തതിന് മനുഷ്യൻ നിർമ്മിച്ച മതങ്ങൾക്കും ഉത്തരവാദിത്തമുണ്ട്. അയാഥാർഥ്യങ്ങളുടെ മേലെ കെട്ടിപ്പൊക്കിയ എല്ലാ മതങ്ങളും മനുഷ്യനിൽ നിന്ന് മനുഷ്യനെ ചോർത്തിക്കളയുന്നു.

-അച്ഛാ മതം രൂപപ്പെട്ട സംസ്കാരികപരിസരം വിസ്മരിച്ചു കൊണ്ടുള്ള ഏതൊരു ചർച്ചയും അപ്രസക്തമാണ്.

-ആ ഫോട്ടോ കണ്ടോ?

മാധവൻ നമ്പൂതിരി ചുമരിലേക്ക് കൈ ചൂണ്ടി.

-68 ൽ കാഞ്ഞങ്ങാട്നിന്ന് ചെമ്പഴന്തിവരെ മിശ്രവിവാഹ സംഘം നടത്തിയ സാമൂഹ്യപരിഷ്കാര ജാഥയുടെ ഫോട്ടോയാണത്. അതിന്റെ മുമ്പിൽ നിൽക്കുന്നയാൾ വി. ടിയാണ്. സമീപത്ത് ഞാനും. അതൊരു പോരാട്ടത്തിന്റെ ഭൂതകാലമാണ്. ഇപ്പോഴെങ്ങോട്ടാണ് കുട്ടികളേ നാം നടക്കുന്നത്. കബനിക്കിഷ്ടപ്പെടില്ല. എങ്കിലും പറയാം. ഇവിടെ ഇപ്പോൾ ആളുകൾ വരാറുള്ളത് വി. ടി യുടെ ശിഷ്യനെ കാണാനല്ല. സ്വർണ്ണപ്രശ്നം, താംബൂലപ്രശ്നം. പിന്നെ ഓരോരുത്തരുടെ പ്രശ്നങ്ങളും. ജ്യോതിഷരത്നം പരമേശ്വരൻ നമ്പൂതിരിക്കാണ് മാർക്കറ്റ്.

-അതിനാരാണച്ഛാ ഉത്തരവാദികൾ? അത്രവല്യ പ്രശ്നാണോ അത്?

-മോൾക്കത് അത്രവല്യ പ്രശ്നായി തോന്നില്ല. പക്ഷെ എനിക്കത് വലിയൊരു പ്രശ്നം തന്നെയാണ്. നൂറ്റാണ്ടുകളുടെ മാനസികാടിമത്തത്തിൽ നിന്ന് ഒരു ജനതയെ വിമോചിപ്പിക്കുവാനുള്ള പോരാട്ടത്തിൽ പങ്കാളിയായവരിലൊരാളാണ് ഞാനും. പക്ഷെ ഇപ്പോൾ ഭൂതകാലം ഒരു ബാധ പോലെ ആവേശിക്കുകയാണ്. ആരാണ് കുട്ടീ മാതയെയും മാധവനെയും പോലുള്ള അസംഖ്യം സ്വാമിനിമാരെയും സ്വാമിമാരെയും സൃഷ്ടിക്കുന്നത്?

-ജനങ്ങൾ.

കബനിയുടെ ഉത്തരം പെട്ടന്നായിരുന്നു.

-അല്ല. സ്വയം ചോദിച്ച് നോക്ക്.

മാധവൻ നമ്പൂതിരി നിശ്ശബ്ദനായി.

-പട്ടിണികിടക്കാനാണോ എല്ലാവരുടെയും പരിപാടി? ചോറെടുത്തുവച്ചിട്ടുണ്ട്. വാ.

കബനി അകത്തേക്കു നടന്നു.

-ഞാൻ മടുപ്പിച്ചുവോ?

മാധവൻ നമ്പൂതിരി ചോദിച്ചു. അദ്ദേഹമെഴുന്നേറ്റു.

-താരിഖിനെക്കുറിച്ച് തേജസ്വിനിക്ക് കൂടുതലറിയാം. അവള് വരട്ടെ. ജാതിമതങ്ങളുടെ കെട്ടുപാടുകളില്ലാതെ അവർ ഒന്നാകുമെന്ന് ഞാൻ കരുതിയിരുന്നു. അവളെ ഉപേക്ഷിച്ച് അവനെവിടെയാണ് പോയ്ക്കളഞ്ഞത്?

ഊണ് കഴിച്ചു തീരുമ്പോഴേക്കും അവൾ വന്നു. കബനിയുടെ പ്രതിരൂപം പോലെ. തേജസ്വിനി. വിനോദിനെ കണ്ട് തേജസ്വിനി വിസ്മയിച്ചു.

-വിനോദ് ഇവിടെ.

-ആഹാ മുൻപരിചയോണ്ട് അല്ലേ?

കബനിക്ക് വിനോദാണ് മറുപടി നൽകിയത്.

-കുറച്ചുകാലം ഞങ്ങൾ ഒരുമിച്ച് പത്രത്തിലുണ്ടായിരുന്നു.

തേജസ്വിനി ലസിമയെ നോക്കി.

-നല്ല പരിചയോള്ള മുഖാണ്. വിനോദിന്റെ ഭാര്യയാ.

-അല്ല കൂട്ടുകാരി.

ലസിമ പറഞ്ഞു.

-താരിഖിന്റെയും കൂട്ടുകാരിയാ.

കബനി താരിഖ് എന്നുപറഞ്ഞപ്പോൾ തേജസ്വിനിയുടെയും മുഖം ചുവന്നു.

-തേജസ്വിനീ. താരിഖെവിടെയാണുള്ളത്?

വിനോദ് ചോദിച്ചു.

-എനിക്കറിയില്ല. എനിക്കറിയില്ല.

-തേജസ്വിനീ.

ലസിമ പതുക്കെ വിളിച്ചു.

അവൾ എത്രയോ കാലത്തെ വിങ്ങലുകൾ ആദ്യമായി അന്യരുടെ മുമ്പിൽ പ്രകടിപ്പിച്ചു.

-എല്ലാരും ചോദിക്കുന്നു ഞാനെവിടെയാണ് താരിഖിനെ ഒളിപ്പിച്ചു വെച്ചതെന്ന്. അവനെവിടെയാണ്? എനിക്കറിയില്ല.

അവൾ കണ്ണീരൊഴുക്കി.

- തേജസ്വിനീ. നിനക്കറിയില്ലെന്ന് എനിക്കറിയാം.

ലസിമയുടെ വാക്കുകൾ അവൾ പൊട്ടിത്തെറിയോടെയാണ് സ്വീകരിച്ചത്.

-എങ്ങനെ?

ലസിമയെ അവൾ പിടിച്ചുകുലുക്കി.

-നീയാരാ? നീ താരിഖിന്റെ ആരാ. പറയ്. താരിഖിനിങ്ങനെയൊരു കൂട്ടുകാരിയില്ല. നിങ്ങൾക്ക് രണ്ടുപേർക്കും താരിഖുമായി ഒരു ബന്ധവുമില്ല. ഇല്ല എനിക്കറിയാം. നിങ്ങളാരാ?

-നീയറിയാത്ത രഹസ്യങ്ങൾ താരിഖിനുണ്ടാവും തേജാ.

അവൾ ദേഷ്യത്തോടെ വിനോദിന് നേരെ ചീറിയടുത്തു.

-നീയാരാ? താരിഖിന്റെ ആരാ നീ.

ലസിമ സ്നേഹത്തോടെ അവളുടെ ചുമലിൽ സ്പർശിച്ചു.

-വാ. എനിക്ക് നിന്നോടല്പം തനിച്ച് സംസാരിക്കാനുണ്ട്.

ലസിമയുടെ പുറകെ തേജസ്വിനി അടുത്തമുറിയിലേക്കു നടന്നു.

അസംബന്ധങ്ങളുടെ പുസ്തകം

ഒരു പാലക്കാടൻ ഗ്രാമത്തിന്റെ എല്ലാ സൗന്ദര്യവും ആ ദേശത്തി നുണ്ടെന്ന് അയാൾക്ക് തോന്നി. ജനാലയിലൂടെ പുറത്തേക്ക് നോക്കിയിരിക്കുമ്പോൾ ഒരല്പം സ്വസ്ഥത തിരിച്ചുവരുന്നതായി അയാൾക്കനുഭവപ്പെട്ടു. തൊട്ടടുത്ത മുറിയിൽ നിന്ന് തേജസ്വിനിയും ലസിമയും എന്തൊക്കെയോ സംസാരിക്കുന്നുണ്ട്. ശത്രുക്കളെപ്പോലെ ചീറിയടുത്ത ആളുകൾ ഇപ്പോൾ സുഹൃത്തുക്കളെപ്പോലെയായി എന്നു തോന്നുന്നു. താരിഖലി ഏതോ സൗഹൃദത്തിന്റെ പാലം അവർക്കിട യിൽ ഇട്ടുകൊടുത്തിട്ടുണ്ട്. മാധവൻ നമ്പൂതിരി പറഞ്ഞത് ശരിയാ ണെങ്കിൽ തേജ താരിഖിന്റെ പെണ്ണായിരുന്നു, അപ്പോൾ ലസിമ? ചിലപ്പോൾ താരിഖിന്റെ പുസ്തകത്തിൽ എന്തെങ്കിലും പരാമർ ശാമുണ്ടാവാൻ സാധ്യതയുണ്ട്. അയാൾ പുസ്തകത്തിലേക്ക് തു റിച്ചുനോക്കി. ജിജ്ഞാസയല്ല; ഒരു തരം പേടിയാണ് പുസ്തകം സമ്മാ നിക്കുന്നത്.

-ഹലോ. സ്വപ്നം കാണുകയാണോ?

പുറകിൽ കബനി.

-ഇതെന്ത് പുസ്തകാണ്?

അയാൾക്ക് മാറ്റിവെക്കാൻ സാധിക്കുന്നതിനുമുമ്പേ അവൾ പുസ്ത കം കൈയ്യിലെടുത്തു. പുസ്തകത്തിന്റെ ഓരോ താളുകളും വെറുപ്പോടെ മറിച്ചുനോക്കികൊണ്ട് അവൾ പിറുപിറുത്തു.

-അൽ കാഫിറൂൻ. എന്തൊരു ഭ്രാന്താണിത്. അസംബന്ധങ്ങളുടെ പുസ്തകമാണിത്. എനിക്കന്നേ അറിയാമായിരുന്നു ഇങ്ങനെയൊരു പുസ്തകമുണ്ടാകുമെന്ന്. കാലം മാറിയതവനറിഞ്ഞിട്ടില്ല. കത്തിച്ചുകള യുകയാണ് വേണ്ടത്.

വിനോദിനെന്തെങ്കിലും ചെയ്യാനാവുന്നതിനു മുൻപേ അമർ ഷത്തോടെ അവൾ മുന്നോട്ടേക്ക് കുതിച്ചു. ശബ്ദം കേട്ടിട്ടാവണം തൊട്ടടുത്ത് മുറിയിൽ നിന്ന് ലസിമ പാഞ്ഞടുത്തു. പുസ്തകം പിടിച്ചു വാങ്ങിക്കാനുള്ള ശ്രമം സ്ത്രീകളുടെ മല്ലയുദ്ധമായി മാറി. രണ്ടു പേരും നിലത്തേക്ക് വീണു. വിനോദ് പരിഭ്രമിച്ചുനിന്നെങ്കിലും പെട്ടന്ന

യാൾ കബനിയുടെ കൈയ്യിൽനിന്ന് പുസ്തകം തട്ടിപ്പറിച്ചു.

-എടീ.

തേജസ്വിനി കബനിയെ തള്ളിമാറ്റി ലസിമയെ പിടിച്ചെഴുന്നേല്പിച്ചു. കബനിയുടെ നഖം കൊണ്ടാവണം ലസിമയുടെ മുഖത്ത് പോറലേറ്റിരുന്നു.

-എന്താടി നിനക്ക് ഭ്രാന്താണോ?

കബനി മറുപടി പറഞ്ഞില്ല. തേജസ്വിനി ലസിമയോട് പറഞ്ഞു.

-സോറി ലസിമാ. അവൾ ചിലപ്പോൾ അങ്ങനെയാണ്.

ലസിമയേയും കൂട്ടി തേജസ്വിനി അടുത്തമുറിയിലേക്ക് നടന്നു. ഒന്നു സംശയിച്ചശേഷം ലസിമ അയാളുടെ കൈയിൽനിന്ന് പുസ്തകം പിടിച്ചുവാങ്ങി. എന്നിട്ട് തേജസ്വിനിയോടൊപ്പം നടന്നു.

കസേരയിൽ തലതാഴ്ത്തി ഇരിക്കുകയായിരുന്നു കബനി.

-കബനിയിൽനിന്ന് ഞാനിത് പ്രതീക്ഷിച്ചില്ല.

-എന്ത്? എന്ത്?

അവളുടെ രോഷം ശമിച്ചിരുന്നില്ല.

-അയാൾ ആ താരിഖ് ദുർമന്ത്രവാദിയാ. എല്ലാരെയും മാരണം ചെയ്യാനാ അയാള് പുസ്തകമെഴുതിയത്. അയാളുടെ ഒരു അൽകാഫിറൂൻ. ഫൂ.

അവളുടെ ശരീരം വിറച്ചു.

-നിങ്ങൾക്കറിയില്ല. അയാളുടെ, മുഖം, കണ്ണുകൾ, കൈകൾ, അയാളുടെ ഒരു വൃത്തികെട്ടരൂപം. സത്യം. ആണും പെണ്ണും കെട്ടവൻ. അയാള് മന്ത്രവാദി തന്നെയാ. ഖുർ ആൻ ഉപയോഗിച്ചുള്ള അയാളുടെ മന്ത്രങ്ങൾ. അയാൾക്ക് നാഥായും സബർ മന്ത്രങ്ങളും ഒക്കെ അറിയാം. മാപ്പിളമാരുടെ ദുർമന്ത്രവാദങ്ങൾ. മന്ത്രവാദം ചെയ്ത് അയാളെന്റെ തേജയുടെ ജീവിതം നശിപ്പിച്ചു. അവളൊന്നു നിർത്തി. പിന്നെ പതുക്കെ മന്ത്രിച്ചു.

-വിനോദ് ആ പുസ്തകം. താരിഖിന്റെ പുസ്തകം അതെനിക്ക് വേണം.

-കത്തിച്ചുകളയാനായിരിക്കും.

-അതെ. കത്തിച്ചുകളയാൻ തന്നെ.

-കബനീ. അത് നശിപ്പിക്കാൻ എളുപ്പമാണ്. പക്ഷെ ഒരു ചെറുപ്പക്കാരൻ ജീവിതം കൊണ്ടുണ്ടാക്കിയ സമ്പാദ്യമാണിത്. അയാളുടെ

അധ്വാനം. അയാളുടെ സമർപ്പണം.

-കുന്തം. വിഡ്ഢിത്തം പറയാതിരിക്ക്. എന്താണയാൾ ഉണ്ടാക്കിയത്? കുറെ പുസ്തകം പകർത്തിയെഴുതിയിരിക്കുന്നു. പലരുടേയും നിരർത്ഥകമായ വാക്കുകൾ കുറിച്ചുവെച്ചിരിക്കുന്നു. എന്ത് സംവാദമാണ് ഇതിലൂടെ നടക്കുക? മുറിവേല്പിക്കുക എന്നല്ലാതെ എന്ത് സാമൂഹികദൗത്യമാണ് അയാൾ നടത്തുന്നത്? അസംബന്ധങ്ങളുടെ പുസ്തകം.

-ഒരാളുടെ ജീവിതകാലം മുഴുവനുള്ള അന്വേഷണങ്ങളെ നിസ്സാരമാക്കരുത്.

-എന്തന്വേഷണം? വ്യർത്ഥമായ ഒരു ശ്രമമാണത്. വിശ്വാസികളുടെ സമൂഹമാണിത്. നിങ്ങൾ അന്ധവിശ്വാസമെന്നും മന്ത്രവാദമെന്നും പറഞ്ഞ് പരിഹസിക്കുന്നത് വിദ്യാസമ്പന്നരായ മലയാളിയുടെ ജീവിതത്തെയാണ്. ഇവിടെ എല്ലാ വീട്ടിലും കുഞ്ഞു കുഞ്ഞു മന്ത്രവാദികളുണ്ട്. വീടെടുക്കുമ്പോൾ കണ്ണേറുതട്ടാതിരിക്കാൻ കോലം കെട്ടിവെക്കുകയും ഉപ്പും മുളകും ചേർത്ത് ഉഴിഞ്ഞ് അടുപ്പിലിടുകയും ജലദോഷം വരുമ്പോൾ നൂൽ മന്ത്രിച്ചുകെട്ടുകയും ചെയ്യുന്നത് ജീവിതത്തിന്റെ ഭാഗമാണ്. അവിശ്വാസിയുടെ അളവുകോലുമായി ഒരു സമൂഹത്തെ നിർണ്ണയിക്കാൻ സാധ്യമല്ല.

-ഒരു സമൂഹം മുഴുവൻ വിവേകശൂന്യരായത്കൊണ്ട് അത് ന്യായീകരണയോഗ്യമാണോ?

-തർക്കിച്ചുനിൽക്കാൻ സമയമില്ല. എനിക്കാ പുസ്തകം കിട്ടണം

കബനി പുറത്തേക്കു നോക്കുന്നത് കണ്ടപ്പോൾ അയാളുടെ നോട്ടവും അങ്ങോട്ടേക്കായി. ജനാലയ്ക്കപ്പുറത്ത്. ഇടവഴിയിലൂടെ. ഒരാൾ.

എവിടെനിന്നോ പ്രത്യക്ഷപ്പെട്ടതുപൊലെ ലസിമ കുതിച്ചുകൊണ്ടുവന്നു. അയാളുടെ കൈ പിടിച്ച് ഉറക്കെ പറഞ്ഞു.

-വാ പെട്ടെന്ന്. ബാഗെടുത്തോളൂ.

അയാളെ വലിച്ച് അവൾ പുറത്തേക്ക് ഓടി. അയാൾക്കൊന്നും മനസ്സിലായില്ല.

-ലസിമാ.

വയൽ വരമ്പിലേക്കിറങ്ങുമ്പോൾ തേജസ്വിനി പിന്നിൽ നിന്ന് ഉറക്കെ വിളിക്കുന്നുണ്ടായിരുന്നു.

ലസിമ അത് കേട്ടു. പക്ഷെ ഓട്ടത്തിന് വേഗം കൂടി.

അന്വേഷണം തുടരുന്നു – ഒന്ന്

-താൻസൻ മേഘമൽഹാർ രാഗം പാടി മഴ പെയ്യിച്ചതായും ദീപക് രാഗം പാടി വിളക്കു കത്തിച്ചതായും കേട്ടിട്ടുണ്ട്. ഓടിപ്പോകുന്നവരെ പിടിച്ചു വെക്കാൻ എന്തെങ്കിലും രാഗമുണ്ടെങ്കിൽ പാടിക്കോ ഉസ്താദ് ആഷിഖ്.

കബനിയുടെ തമാശ ആഷിഖിന് ഇഷ്ടമായില്ല.

-ശങ്കരാഭരണം കൊണ്ട് മാനസികരോഗികളെ ചികിത്സിക്കാം എന്ന് കുന്നക്കുടി എവിടെയോ പറഞ്ഞിട്ടുണ്ട്.

-വിവരദോഷികളുടെ ഹൃദയങ്ങളിൽ അല്ലാഹു മുദ്ര വെക്കും. ഞാനല്ല പറഞ്ഞത്. ഖുർ ആൻ.

-ഖുർ ആനിൽ വേറേം പറഞ്ഞിട്ടുണ്ട്. പിശാചിന്റെ വെളിപാടുകൾ, ഹൃദയങ്ങളിൽ ഒരുതരം രോഗമുള്ളവർക്കും ഹൃദയങ്ങൾ കടുത്തു പോയവർക്കും ഒരു പരീക്ഷണമാണെന്ന്.

തേജസ്വിനിക്ക് ദേഷ്യം വന്നു.

-ആഷിഖ് നിങ്ങൾക്ക് രണ്ടുപേർക്കും എന്തെങ്കിലും തകരാറുണ്ടോ? എപ്പോൾ കണ്ടാലും ഇങ്ങനെയേ പെരുമാറാൻ പറ്റൂ?

-ചൂടാവല്ലേ തേജസ്വിനീ. അവരെവിടേക്കാണ് പോയത്? അവരെ കണ്ടെത്തണം

-അവർ അവരുടെ പാട്ടിനു പോയേക്കാട്ടെ ആഷിഖ്. കുട്ടികളല്ലല്ലോ.

-അവരുടെ ജീവനപകടത്തിലാണ്.

-ചാകാൻ തീരുമാനിച്ചവർക്ക് രക്ഷപ്പെടാൻ പറ്റ്വോ. ഹരന്റെ ഡമരുകം സൃഷ്ടിയാണ്. ഹരന്റെ കൈകൾ സംരക്ഷണമാണ്. ഹരന്റെ അഗ്നി സംഹാരമാണ്.

കബനി പറഞ്ഞു.

-ശിവൻ അഖിലനും സർവ്വവ്യാപിയുമായതുകൊണ്ട് എല്ലായിടങ്ങളിലും ശിവന്റെ അനുഗ്രഹനൃത്തമുണ്ടെന്നും തിരുമൂലർ പറഞ്ഞിട്ടുണ്ട്.

അവൾക്കുള്ള മറുപടി ആഷിഖ് നാവിൽ കരുതി വച്ചിട്ടുണ്ടായിരുന്നു.

സംസാരം കേട്ട് അസ്വസ്ഥതയോടെ മാധവൻ നമ്പൂതിരി അകത്തു നിന്ന് ഇറങ്ങിവന്നു.

-ആഷിഖ് ഖുർആനും തിരുമന്ദിരവും പാടി സമയം പാഴാക്കരുത്. ആ കുട്ടികളുടെ ജീവൻ അപകടത്തിലാണെങ്കിൽ അവരെ രക്ഷിക്ക്. തേജാ നീയും ചെല്ല്.

മാധവൻ നമ്പൂതിരിയുടെ വാക്കുകൾ തേജ ശ്രദ്ധിച്ചില്ല. അവൾ ചോദിച്ചു.

-ആഷിഖ് നിന്റെയാരാണവർ?

-എന്നെയും നിന്നെയും പോലെ താരിഖിന് വേണ്ടപ്പെട്ടവരാണ് അവരും.

ആഷിഖിന്റെ ശബ്ദമുയർന്നു. അയാൾ അക്ഷമനായിരുന്നു.

-തേജാ സംശയിക്കേണ്ട അവർക്കു മുമ്പേ താരിഖ് സഞ്ചരിക്കുന്നുണ്ട്. എനിക്കറിയാം. നമുക്കറിയാവുന്നതിനും അടുത്ത്. വളരെയടുത്ത്. നിങ്ങൾ സമയം നഷ്ടപ്പെടുത്തരുത്. ഇപ്പോൾ തന്നെ ഇറങ്ങിക്കോളൂ.

മാധവൻ നമ്പൂതിരിയുടെ വാക്കുകളിൽ സംശയമേതുമില്ലായിരുന്നു.

അന്വേഷണം തുടരുന്നു – രണ്ട്

'കാസിനോ'യിലേക്ക് കയറിച്ചെല്ലുമ്പോൾ ഇറങ്ങിവരുന്നയാളെക്കണ്ട് വിനയ വിസ്മയിച്ചു.

-തേജ ഇവിടെയാ ഉള്ളത്?

-അല്ല കോഴിക്കോട് തന്നെയാ. വിനയ ഇവിടെ.

സോജയെ ചൂണ്ടിക്കാട്ടി പറഞ്ഞു.

-എന്റെ സുഹൃത്താണ്. അവരുടെ കൂടെ വന്നതാണ്.

- ഞാനിവിടെ ഒരാളെ അന്വേഷിച്ചിറങ്ങിയതാ.

തേജസ്വിനി പറഞ്ഞു.

-വിനയാ...

സോജയുടെ ഉറക്കെയുള്ള വിളി കുശലാന്വേഷണത്തെ മുറിച്ചു കളഞ്ഞു.

-തേജാ എന്നാൽ കാണാം. ഇന്നിവിടെത്തന്നെയുണ്ട്.

വിനയ മുന്നോട്ടേക്കു നടന്നു.

മുറിയിലേക്കു കടക്കുമ്പോൾ സോജ അസ്വാസ്ഥ്യം പ്രകടിപ്പിച്ചു.

-ആ താഹിറിന് തനി കിറുക്കാ. ഇവിടെ അവനുണ്ടെന്ന വിവരം അയാളോടാരാ പറഞ്ഞത്. ഇനി ഉണ്ടേത്തന്നെ തൃശൂരെന്താ എലി മടയാ. ഈ രാത്രീല് എങ്ങനെ അവരെ കണ്ടേത്തും? ലോഡ്ജ് മുഴുവൻ കയറി ഇറങ്ങാൻ എന്നെക്കൊണ്ടാവില്ല.

-ചേച്ചീ നമുക്ക് പോലീസ് സ്റ്റേഷൻ വരെയൊന്നുപോകാം. എന്റെ ഒന്നുരണ്ട് പരിചയക്കാരുണ്ട് അവിടെ. ഇവിടെയുള്ള ലോഡ്ജൊക്കെ ഒന്നുതപ്പാം.

സോജ സോഫയിലേക്ക് ചരിഞ്ഞു.

-ഞാൻ വരണോ ഈ രാത്രീല്. നീ പത്രക്കാരിയല്ലേ. നിനക്ക് പ്രശ്നോന്നും ഇല്ലല്ലോ. നീയൊറ്റയ്ക്ക് പോയാൽ പോരേ.

വിനയ ഒന്നും പറയാതെ ബാത്ത് റൂമിലേക്ക് നടന്നു. കുളികഴിഞ്ഞിറങ്ങി വരുമ്പോഴും സോജ അതേ ഇരിപ്പായിരുന്നു.

-വിനയേ എന്റെ അനിയന് വട്ടാണെന്ന് നിനക്ക് എപ്പോഴെങ്കിലും തോന്നിയിട്ടുണ്ടോ?

അസ്വാഭാവികമായ ഒന്നും ഓർത്തെടുക്കാൻ വിനയക്ക് സധിച്ചില്ല. വിനോദിനെന്തുപറ്റി എന്ന ചോദ്യം എത്രയോ പ്രാവശ്യം സ്വയം ചോദിച്ചതാണ്. ഒരു പെണ്ണുമായി അവൻ ഒളിച്ചോടുക എന്നതു തന്നെ അവളെ സംബന്ധിച്ചിടത്തോളം അവിശ്വസനീയമാണ്. നോർമലായ ഒരു മനുഷ്യൻ ഒരു സുപ്രഭാതത്തിൽ ആത്മഹത്യാശ്രമം നടത്തുക; അയാൾ വളരെ പെട്ടെന്ന് ഒളിച്ചോടുക. എന്തോ, അത്ഭുതകരമായ ഒരു കെട്ടുകഥപോലെയാണ് അവൾക്കിതൊക്കെയും അനുഭവപ്പെടുന്നത്.

വിനയക്കൊന്നും പറയണമെന്ന് തോന്നിയില്ല. അവൾ പെട്ടെന്നു തയ്യാറായി.

-ചേച്ചി വരുന്നില്ലേ?

സോജ എഴുന്നേറ്റു.

-നിന്നെ ഒറ്റയ്ക്ക് വിടാനും മനസ്സു വരുന്നില്ല. അവനെ കണ്ടാലും ശരി കണ്ടില്ലേലും ശരി എനിക്കു രാവിലെ പോവണം.

അവർ രണ്ടുപേരും പുറത്തേക്കു നടന്നു.

ഗെയ്റ്റിനരികിൽ ഒരു ചെറുപ്പക്കാരൻ അവരെ തന്നെ നോക്കി നിൽക്കുന്നുണ്ടായിരുന്നു. പക്ഷെ അവരത് കണ്ടില്ല. അത് ആഷിഖായിരുന്നു.

അന്വേഷണം തുടരുന്നു - മൂന്ന്

അക്കാദമിയിലെ വാച്ച്മാൻ സേവ്യർക്ക് ആളെ മനസ്സിലായി. പക്ഷെ കൂടെയൊരു സ്ത്രീയെകണ്ടപ്പോൾ ആകെ അങ്കലാപ്പിലായി. സ്വകാര്യം ചോദിച്ചു.

-ഭാര്യയല്ലേ. ? എന്റെ പണി പൂവ്വൊ?

ഇല്ലെന്നു സമാധാനിപ്പിച്ചു. മുറി ലഭിക്കുകയാണെങ്കിൽ, അന്വേഷകർക്ക് ഏറ്റവും സാധ്യതകുറഞ്ഞ ഇടം അവിടെയാണെന്ന് അയാൾ മനസ്സിലാക്കിയിരുന്നു. ആഷിഖ് അവളെ അന്വേഷിച്ചിറങ്ങിയ കാര്യം തിരിച്ചറിഞ്ഞപ്പോൾ വിനോദ് പറഞ്ഞു.

-സോജേച്ചീടേം സ്വഭാവം വച്ച് അവരും ചാടിയിറങ്ങിയിട്ടുണ്ടാവും. വഴിനീളെ ചീത്തയും പറയും. മൂത്ത ചേച്ചിയായതുകൊണ്ട് എപ്പോഴും അവർക്കെന്നെ ശാസിക്കാൻ അധികാരമുണ്ടായിരുന്നു.

വിനോദ് ആത്മകഥാപുസ്തകത്തിലെ ഏടുകൾ ആദ്യമായി അവൾക്കു മുമ്പിൽ തുറന്നു. ക്ഷീണിതയായിരുന്നെങ്കിലും ലസിമയും സംസാരിക്കാൻ താല്പര്യം കാണിച്ചു. തേജസ്വിനിയെക്കുറിച്ചാണ് അവൾ ഏറെയും സംസാരിച്ചത്. താരിഖലിയും തേജസ്വിനിയും തമ്മിൽ തീവ്രമായ സൗഹൃദം നിലനിന്നിരുന്നുവെന്ന് ലസിമ സമർത്ഥിച്ചു. വിനോദ് അതംഗീകരിച്ചില്ല. ഒരു പ്രണയ കഥയിലെ നായികാനായകന്മാരായി അയാളവരെ സങ്കല്പിച്ചു. സൗഹൃദങ്ങൾ പോലും തിരിച്ചറിയാത്ത കപടമായ സംസ്കാരിക അന്തരീക്ഷമാണ് ഒരു മലയാളി പുരുഷൻ രൂപപ്പെടുത്തുന്നത് എന്ന അവളുടെ വാക്കുകൾ അയാളെ നിശ്ശബ്ദനാക്കി.

തലേദിവസത്തെ ഉറക്കമില്ലായ്മയും കബനിയുമായുള്ള മല്ല യുദ്ധവും യാത്രാക്ഷീണവും ലസിമയെ പെട്ടെന്നുറക്കത്തിലേക്ക് തള്ളിവീഴ്ത്തി.

അയാൾക്കുറക്കം വന്നേയില്ല. കുറേനേരം കസേരയിൽ ചാരിക്കിടന്നു. പിന്നെയെന്തോ ഓർത്തതുപോലെ പുസ്തകം വലിച്ചെടുത്തു.

അയാൾ അൽകാഫിറൂൻ തുറന്നു.

അധ്യായം – നൂറ്റിപത്തൊൻപത്
ആരണ്യകാണ്ഡം

ഉമ പറഞ്ഞു:

-ഞാനും ഹൈദരാബാദ് ഘരാനയിലുൾപ്പെട്ട ഹിജഡയാണ്. ബാംഗ്ലൂരിലെ ജമാഅത്തിൽ വെച്ച് ഹിജഡകളുടെ കമ്മ്യുണിലേക്ക് പ്രവേശനം നേടി. രമണിയുടെ ചേലയായിമാറി. ഒരു വർഷം സത്‌ലമിൽ താമസിച്ചുകൊണ്ട് കമ്മ്യുണിന്റെ ആചാരാനുഷ്ഠാനങ്ങൾ സ്വീകരിച്ച് ബതായ്‌യും സെക്സ് വർക്കും നടത്തി ജീവിച്ചു. ഒരു വർഷം കഴിഞ്ഞപ്പോൾ ഹൽദിമെഹന്തി എന്ന മൈലാഞ്ചിയിടൽ കർമ്മത്തിലൂടെ യഥാർത്ഥ ഹിജഡ കമ്മ്യുണിലേക്ക് റിക്രൂട്ട് ചെയ്യപ്പെട്ടു. ഇടയ്ക്ക് തൃശൂരേക്ക് വരും. മടുക്കുമ്പോൾ പിന്നെയും ബംഗളൂരിലേക്ക് പോകും. ട്രാൻസ്ജെണ്ടറുകളെ പരസ്പരം അംഗീകരിക്കുകയും സ്നേഹിക്കുകയും ബഹുമാനിക്കുകയും ചെയ്യുന്നത് ഞങ്ങളുടെ കമ്മ്യുണുകളിൽ മാത്രമാണ്. മൂന്നാം ലിംഗത്തിൽ പെട്ട ഞങ്ങളെ വ്യക്തികളായി അംഗീകരിക്കാത്ത ഏറ്റവും നിന്ദ്യമായ സമൂഹം കേരളത്തിലേതാണ്. ശിവശക്തിരൂപം ഹിജഡകളുടെ ആർക്കിടൈപ്പാണെന്ന് പലരും തിരിച്ചറിയുന്നില്ല. കൃഷ്ണൻ കോത്തിയാണ്. രാധയെയും അർജുനനെയും സ്നേഹിച്ച കൃഷ്ണൻ കോത്തികളെന്ന ഡബിൾ ഡക്കേഴ്സിന്റെ ആദിരൂപമാണ്. എല്ലാ ദൈവങ്ങളും ഹിജഡയാണ്. എല്ലാ മനുഷ്യർക്കും ഹിജഡയുടെ മനസ്സുണ്ട്. എങ്കിലും ഹിജഡകളെ പീഡിപ്പിക്കാനും പരിഹസിക്കാനുമാണ് ശ്രമിക്കുന്നത്. കാപട്യം നിറഞ്ഞ ഒരു സമൂഹത്തിൽ, എല്ലാവരും ആണായും പെണ്ണായും അഭിനയിക്കുകയാണ്. ആണും പെണ്ണും കെട്ടവരുടെ കേരളത്തിൽ മൂന്നാം ലിംഗക്കാരായ ഞങ്ങൾ തന്നെയല്ലേ അലീക്കാ യഥാർത്ഥ മനുഷ്യർ?

അധ്യായം - നൂറ്റി ഇരുപത്
യുദ്ധകാണ്ഡം

മാധവേട്ടൻ പറഞ്ഞു:

-താരിഖ്,

'എഷാ വൈ ഹരേ:
സർവേശ്വരീ സർവ വിദ്യാസ സനാനീ
കൃഷ്ണ പ്രാണാധി ദേവീ
ചേതി വിവിക്തേ ദേവാസ്തുവന്തി
യസ്യാഗതീം വക്തും ന ചോത്സഹേ
സ വൈ യസ്യ പ്രസീദതി
തസ്യ കരതലാവകലിത സകല മിതി
ഏതാ മവജ്ഞായ യ:
കൃഷ്ണമാരാധയിതു മിച്ഛതി
സമൂഢതമോ മൂഢതമശ്ചേതി
അഥഹൈതാനി നാമാനി
ഗായന്തി ശ്രുതയ'

എന്നാണ് രാധോപനിഷത്തിൽ പറയുന്നത്. കൃഷ്ണന്റെ സർവേശ്വരിയായ രാധയെ നാലുവേദങ്ങളും സ്തുതിക്കുന്നു. ആയുഷ്കാലം മുഴുവൻ വിവരിച്ചാലും തീരാത്ത വിധം രാധയുടെ ഗുണഗണങ്ങൾ അപാരമാണ്. രാധയെ അവഗണിച്ച് കൃഷ്ണനെ ആരാധിക്കുന്നവർ പരമ മൂഢന്മാരാണ്. ഇത് പുരുഷ കേന്ദ്രിതബോധമുള്ള ദൈവദാസന്മാർ കണ്ടില്ലെന്നു നടിക്കും. വൃന്ദാവനത്തിന്റെ അധീശ്വരനായ, യാദവരുടെ സർവ്വേശ്വരനായ കൃഷ്ണൻ ആരാധിക്കുന്ന ദേവിയാണ് രാധയെന്ന് രാധോപനിഷത്ത് വ്യക്തമാക്കുന്നു. ഇതൊന്നും അറിയാതെയാണ് സകലവന്മാരും തന്ത്രിപ്പണിക്കിറങ്ങുന്നത്. രാധയെന്നല്ല ഒരു പെണ്ണിനെയും തിരിച്ചറിയാത്ത മൂഢന്മാരാണവർ. രാധോപനിഷത്ത് വായിക്കുന്ന വ്രതഹീനനും വ്രതപൂർണ്ണനായി തീരുമെന്നുള്ള വിശ്വാസം കൊണ്ടെങ്കിലും അല്പജ്ഞാനികളായ ഹൈന്ദവരിത് വായിക്കേണ്ടതല്ലേ?

അധ്യായം – നൂറ്റി ഇരുപത്തിഒന്ന്
കിഷ്കിന്ധാകാണ്ഡം

വാര്യർ സാർ പറഞ്ഞു:

-അലീ നമ്മുടെ ആദിദൈവം ശിവനാണ്; ആദിദ്രാവിഡ ദൈവവും. ആര്യന്മാരുടെവരവിനുമുമ്പ് തന്നെ ഇവിടെയുണ്ടായിരുന്ന ജനത യോഗാസനസ്ഥനായ പരമേശ്വരനെ ആരാധിച്ചുവന്നിരുന്നു. ഏറ്റവും പ്രാകൃതനായ ദൈവമാണ് ശിവൻ. കാർഷികസമൂഹത്തിന്റെ സൃഷ്ടിയാണ് ശൈവവാഹനമായ കാള. ഭാരതത്തിൽ കണ്ടുകിട്ടിയ ഏറ്റവും പഴക്കമുള്ള ആരാധനാവിഗ്രഹം ഹാരപ്പയിലെ ശിവലിംഗമാണ്. താന്ത്രികകർമ്മ വേദികളായിരുന്നു ക്ഷേത്രങ്ങൾ. ലിംഗപൂജചെയ്യുന്നവരെ അസുരന്മാരെന്ന് ആര്യന്മാർ വിളിച്ചു. പക്ഷെ പിന്നിട് അതേ ശിവനെ ആര്യന്മാരും ആരാധിച്ചു. ആര്യന്മാരുടെ ത്രിമൂർത്തികളിലൊരാളായിതീർന്നു ശിവൻ. ദ്രാവിഡീയമായ സംസ്കാരത്തിന്റെ ഉല്പന്നമായ ത്രാന്തികമതത്തിലെ താന്ത്രീക പൂജയുടെ അടിസ്ഥാനം ശിവശക്തിസമ്മേളനമാണ്. ശിവൻ പുരുഷനും ശക്തി സ്ത്രീയുമാണ്. പ്രകൃതിപുരുഷസംയോഗത്തിന്റെ പ്രതീകമാണ് ശിവലിംഗം. ലിംഗ-യോനീ ആരാധനയാണ് ശിവലിംഗ പൂജ. ലൈംഗികാവയവങ്ങൾ ദൈവികപരിവേഷമുള്ളവയും സ്ത്രീ പുരുഷസംയോഗം ദിവ്യകർമ്മവുമായിതീരുന്നു. ശിവന്റെ കഴുത്തിലണിയുന്ന പാമ്പ് തന്ത്രയോഗപ്രകാരം പ്രപഞ്ചമാതാവായ ശക്തിസ്വരൂപിണിയുടെ പ്രതീകമാണ്. സർപ്പസ്വരൂപിണിയായ ശക്തിയെ ഉണർത്തുകയാണ് യോഗവിദ്യയുടെ പരമമായ ലക്ഷ്യം. ശക്തിയെ നേരിട്ട് ആരാധിക്കുന്ന മാടായിക്കാവുപോലുള്ള ആരാധനാകേന്ദ്രങ്ങളും നിരവധിയാണ്. കോലസ്വരൂപത്തിന്റെ അധിദേവതയായ മാടായിക്കാവിലെ തിരുവർകാട്ടമ്മയ്ക്ക് ഇന്നും ശാക്തേയ പൂജയാണ് പഥ്യം. ശാക്തേയരായ പിടാരർ അവിടെ പൂജ നടത്തുന്നു. രക്തവും മാംസവും മദ്യവും അമ്മയ്ക്ക് നിവേദ്യമായിരുന്നു. കാമോത്സവമായ പൂരോത്സവം ഇന്നും കാവിൽ നടത്താറുണ്ട്. ശാക്തേയമതവും കാമവും തമ്മിൽ ബന്ധമുണ്ട്. ശാക്തേയമതത്തിന്റെ ധ്യാനരൂപം സംഭോഗമാണ്. വേദസമ്മതമായ കൗളാചാരത്തിൽ മദ്യം, മത്സ്യം, മാംസം, മുദ്ര മൈഥുനം എന്നീ പഞ്ച മകാരങ്ങൾ പ്രസക്തമാണ്. മഹത്തായ എന്ന അർഥത്തിലുള്ള മഹാപദവും മുദ്രയും കൂടിച്ചേർന്ന് സ്ത്രീയെ മഹാമുദ്രയെന്നു വിളിക്കുന്നു. എല്ലാ സ്ത്രീകളും സാധകരാൽ മഹാ

മുദ്രയായി സന്തോഷിപ്പിക്കപ്പെടേണ്ടവരാണ്. അമ്മ, സഹോദരി, മകൾ, സഹോദരിപുത്രി എന്നിവരുമായി ലൈംഗികബന്ധം നടത്തുന്ന സാധകന് അയാളുടെ അന്തിമ ലക്ഷ്യമായ തത്വയോഗം എളുപ്പത്തിൽ നേടാൻ കഴിയും. തന്ത്രയോഗത്തിലൂടെ ലൈംഗികചോദനയായ കുണ്ഡലിനിയെ ഉണർത്തുന്നു. കുണ്ഡലിനി കിടക്കുന്നത് മൂലാധാരത്തിലാണ്. സ്ത്രീയിലും പുരുഷനിലുമുള്ള കുണ്ഡലിനി എന്ന സർപ്പ ശക്തിയെ താന്ത്രികവിദ്യയിലൂടെ ഉണർത്തുന്നു. വിശുദ്ധമായ ലൈംഗികതയെ ഉപാസിക്കുന്ന നമ്മളും വിശ്വാസികളല്ലേ അലീ?

ഹിജ്റ

'എല്ലാ ദൈവങ്ങളും ഹിജഡയാണ്'. ഉമാനാഥന്റെ വാക്കുകൾ തന്നെയായിരുന്നു അയാളെക്കുറിച്ച് ചോദിക്കുമ്പോഴും വിനോദിന്റെ മനസ്സിൽ. തട്ടുകട നടത്തുന്നയാൾ ചുറ്റും നോക്കി.

-ഇവ്ട്ണ്ടാവും. കാണണില്ലലോ പന്നീനെ.

അയാൾ വടക്കെസ്റ്റാന്റിന്റെ മറ്റേ അറ്റത്തേക്ക് ഏന്തി വലിഞ്ഞു നോക്കി.

-നമ്പർണ്ട്.

നമ്പർ തന്നു. ലസിമ സെൽഫോണിൽ വിളിച്ചപ്പോൾ 'ദാ എത്തി' എന്നായിരുന്നു മറുപടി.

അഞ്ചു മിനിറ്റിനകം ഉമാനാഥ് എത്തി.

-ന്ത്ട്ട്ണ് വേണ്ടത്?

ഒരു ടീനേജുകാരിയുടെ രൂപം. ശബ്ദവും വേഷവും പുരുഷന്റേത്. ഉമ ലസിമയെ തുറിച്ചുനോക്കി.

-ഇതാര്ണ്. അലീക്കാന്റെ പെങ്ങള് കുട്ട്യണോ?

വിനോദിന്റെയുള്ളിലും ഒരു മിന്നലുണ്ടായി. ഫോട്ടോയിൽ കണ്ട താരിഖലിയും ലസിമയും വിദൂരമായ എന്തോ സാദൃശ്യമുണ്ടോ?

'അല്ല' എന്ന് ലസിമ പറഞ്ഞപ്പോൾ ഉമാനാഥ് നിശ്ശബ്ദനായി. അലിയെക്കുറിച്ചുള്ള വിനോദിന്റെ ചോദ്യം അയാളെ അസ്വസ്ഥനാക്കിയതായി തോന്നി. പക്ഷെ തനിക്കൊന്നുമറിയില്ലെന്ന് പറഞ്ഞ് അയാൾ തിരിഞ്ഞു നടക്കുകയായിരുന്നു.

-ഉമേ.

ലസിമ സൗമ്യമായി വിളിച്ചു.

ഉമ നിന്നു. അയാൾ കണ്ണു തുടച്ചു. ലസിമയുടെ കണ്ണുകളിലേക്ക് അയാൾ ഉറ്റുനോക്കി.

-മിണ്ടണ്ട എന്ന് കരുതീതാ. ന്ത്ട്ട് ചെയ്യാനാ. ഇത് അലീക്കാന്റെ പെങ്ങള് തന്ന്യണ്. അലീക്ക ന്റെരു ദെയിര്യാണ്. പിശാശ്ക്കൾടെ എ ടേല് മനുഷ്യനെ ത്രന്നും കണ്ട്ല്ല. ജെൻണ്ടർന്റെ പ്രശ്നം അലീക്കാക്ക് അറിയും.

അയാൾ കഥയുടെ കെട്ടഴിച്ചു.

ബംഗളൂരിലെ ഡോ. സോമണ്ണന്റെ കൂടെയാണ് താരിഖലി ആദ്യം ഹിജഡ കമ്മ്യൂണിലേക്ക് കടന്നുവന്നത്. ട്രൻസ്ജെണ്ടറൂടെ പ്രശ്നം തിരിച്ചറിയാത്ത പൊതുസമൂഹത്തെ വിമർശിച്ചു കൊണ്ടാരംഭിക്കുന്ന അലിയുടെ പഠനപ്രബന്ധം ചർച്ചചെയ്യപ്പെട്ടുകൊണ്ടിരിക്കുന്ന കാലമാ യിരുന്നു അത്. എല്ലാ ദൈവങ്ങളും ഹിജഡകളാണെന്ന അലിയുടെ വാദം കമ്മ്യൂണിലെ ഹിജഡകളുടെ ആരാധ്യപുരുഷനായി അലിയെ മാറ്റി. കൃഷ്ണാർജ്ജുന സ്വവർഗപ്രണയവും മുഹമ്മദിനെക്കുറിച്ചുള്ള പരാമർശവും ട്രാൻസ്ജെണ്ടറുകളുടെ ലോകത്തിലെ ഹിജ്റയായി, വിശുദ്ധനായി അലിയെ മാറ്റി. കൂവഗത്തെ കൂത്താണ്ടവർ കോവി ലിൽ ഉമയോടൊപ്പം നൃത്തം ചവിട്ടിയ അലിയെ ആ ഹിജഡ വരച്ചു കാണിച്ചു. പക്ഷേ അലി എവിടെയാണ് എന്ന ചോദ്യത്തിന് അയാൾ ഉത്തരം പറഞ്ഞില്ല. അയാൾ എന്തോ ഓർത്തു നിന്നു. എന്നിട്ട് ഉറച്ച സ്വരത്തിൽ പറഞ്ഞു.

-അലീക്കനെ കൊല്ലാൻ പറ്റ്ല്ല്യ. റാവു ഡോക്ടറ് അലീക്കാന്റെ ആൾണ്. മൂപ്പരെ ഒന്ന് കാണ്.

അയാൾ നിർത്തി. ലസിമയുടെ കണ്ണുകളിലേക്ക് വല്ലാത്തൊരു വത്സല്യത്തോടെ നോക്കി.

-അലീക്കാനെ ന്മ്മക്ക് കണ്ടെത്താം.

ലസിമ അത്രയും നേരം മിണ്ടാതിരിക്കുകയായിരുന്നു. കലങ്ങിയ കണ്ണുകൾ അവൾ വിനോദിൽ നിന്ന് മറച്ചുപിടിക്കാൻ ശ്രമിക്കുകയാ യിരുന്നു.

കൊടും കൊലയൂർ

തിരുവള്ളൂരിലേക്ക് നടക്കുമ്പോൾ ലസിമ പറഞ്ഞു.

-ഇതാണ് മോസ്കോ

അയാൾക്കത് മോസ്കോ ആയിട്ടനുഭവപ്പെട്ടില്ല.

റോഡരികിലെ വീട്ടിലേക്ക് സംശയലേശമന്യേ ലസിമ കയറിച്ചെന്നു. താരിഖിന്റെ ജ്ഞാനയോഗത്തിലെ തപസ്വി ഡോ. സി എൻ പി തനിച്ചായിരുന്നില്ല.

-ഇരിക്കാം.

മുമ്പെപ്പോഴോ യൂണിവേഴ്സിറ്റിയിൽ വെച്ച് സംസാരിച്ചപ്പോളനുഭവപ്പെട്ട മാന്യതയും എളിമയും ആ വാക്കുകളിൽ വിനോദ് തിരിച്ചറിഞ്ഞു.

-കേരളവർമ്മയിലെ കുട്ടികളാണ്. ഇവരെയൊന്ന് പറഞ്ഞ് വിടട്ടെ. കുട്ടികൾ കൊടുങ്ങല്ലൂരിനെക്കുറിച്ച് ഡോക്യുമെന്ററി എടുക്കാനുള്ള തയ്യാറെടുപ്പിലാണ്. ഞാനിപ്പോൾ വരാം.

അഞ്ചാറുപേരുണ്ടായിരുന്നു.

ഡോ. സി. എൻ. പി യുടെ ശബ്ദം ഉയർന്നുകേട്ടു.

-ഈ ദേശത്തിന്റെ ചരിത്രവും വർത്തമാനവും ഭീതിയുടെതും പകയുടേതുമാണ്. എല്ലാ മതങ്ങളുടേയും സംഗമഭൂമിയായിരുന്നു കൊടുങ്ങല്ലൂരെങ്കിലും ഹിന്ദുത്വത്തിന്റെ വ്യാപനത്തോടെ അത് കീഴ്മേൽ മറിയുന്നുണ്ട്. കൊടുങ്ങല്ലൂരമ്പലം ഹിന്ദുക്കൾ കയ്യടക്കിയതാണെന്ന കാര്യത്തിൽ ചരിത്രകാരന്മാർക്ക് രണ്ടഭിപ്രായമില്ല. തെറിപ്പാട്ടിന്റെ ഉത്ഭവം പോലും ഭിക്ഷുണികളെ ഓടിക്കാൻ വേണ്ടി ആരംഭിച്ചതാണെന്ന പ്രബലമായ വാദഗതിയും നിലനിൽക്കുന്നുണ്ട്. പിൽക്കാലത്ത് ഇ. ഗോപാലകൃഷ്ണമേനോനെന്ന കമ്മ്യൂണിസ്റ്റ്കാരനെ ഇന്ത്യയിലാദ്യമായി നിയമ നിർമ്മാണ സഭയിലേ ക്കയച്ച കൊടുങ്ങല്ലൂരിൽ ഇന്ന് ഹിന്ദുത്വം ശക്തിപ്രാപിക്കുകയാണ്. എത്രയോ സംഘർഷങ്ങൾ കൊടുങ്ങല്ലൂരിൽ നടന്നുകഴിഞ്ഞു. ഏകപക്ഷീയമായ ആക്രമണങ്ങളാണ് ഇവിടെ

നടക്കുന്നതെന്ന് എനിക്ക് അഭിപ്രായമില്ല. പക്ഷേ കൊടുങ്ങല്ലൂരിന്റെ സെക്കുലർ സ്വഭാവം തകർന്നുകഴിഞ്ഞു.

കുട്ടികൾ യാത്ര പറഞ്ഞിറങ്ങി.

നനുത്ത ചിരിയോടെ ഡോ. സി. എൻ. പി. അടുത്തുള്ള കസേരയിൽ വന്നിരുന്നു.

-ലസിമയും വിനോദും താരിഖിനെ തേടി ഇറങ്ങിയതാണല്ലേ? എനിക്കു നിങ്ങളെ രണ്ടുപേരേയും പരിചയമില്ല. തേജസ്വിനി വിളിച്ചിരുന്നു. നിങ്ങളുടെ രണ്ടുപേരുടേയും ജീവൻ അപകടത്തിലാണത്രേ. ഇവിടെ എത്തിയിട്ടുണ്ടെങ്കിൽ തിരിച്ചുവിളിക്കാൻ പറഞ്ഞിരുന്നു. അവരിങ്ങോട്ടുവരാമെന്ന്. ഞാനവളെ വിളിക്കട്ടെ.

-വേണ്ട.

ലസിമയാണ് പറഞ്ഞത്.

-ഞങ്ങൾ സാറിനെ കാണാൻ വേണ്ടി വന്നതാണ്. കണ്ടു. ഇനി അല്പം സംസാരിച്ചിട്ടു പോവണം. അത്രയേ ഉള്ളൂ.

-ലസിമാ താരിഖിനെക്കുറിച്ച് എനിക്കത്രയൊന്നും അറിയില്ല. തേജസ്വിനി അവന്റെ അടുത്ത കൂട്ടുകാരിയായിരുന്നു. പിന്നെ റാവു.

സെൽഫോൺ ശബ്ദിച്ചു. അദ്ദേഹം പറഞ്ഞു.

-തേജസ്വിനിയാണ്. ഞാനെന്താണ് പറയേണ്ടത് കുട്ടികളേ?

-ഞങ്ങളിവിടെ നിന്നിറങ്ങി എന്നു പറഞ്ഞോളൂ സാർ.

അദ്ദേഹം എന്താണ് സംസാരിക്കുന്നതെന്ന് അവർക്ക് മനസ്സിലായില്ല.

-നിങ്ങളോട് ഒരു പതിനഞ്ചുമിനിറ്റ് വെയിറ്റ് ചെയ്യാൻ. അവർ ഇപ്പോഴിങ്ങെത്തും.

-സോറി സാർ. ഞങ്ങളിറങ്ങുകയാണ്.

ലസിമയെഴുന്നേറ്റു; വിനോദും. ഡോ. സി. എൻ. പി എതിർത്തില്ല.

മദർ

ലിറ്റിൽ ഫ്ളവർ കോൺവെന്റിന്റെ ഗേറ്റിനരികിലെത്തിയപ്പോൾ അയാളൊന്നു നിന്നു. നേരം ഇരുട്ടിത്തുടങ്ങിയിരിക്കുന്നു. നാളേക്ക് മാറ്റി വച്ചാലോ എന്ന് ചോദിച്ചപ്പോൾ ലസിമ നിഷേധസ്വരത്തിൽ തലയാട്ടി. മടിയോടെ് അവളെ പിന്തുടർന്ന് അയാൾ കോമ്പൗണ്ടിനകത്തേക്ക് കടന്നു. ഒരു തടിച്ചസിസ്റ്റർ സംശയഭാവത്തിൽ നോക്കി. മദർ ഗ്രേസിയെക്കുറിച്ച് ചോദിച്ചപ്പോൾ അവർ അതൃപ്തി പ്രകടിപ്പിച്ചു. വളരെ ദൂരത്തുനിന്നു വരികയാണെന്ന് പറഞ്ഞപ്പോൾ ഒന്നയഞ്ഞു.

-എന്നതാ രാത്രീലാണോ മഠത്തിലേക്ക് വരണത്? അഞ്ചു മിനിറ്റേ എടുക്കാവുള്ളൂ.

അവർ ചെറുപ്പക്കാരിയായ മറ്റൊരു സിസ്റ്ററെ വിളിച്ച് മുറി കാണിച്ചു കൊടുക്കാൻ പറഞ്ഞു. മദർ ഗ്രേസി കിടക്കുകയായിരുന്നു. മുറിയിൽ ആയുർവേദമരുന്നുകളുടെ ഗന്ധം.

-മദർ.

ലസിമ പതുക്കെ വിളിച്ചു.

-ഇരിക്കൂ കുഞ്ഞുങ്ങളേ.

അവർ പതുക്കെ തുടർന്നു.

-ആറുമാസായി കെടപ്പാണ്. സ്ട്രോക്കാണ്. ഒരു ഭാഗം. സംസാരിക്കാം. ഇങ്ങനെ.

താരിഖലിയുടെ കൂട്ടുകാരാണെന്നു പരിചയപ്പെടുത്തി.

-അവനെന്ത്യേ.

രണ്ടുപേരും ഒന്നും പറഞ്ഞില്ല.

അങ്ങോട്ടുചോദിക്കാനുള്ള എല്ലാ ചോദ്യങ്ങളും അപ്രസക്തമായിക്കഴിഞ്ഞു എന്ന് വിനോദ് തിരിച്ചറിഞ്ഞു. അലി എവിടെയാണെന്ന് അതറിയാത്ത തങ്ങളോടാണ് എല്ലാവരും ചോദിക്കുന്നത്. ലസിമ എന്തിനുവേണ്ടിയാണ് ഇറങ്ങിത്തിരിച്ചത് എന്ന് അയാൾക്ക് എത്ര

ആലോചിച്ചിട്ടും മനസ്സിലായില്ല.

-അവനെന്നതാപറ്റിയേ. കുറേക്കാലായി കണ്ടിട്ട്. എക്സ്പ്രസ്സിലെ പാർവതീനായരാണ് എന്നെക്കുറിച്ചവനോട് പറഞ്ഞത്. ആദ്യോക്കെ ദേഷ്യായിരുന്നു. പിന്നെയവനെന്റെ കൊച്ചായി. ഈ മഠത്തില് അവനേറെ സ്വാതന്ത്ര്യമുണ്ടായിരുന്നു. പലർക്കും ഇഷ്ടമല്ലെങ്കിലും. ആ കൊച്ചിനെ കൊരട്ടിമുത്തിക്ക് ഇഷ്ടായിരുന്നൂന്ന് എനിക്കറിയാം

അവർ ഭൂതകാലത്തെ ചികയുന്നതുപോലെ, മുകളിലേക്ക് നോക്കിക്കിടന്നു.

-ഇവിടെയെത്തിയാൽ അവനെന്റെ കൊച്ചായിരുന്നു. അവന് എല്ലാവരും ഒന്നായിരുന്നു. ദൈവദാസന്മാരായ ഞങ്ങൾക്കും എല്ലാവരും ഒന്നു തന്നെ. ഇപ്പല്ലേ ക്രിസ്ത്യാനികൊച്ചുങ്ങളെ ക്രിസ്ത്യാനികളുടെ സ്കൂളിപഠിപ്പിക്കണോന്ന് തിരുമേനിമാര് പറയാൻ തുടങ്ങിയത്.

മുറിയിലേക്ക് കടന്നുവന്ന സുന്ദരിയായ സിസ്റ്റർ ഓർമ്മിപ്പിച്ചു.

-മദർ. ഒരുപാട് സംസാരിക്കേണ്ടെന്ന് സിസ്റ്റർ തെരേസ പറഞ്ഞു.

-വേണ്ടാതീനം പറയുന്നത് എന്റെയൊരു ശീലാന്ന് തെരേസയ്ക്ക് തോന്നുന്നുണ്ടാവും ഇല്ലേ ആഗ്നസ്. ?

സിസ്റ്റർ ആഗ്നസ് ഒന്നു സംശയിച്ച ശേഷം പുറത്തേക്കുപോയി.

-കൊച്ചുങ്ങളെവിടെയാ താമസിക്കുന്നേ?

ലസിമ പറഞ്ഞു.

-ഏതെങ്കിലും ലോഡ്ജ് നോക്കണം.

-താരിഖിന്റെ കൂട്ടുകാരിക്ക് ഈ മഠത്തിൽ കൂടാം. കൂട്ടുകാരനെ നിർത്താൻ പറ്റില്ല. കൂട്ടുകാരന് വേണമെങ്കിൽ ഫാദർ വർഗീസിന്റടുത്ത് താമസിക്കാം. അങ്കമാലിവരെ പോകണം.

അയാളെ അമ്പരപ്പിച്ചുകൊണ്ട് ലസിമ പറഞ്ഞു.

-വിനോദ് ഞാൻ മദറിന്റെയടുത്ത് താമസിക്കാം.

-ഒന്നെന്നെ താങ്ങിയേ കൊച്ചേ.

ലസിമ അവരെയൊന്നുയർത്തി. തലയണ ഉയർത്തിവെച്ച് അവർ ചരിഞ്ഞു കിടന്നു.

-മദറിന്റെ ജീവിതം ഞാനെഴുതെട്ടേന്ന് അലി ചോദിച്ചാരുന്നു. വയസ്സ് കാലത്ത് സൂസൻ ഷീൽഡ്സിനെപ്പോലെ മഠം വിട്ടുപോവാനുള്ള ചങ്കൂറ്റമില്ലെന്ന് ഞാൻ പറഞ്ഞാരുന്നു. അല്ലേ പിന്നെ കൊന്നേച്ചുകളയും. പണ്ടൊരു സിസ്റ്ററെ കൊന്നിട്ട് കേസും കോടതീം സി. ബി. ഐയുമായി വർഷം എത്രയായി. കർത്താവിനേക്കാൾ വലിയവരാണ്

കൊച്ചുങ്ങളേ കർത്താവിന്റെ സുവിശേഷകർ. ഇപ്പൊ ഒരു സിസ്റ്ററ് മഠം വിട്ടിറങ്ങയില്ല്യോ? എന്നതാ അവരുടെ പേര്? മറന്നുപോയി. ഇനിയും പലരുമിറങ്ങും. ഞാനെന്നതാ കൊച്ചേ പറഞ്ഞു വന്നത്? ഓർമ്മയൊക്കെ പോയി. അലിയെക്കുറിച്ചല്ല്യോ? തന്നെ. തന്നെ. അവനെന്നെക്കുറിച്ചെഴുതിയോ? എഴുതട്ടെ. പലർക്കും അറിയാവുന്ന കഥയാണത്.

അഞ്ചുമിനിറ്റെന്ന് പറഞ്ഞ് അകത്തേക്കുവിട്ട സിസ്റ്റർ മുറുമുറുക്കുന്നുണ്ടാവും.

വിനോദ് എഴുന്നേറ്റു.

മദർ അയാളോട് പറഞ്ഞു.

-ഇവിട്ന്ന് ആലുവാബസ്സിന് അങ്കമാലീലെറങ്ങാം. അവിടെ ട്രാൻസ്പോർട്ട് ഡിപ്പോയുടെ അടുത്ത് നിന്ന് ഒരഞ്ഞൂറ് മീറ്റർ നടന്ന് ഇടത്തോട്ട് ഒരു റോഡിലെത്തും. അവിടെ നിന്നാരോടെങ്കിലും ചോദിച്ചാൽ ഫാദർ വർഗീസിന്റെ അരമന പറഞ്ഞു തരും. ഞാൻ ആഗ്നസ്സിനെക്കൊണ്ട് വിളിപ്പിച്ചേക്കാം.

വിനോദ് പുറത്തേക്കു നടന്നു. ലസിമയും പുറകെ വന്നു.

-മഠത്തിലോ അരമനയിലോ മറ്റോ ആണെങ്കിൽ ഇന്നു രാത്രി കുറച്ചുകൂടി നമ്മൾ സെയ്ഫായിരിക്കും. അതാണ് ഞാൻ.

ലസിമയുടെ വാക്കുകൾ വിനോദ് അവഗണിച്ചു. അയാൾ ശബ്ദം താഴ്ത്തി ചോദിച്ചു.

-ഇന്ന് എനിക്കുറക്കം വരില്ല. താരിഖിന്റെ പുസ്തകം ഞാൻ കൊണ്ടുപോയേക്കാട്ടെ.

-അത് വേണോ വിനോദ്? നീയവിടെ എത്താൻ തന്നെ വൈകും. പിന്നെ ഭക്ഷണം കഴിച്ച്, വായിക്കാനൊക്കെ സമയം ഉണ്ടാവുമോ? അതൊരു ബുദ്ധിമുട്ടല്ലേ?

-എന്റെ ബുദ്ധിമുട്ടാണോ ലസിമയ്ക്കു പ്രശ്നം. അതല്ലെങ്കിൽ പുസ്തകവുമായി കടന്നുകളയുമോ എന്ന പേടിയോ?

ലസിമ പിന്നെയൊന്നും പറഞ്ഞില്ല.

പുസ്തകം അയാളെ ഏല്പിച്ചു.

-ഞാൻ രാവിലെ ഇങ്ങോട്ടേക്ക് വരാം. അപ്പോഴേക്കും നീ തയ്യാറായിരുന്നാൽ മതി.

വിനോദ് പുറത്തേക്കു നടന്നു.

ലസിമ സംശയത്തോടെ അയാളെ നോക്കി നിന്നു.

ഇടയലേഖനങ്ങൾ

ഫാദർ വർഗീസിന് സന്ദർശകരേറെ ഉണ്ടായിരുന്നു. മഠത്തിൽനിന്ന് വിളിച്ചതുകൊണ്ട് ബുദ്ധിമുട്ടിയില്ല. ഭക്ഷണം നൽകാനും മുറി കാണിച്ചു തരാനും മറ്റൊരാളാണ് വന്നത്. സമയം പത്തുമണി കഴിഞ്ഞെങ്കിലും ഫാദറെ കണ്ടില്ല. മേശമേൽ കിടക്കുന്ന പുസ്തകം അലക്ഷ്യമായി മറിച്ചുനോക്കികൊണ്ടിരിക്കുമ്പോഴാണ് ഫാദർ കടന്നുവന്നത്.

-കാത്തിരുന്നു മുഷിഞ്ഞുവോ?

ഫാദർ നനുത്ത ചിരിയോടെ ചോദിച്ചു.

-ഇല്ല.

-ഇന്നല്പം തിരക്കുണ്ടായിരുന്നു. മഠത്തീന്ന് വിളിച്ചിരുന്നു. താരി ഖലിയുടെ സുഹൃത്ത് വരുന്നുണ്ടെന്ന്.

വിനോദ് മറിച്ചുനോക്കിക്കൊണ്ടിരിക്കുന്ന പുസ്തകം നോക്കിയിട്ട് ഫാദർ ചോദിച്ചു.

-വായിച്ചപുസ്തകമാണോ? ഡോക്ടർ ഹാൻസ് പിക്കറിന്റെതാണ്.

-ഇല്ല.

-അതിലൊരു പ്രയോഗമുണ്ട്. ഐ ലൈക് എതീസ്റ്റ് ദാൻ ഫണ്ട മന്റലിസ്റ്റ്. നിങ്ങളുടെ താരിഖലി എതീസ്റ്റായിരുന്നു. ഞാനയാളെ ഇഷ്ടപ്പെടുന്നു.

താരിഖലി ആവശ്യക്കാർക്കനുസരിച്ച് മാറിക്കൊണ്ടിരിക്കുക യാണെന്ന് വിനോദ് സംശയിച്ചു. താരിഖലി ഒരെതീസ്റ്റാണെന്ന് അയാൾ ക്കൊരിക്കലും തോന്നിയിരുന്നില്ല.

ഫാദർ യാത്രയുടെ ഉദ്ദേശ്യലക്ഷ്യങ്ങൾ ചോദിച്ചറിഞ്ഞു.

-താരിഖലി അന്വേഷിച്ച് കണ്ടേത്തേണ്ട മനുഷ്യനല്ല. അജ്ഞാനി കളുടെ ദൈവാന്വേഷണം പോലെയാണത്. കണ്ടെത്താൻ സാധ്യമല്ല.

താരിഖലിയെക്കുറിച്ച് ഫാദർ ഏറെ നേരം സംസാരിച്ചു. അലിയുടെ പുസ്തകം അദ്ദേഹം മറിച്ചു നോക്കി.

-ഇതിലെന്റെ അഭിപ്രായവും താരിഖലി കുറിച്ചുവച്ചിട്ടുണ്ട്. അഭിപ്രായങ്ങളുടെ പുസ്തകമാണിത്. ഒരു എഡിറ്ററുടെ പണിയേ അയാൾ ചെയ്തിട്ടുള്ളൂ. ഇന്നാണെങ്കിൽ അയാൾക്ക് കുറിച്ചു വെക്കാൻ എനിക്കൊരുപാട് പറയാനുണ്ടായിരുന്നു.

ഒരു കുമ്പസാരക്കൂട്ടിലെ മനസ്സുതുറക്കൽ പോലെ ആ പുരോഹിതൻ ഹൃദയം തുറന്നു.

-ഇടയലേഖനങ്ങളുടെ ദൗത്യമെന്തെന്ന് തിരുമേനിമാർ മറന്നുപോയിരിക്കുന്നു. രണ്ടാം വിമോചന സമരത്തിനുള്ള ആഹ്വാനവും നിരുപദ്രവകരമായ പാഠപുസ്തകം പിൻവലിക്കാനുള്ള സമരവും ഇലക്ഷനിൽ വേണ്ടപ്പെട്ടവർക്ക് വോട്ട് ചെയ്യാനുള്ള നിർദ്ദേശവും ഇടയലേഖനം വഴി പ്രഖ്യാപിച്ച ഭോഷന്മാരാണ് പുതിയ ഇടയന്മാർ. ദൈവപുത്രന്റെ ലോകദൗത്യമല്ല പുഴുക്കുത്തേറ്റ പൊളിറ്റിക്സാണ് അവരെ നയിക്കുന്നത്. കുഞ്ഞാടുകൾ പഴയ കുഞ്ഞാടുകളാണെന്ന് തിരുമേനിമാർ കരുതുന്നുണ്ടെങ്കിൽ അവരുടെ വിശ്വാസം തീർച്ചയായും അവരെ രക്ഷിക്കില്ല.

വിനോദിന് എതിരഭിപ്രായമൊന്നും ഉണ്ടായിരുന്നില്ല.

-താരിഖലി കാഴ്ചയ്ക്കപ്പുറത്തേക്ക് കാണാൻ ശ്രമിച്ചവനാണ്. അയാളുടെ പുസ്തകം അത് വെളിപ്പെടുത്തുന്നുണ്ട്. വേണമെങ്കിൽ രാവിലെ നമുക്ക് ഡോക്ടർ റാവുവിന്റെ ഭാര്യയെ ഒന്നു കാണാം. അവർക്കറിയാൻ സാധിക്കും താരിഖലി എവിടെ ഉണ്ടെന്ന്?

ഫാദർ പുസ്തകത്തിലെ പേജുകൾ മറിച്ചു

-വാസ്തവങ്ങളുടെ ഘോഷയാത്രയാണിത്.

അദ്ദേഹം ഒരധ്യായം ഉറക്കെ വായിച്ചു.

അധ്യായം- നൂറ്റി എൺപത്തി രണ്ട്
കോറിന്തോസുകാർക്ക് പൗലോസ് എഴുതിയ ഒന്നാം ലേഖനം

ജോസഫാശാൻ പറഞ്ഞു:

-ഐതിഹ്യങ്ങളെ ചരിത്രമാക്കാൻ ശ്രമിക്കുന്നവരാണ് കേരളീയ ക്രൈസ്തവർ. കേരളത്തിൽ വരാത്ത തോമാശ്ലീഹ നമ്പൂതിരിമാരെ എങ്ങനെയാണ് ക്രൈസ്തവരാക്കുക? തോമ്മായുടെ നടപടികൾ (ആക്ട്സ് ഓഫ് തോമാസ്) എന്ന കൽപിത കഥ എങ്ങനെ ചരിത്രമാവും? സഭയംഗീകരിക്കാത്ത ആദായിയുടെ പ്രബോധനം, തോമ്മായുടെ രക്തസാക്ഷിത്വം എന്നീ സുറിയാനി കൃതികളിൽ 'വിദൂരസ്ഥരായ കടൽക്കരയുള്ളവർ' തോമായിൽ നിന്ന് പൗരോഹിത്യം സ്വീകരിച്ചു എന്നു പറയുന്നത് എങ്ങനെ കേരളത്തിലെ നമ്പൂതിരിമാരാവും. റമ്പാൻ പാട്ടും മാർഗം കളിപാട്ടും അവതരിപ്പിക്കുന്ന കഥകളെങ്ങനെ യാഥാർത്ഥ്യമാവും? തോമ്മാശ്ലീഹ കേരളത്തിൽ വന്ന് സവർണ്ണ ഹിന്ദുക്കളെ ക്രിസ്ത്യാനികളാക്കിയെന്ന കഥ വ്യാജമാണ്. ഇവിടെ പ്രബലരായിട്ടുണ്ടായിരുന്ന ബൗദ്ധരാണ് ക്രിസ്ത്യാനികളായത്. എ.ഡി എട്ടാം നൂറ്റാണ്ടുവരെ ബുദ്ധപാരമ്പര്യമാണ് ക്രൈസ്തവർക്കുണ്ടായിരുന്നത്. ബുദ്ധമതക്കാരുടെ മാർഗ്ഗം, മോക്ഷം, ധർമ്മം, പള്ളി, തുടങ്ങിയവയൊക്കെയും ക്രിസ്ത്യാനികൾ സ്വീകരിച്ചു. എന്തിന്, ക്രിസ്ത്യാനിസ്ത്രീകൾ അടുക്കിട്ടുമുണ്ടുടുക്കുന്നതും ചട്ടയിടുന്നതും ബൗദ്ധസ്തീകളെ അനുകരിച്ചാണ്. പകലോമറ്റം, ശങ്കരപുരി, കള്ളി, കാളികാവ്, നെടുമ്പള്ളി, പനക്കമറ്റം, കോട്ടക്കാളി എന്നിങ്ങനെ ഏഴ് ഇല്ലക്കാരുടെ പരമ്പരയാണ് തങ്ങളെന്ന് ക്രിസ്ത്യാനികൾ പറയുന്നത് മിഥ്യാഭിമാനം മാത്രമാണ്. ക്രിസ്ത്യാനികളുടെ സവർണ പാരമ്പര്യം, സിരകളിൽ സവർണ രക്തം ഒഴുകുന്നുവെന്ന അഹന്ത ചരിത്രമോ ചരിത്രബോധമോ ഇല്ലാത്തവരുടെ ഊറ്റം കൊള്ളൽ മാത്രമല്ലേ അലീ?

അധ്യായം – നൂറ്റി എൺപത്തി മൂന്ന്
യോഹന്നാന് ഉണ്ടായ വെളിപാട്

ഫാദർ വർഗീസ് പറഞ്ഞു:

–കേരളീയ നവോത്ഥാനത്തിന് തുടക്കമിട്ടത് ക്രൈസ്തവ മിഷനറിമാരാണെന്ന കാര്യത്തിൽ ഒരു സംശയവുമില്ല. ജാതീയ സമൂഹത്തിൽ വിദ്യാഭ്യാസ അവകാശങ്ങൾ എല്ലാവർക്കും നൽകാൻ മിഷനറിമാർ നടത്തിയ ശ്രമം കേരളത്തിന്റെ ചരിത്രമാണ്. അതേപോലെ വിപ്ലവകരമായിരുന്നു ഇ. എം. എസ് ഗവൺമന്റ് കൊണ്ടുവന്ന വിദ്യാഭ്യാസ ബിൽ. പക്ഷേ 1959 മെയ് 17 ന് ചങ്ങനാശ്ശേരിയിൽ വെച്ച് മന്നത്തു പത്മനാഭന്റെ നേതൃത്വത്തിൽ വിമോചനസമരമാരംഭിക്കാൻ തീരുമാനിച്ചത് കേരള ചരിത്രത്തിലും ക്രൈസ്തവസഭാ ചരിത്രത്തിലും മായ്ക്കാൻ പറ്റാത്ത കളങ്കമായിത്തീർന്നു. ഇന്ത്യയിലെ അമേരിക്കൻ അംബാസിഡറായിരുന്ന ഡാനിയൽ പാട്രിക് മൊയ്നിഹാൻ എഴുതിയ പുസ്തകത്തിൽ കേരളത്തിലേക്കൊഴുകിയ അമേരിക്കൻ പണത്തെക്കുറിച്ച് പറയുന്നുണ്ട്. പള്ളികളിൽ ക്രിസ്റ്റഫേഴ്സ് എന്ന വളണ്ടിയർ സംഘവും ശാന്തിസേനയും രൂപീകരിച്ച് 58 ദിവസം നീണ്ടുനിന്ന വിമോചന സമരത്തെ ശക്തിപ്പെടുത്തി. പോലീസ് വെടിവെപ്പിൽ 15 പേരും സംഘർഷങ്ങളിൽ 9 പേരും മരിച്ച വിമോചന സമരത്തെ തുടർന്ന് 1959 ജൂലായ് 31ന് കേന്ദ്രം കേരളഗവണ്മെന്റിനെ പിരിച്ചുവിട്ടു. മതവും ജാതിയും നെറികെട്ട രീതിയിൽ വീണ്ടും സ്ഥാപനവൽക്കരിക്കപ്പെട്ടത് വിമോചന സമരത്തെ തുടർന്നാണ്. ദൈവം പൊറുക്കാത്ത അനീതിയാണ് കേരളീയ സമൂഹത്തോട് ഞങ്ങൾ ചെയ്തത്. ഇപ്പോൾ വിദ്യാഭ്യാസ സ്ഥാപനങ്ങൾ സാമുദായിക സംഘടനകൾക്ക് വിലപേശാനുള്ള ഉപാധിയായി മാറി. പണമുള്ളവന് വിദ്യാഭ്യാസം എന്ന് പ്രഖ്യാപിക്കുന്ന പുതിയ ലോകത്ത്, താരിഖ് നാം ആരിൽ നിന്നാണ് വിമോചനം നേടേണ്ടത്?

അധ്യായം– നൂറ്റി എൺപത്തി നാല്
അപ്പോസ്തലന്മാരുടെ പ്രവർത്തനങ്ങൾ

മദർ ഗ്രേസി വല്ലപ്പുഴ പറഞ്ഞു:

–പ്രിയപ്പെട്ട കുഞ്ഞേ, ഈ തിരുവസ്ത്രത്തിനകത്ത് ദൈവത്തിനു വേണ്ടി മിടിക്കുന്ന ഒരു ഹൃദയം മാത്രമല്ല ഉള്ളത്. വിശുദ്ധ മണവാട്ടിയായി തീർത്ത സഭയോടുള്ള പ്രതിഷേധവുമുണ്ട്. ഈ ഗ്രേസിയുടെ കഥ നിനക്കറിയാമോ? ഞങ്ങളെപ്പോലുള്ള ദരിദ്ര കുടുംബങ്ങളിലെ പത്താം ക്ലാസ്സ് പാസായ പെൺകുട്ടികളുടെ രക്ഷിതാക്കളെ ഫാദർ പന്തലായ്ക്കൻ സമീപിച്ച് റോമിൽ അയച്ച് പഠിപ്പിച്ച് നഴ്സാക്കാം എന്നുറപ്പ് നൽകി. 15,000 രൂപയാണാവശ്യപ്പെട്ടത്. റോമിൽ നഴ്സിങ്ങിന് അക്കാലത്ത് പത്താം ക്ലാസ്സ് മതിയായിരുന്നു. നൂറുകണക്കിന് മലയാളി പെൺകുട്ടികളെയാണ് തിയോളജിക്കൽ വിദ്യാർഥികൾ എന്ന വ്യാജേന ഏഴുപേരടങ്ങുന്ന ഗ്രൂപ്പുകളായി റോമിലേക്ക് കൊണ്ടുപോയത്. ആർക്കും ഒരു സംശയവും ഉണ്ടായിരുന്നില്ല. അവിടെയെത്തിയപ്പോഴാണ് കർത്താവിന്റെ മണവാട്ടികളാവാനാണ് കൊണ്ടുവന്നതെന്ന് മനസ്സിലാക്കുന്നത്. സാധാരണയായി തങ്ങളുടെ താല്പര്യപ്രകാരമോ വീട്ടുകാരുടെ നിർബന്ധം കാരണമോ ആണ് കന്യാസ്ത്രീയാവാറുള്ളത്. എന്നാൾ ഇറ്റാലിയൻ കോൺവെന്റുകളിൽ കന്യാസ്ത്രീകളെ യൂറോപ്പിൽ നിന്ന് ലഭിക്കാതെ വന്നപ്പോഴാണ് ഇന്ത്യയിൽ നിന്നും മറ്റും പെൺകുട്ടികളെ ഇറക്കുമതി ചെയ്യാൻ തുടങ്ങിയത്. ഭാഷയറിയാത്തതു കൊണ്ട് ഞങ്ങൾക്ക് പ്രതിഷേധിക്കാൻ പറ്റിയില്ല. തടവുകാരെപ്പോലെ പുറത്തുപോകാൻ അനുവാദമില്ലാതെ, വീട്ടിലേക്കുള്ള കത്തുകൾ സെൻസർ ചെയ്യപ്പെട്ട്, പാസ്പോർട്ട് പിടിച്ചു വച്ച്, വിധിക്ക് കീഴടങ്ങി കഴിയേണ്ടി വന്നു. അടിമകളെപ്പോലെ അഞ്ചുകൊല്ലത്തെ പരിശീലനം. പിന്നെ ദൈവത്തിന്റെ മണവാട്ടിയായി പുറം ലോകത്തേക്ക്. വർഷങ്ങൾക്കു ശേഷം നാട്ടിലേക്ക്. യഥാർത്ഥത്തിൽ ആരാണ് കുഞ്ഞേ വിശ്വാസികൾ?

കാത്തിരിപ്പ്

അവൾ കാത്തിരുന്നു.

അയാൾ വന്നില്ല.

മദർ ഗ്രേസി ചോദിച്ചു.

-കൂട്ടുകാരൻ ഇനിയും എത്തിയില്ലേ?

-വരും.

അവളുടെ വിങ്ങുന്ന മുഖം മദർ വായിച്ചെടുത്തു. അവർ മന്ത്രിച്ചു.

-താരിഖലിയുടെ പുസ്തകം നൽകേണ്ടിയിരുന്നില്ല. വിശ്വാസം നല്ലതാണ്. പക്ഷേ അതെല്ലായ്പ്പോഴും രക്ഷിച്ചുവെന്നു വരില്ല.

വിതുമ്പിപ്പോവും എന്നു തോന്നിയ ഏതോ നിമിഷത്തിൽ അവൾ പുറത്തേക്കു നടന്നു. യാത്ര പോലും ചോദിക്കാതെ.

തേജസ്വിനി പറഞ്ഞ വാക്കുകൾ ശരിയാണെന്ന് അവൾക്ക് തോന്നി. പിടി തരാത്ത ഒരു മനസ്സായിരുന്നു വിനോദിന്റേത്.

മനുഷ്യരെക്കുറിച്ചുള്ള ധാരണകൾ ഒരിക്കലും തെറ്റില്ലെന്ന് അവൾ ഉറച്ചുവിശ്വസിച്ചിരുന്നു. എന്നിട്ടും.

ഇല്ല. അയാളെ രക്ഷപ്പെടാൻ അനുവദിച്ചുകൂടാ. അവൾ തീർച്ചപ്പെടുത്തി.

അവൾക്ക് തേജസ്വിനിയെ വിളിക്കണമെന്നു തോന്നി. വിളിച്ചു. ഡോക്ടർ റാവുവിന്റെ വീട്ടിൽ കാത്തിരിക്കാമെന്ന ഉറപ്പു നൽകി.

ശങ്കരന്റെ മണ്ണ്

ശങ്കരന്റെ മണ്ണിലൂടെയുള്ള സഞ്ചാരം അവളെ ഭയപ്പെടുത്തി. അപരിചിതരായ ഓരോ മനുഷ്യരും അവളെ തന്നെ നോക്കി നിൽക്കുകയാണെന്ന് ലസിമയ്ക്കു തോന്നി. റാവുവിന്റെ വീടിന്റെ ഗേറ്റ് തുറന്ന് മുറ്റത്തേക്കു കടക്കുമ്പോഴും അവൾ പിന്തിരിഞ്ഞു നോക്കിക്കൊണ്ടേയിരുന്നു. പിന്നിലാരുമില്ല. മുറ്റത്തേക്ക് കടന്നപ്പോഴും അവളാശ്വസിച്ചു. അവിടെയും ആരുമില്ല.

പഴയ എട്ടുകെട്ടിന്റെ മാതൃകയിലായിരുന്നു വീട്.

ലസിമ പൂമുഖത്തേക്ക് കയറിയപ്പോഴും അവിടെ ആളനക്കമൊന്നും ശ്രദ്ധയിൽ പെട്ടില്ല. തുറന്നിട്ട വാതിലിലൂടെ അവൾ അകത്തേക്കു കയറി. കട്ടിലിൽ കിടക്കുന്ന സ്ത്രീയെ ലസിമ അദ്ഭുതത്തോടെ നോക്കി. അവർക്ക് ലസിമ അപരിചിതയായിരുന്നു.

– ആരാ. ?

ലസിമ മറുപടി പറയാതെ അവരുടെ കൈ കടന്നു പിടിച്ചു.

-പപ്പിയേച്ചീ.

എന്നോ കണ്ടുമറന്ന ഒരാളെ വീണ്ടും കണ്ടുമുട്ടുമ്പോഴുള്ള സന്തോഷം മുഴുവൻ ലസിമയുടെ മുഖത്തുണ്ടായിരുന്നു. അവൾ വീണ്ടും വിളിച്ചു.

-പപ്പിയേച്ചീ.

-ആരാ?

-താരിഖലിയുടെ കൂട്ടുകാരിയാ.

ഒരു നിമിഷം അവർ എന്തൊക്കെയോ ഓർമ്മകളിലൂടെ സഞ്ചരിച്ചു. പിന്നെയവർ മന്ത്രിച്ചു.

-രണ്ടുപേരും പോയില്ലേ?

അവർ കണ്ണു തുടച്ചു.

-ആര്? എവിടെ?

ലസിമയെക്കാന്നും മനസ്സിലായില്ല.

-നിന്റെ കൂട്ടുകാരനും അവന്റെ സാറും.

-എവിടെ?

അവരുടെ കെട്ടി നിർത്തിയ കണ്ണുകൾ പൊട്ടിയൊഴുകി. അവർ കണ്ണുകൾ തുടക്കാൻ ശ്രമിച്ചു കൊണ്ടേയിരുന്നു. അതിനിടയിൽ മെല്ലെ പറയാൻ ശ്രമിച്ചു.

-ആക്സിഡന്റായിരുന്നു. താരിഖിന്റെ ശവം പോലും തിരിച്ചറിയാൻ കഴിഞ്ഞില്ല.

അവർ ഏങ്ങിയേങ്ങിക്കരഞ്ഞു.

അകത്തു നിന്നിറങ്ങിവന്ന ചെറുപ്പക്കാരൻ ലസിമയെ പുറത്തേക്കു വിളിച്ചു.

-അമ്മയോടധികമൊന്നും ചോദിക്കേണ്ട. അച്ഛന്റെ മരണശേഷം അമ്മയുടെ അവസ്ഥ വല്ലാതെ പേടിപ്പിക്കുന്നതായിരുന്നു. ഇപ്പോൾ ചെറിയ മാറ്റം വന്നു. ഇനിയുമെന്തെങ്കിലും ചോദിച്ചാൽ പ്രശ്നമാവും. താരിഖലിയുടെ സുഹൃത്തായിട്ടും മരിച്ച വിവരങ്ങളൊന്നും അറിഞ്ഞില്ലേ?

-താരിഖലി മരിച്ചിട്ടില്ല.

-മരിച്ചുവെന്നാണ് ഞാൻ മനസ്സിലാക്കിയത്. ഞാൻ ഏറെക്കാലം യു. എ. ഇയിൽ ആയിരുന്നു. മരണവാർത്തയറിഞ്ഞാണ് വന്നത്. അച്ഛന്റെ സുഹൃത്തുക്കളാണ് പറഞ്ഞത്. കൂടെയുണ്ടായിരുന്ന താരിഖലിയുടെ മുഖം ആക്സിഡന്റിൽ തിരിച്ചറിയാൻ പറ്റാത്ത വിധം വികൃതമായിക്കഴിഞ്ഞിരുന്നു പോലും. സുഹൃത്തുക്കൾ ബോഡി ഏറ്റുവാങ്ങിയന്നാണ് അറിയാൻ കഴിഞ്ഞത്.

-നോ. നോ. താരിഖലി മരിച്ചിട്ടില്ല.

ലസിമ ഉറപ്പിച്ചുപറഞ്ഞു.

. അവൾ ഭയത്തോടെ ഡോക്ടർ റാവുവിന്റെ മകനെ നോക്കി. അവിശ്വാസത്തോടെ അവളെത്തന്നെ നോക്കി. കണ്ണുകളിൽ ഇരുട്ടു പടർന്നു കയറി. ദൂരെയെവിടെയോ സ്വർഗ്ഗവാതിലുകൾ തുറന്നു. മാലാഖമാരുടെ കൂടെ ആകാശത്തോണിയിലേറി അവർ ഭൂമിയിലേക്ക് ഇറങ്ങിവന്നു; ഡോക്ടർ റാവുവും തിരിച്ചറിയാൻ പറ്റാത്ത മുഖമുള്ള മറ്റൊരാളും.

ഭീതിയുടെ ആഴങ്ങളിലേക്ക് അവൾ വീണ്ടും വീണ്ടും സഞ്ചരിച്ചു. മയക്കത്തിന്റെ തുരുത്തുകളിൽ ഏകാകിനിയായി അലഞ്ഞു. നിശ്ശബ്ദമായി അവൾ നിലവിളിച്ചു.

ഒരു രാത്രി കൂടി

ലസിമ കണ്ണു തുറന്നു.

ഒരിക്കലും കാണരുതെന്ന് അവൾ ആഗ്രഹിച്ച മുഖമായിരുന്നു ആദ്യം കണ്ടത്-ഡോ. താഹിർ. പിന്നെ വിട്ടു മാറാത്ത ഭയാശങ്കകളോടെ ക്ഷീണിതനായി നിൽക്കുന്ന വിനോദ്. തൊട്ടടുത്ത് വാത്സല്യത്തോടെ അവളെ സൂക്ഷിച്ചുനോക്കുന്ന ഫാദർ വർഗീസ്.

എന്താണ് സംഭവിച്ചതെന്ന് അവൾക്ക് മനസ്സിലായില്ല. ഡോക്ടർ റാവുവിന്റെ മകന്റെ കൈകളിലേക്ക് ഒരു മയക്കത്തോടെ പതിച്ചത് മാത്രം അവൾക്കോർമ്മവന്നു.

വിനോദിന്റെ മുഖത്തേക്ക് അവൾ സൂക്ഷിച്ചുനോക്കി.

-ചതിയൻ. ഇവൻ ചതിയനാ. എന്നെ തനിച്ചാക്കി പോയ്ക്കളയാൻ ശ്രമിച്ചു അല്ലേ? ഇപ്പോ എന്തിനാ വന്നത്?

അവളവനെ രൂക്ഷമായി നോക്കിക്കൊണ്ടലറി.

-താരിഖലിയുടെ പുസ്തകമെവിടെ? നീ നശിപ്പിച്ചില്ലേ?

വിനോദ് അപരാധിയെപ്പോലെ താരിഖലിയുടെ പുസ്തകം അവളുടെയടുത്തേക്ക് നീക്കിവെച്ചു.

ഫാദർ വർഗീസ് പറഞ്ഞു.

-ലസിമാ, വിനോദ് ഒരു ചതിയും ചെയ്തിട്ടില്ല. ഡോക്ടർ റാവുവിന്റെ ഭാര്യയെ കണ്ടാൽ താരിഖലിയെക്കുറിച്ച് എന്തെങ്കിലും വിവരം ലഭിക്കുമെന്ന് ഞാനാണ് പറഞ്ഞത്. അതിനുവേണ്ടിയാണ് ഞങ്ങൾ ഇറങ്ങിത്തിരിച്ചത്. വഴിക്കുവെച്ച് എന്റെ വണ്ടിക്ക് ചെറിയൊരു പ്രശ്നം. വർക്ക്ഷോപ്പിൽ കൊണ്ടുപോയി ശരിയാക്കാൻ അല്പസമയമെടുത്തു. ഞാൻ മഠത്തിലേക്ക് വിളിച്ചിരുന്നു. നീ ഒന്നും പറയാതെ ഇറങ്ങിപ്പോയി എന്നാണ് ആഗ്നസ് പറഞ്ഞത്. പിന്നെ, ഒന്നിച്ചു നടന്നിട്ടും കൂട്ടുകാരന് നിന്റെ സെൽനമ്പർ കൊടുക്കാത്തത് മോശമായിപ്പോയി.

ലസിമ ഒന്നു തണുത്തു.

ഡോക്ടർ താഹിറിനോടവൾ ചോദിച്ചു.

-എനിക്കെന്താണ് ഡോക്ടർ പറ്റിയത്?

-കാര്യമായിട്ടൊന്നുമില്ല. ചെറിയൊരു ക്ഷീണം. ഇപ്പോൾ ഒ. കെ. യായി.

-നമ്മളിപ്പോൾ എവിടെയാണ്?

-ഇവിടെ. ഹോസ്പിറ്റലിൽ.

-ഡോക്ടറുടെ സ്പെഷ്യൽ കെയർ സെന്ററാണോ ഇത്?

-അല്ല. ഇത് കൊച്ചിയാണ്

-ആണോ? നന്നായി. തിരുവാങ്കുളത്ത് ശങ്കരമാരാരുണ്ട്. എനിക്കിപ്പംതന്നെ അദ്ദേഹത്തെ കാണണം.

-ലസിമാ, താരിഖിന്റെ സ്മാർത്തവിചാരകഥയിലെ ശങ്കരമാരാരല്ലേ? അദ്ദേഹം മരിച്ചിട്ട് ഏകദേശം ഒരു വർഷം കഴിഞ്ഞു.

ഫാദർ വർഗീസിന്റെ വാക്കുകൾ ലസിമ വിങ്ങലോടെ കേട്ടു.

-എല്ലാരും മരിച്ചു ഇല്ലേ? എല്ലാരെയും കൊന്നു ഇല്ലേ? നിങ്ങളൊക്കെ ചേർന്ന് എന്തൊക്കെയോ കളികൾ കളിക്കുകയാണ്. എന്തൊക്കെയോ പ്ലാൻ ചെയ്തിട്ടുണ്ട് അല്ലേ? ഡോക്ടർ താഹിറിനെ ഇവിടെ കണ്ടപ്പോഴേ ഞാൻ സംശയിച്ചതാണ്. വിനോദ്, നീയും ഇവരുടെ കൂടെ.

-എന്നെ സംശയിക്കേണ്ട.

ഡോക്ടർ താഹിർ തുടർന്നു.

-ഞാൻ നിന്നെയന്വേഷിച്ച് വന്നതല്ല. ഒരു സെമിനാർ അവതരിപ്പിക്കാൻ തൃപ്പൂണിത്തുറ വരെ വന്നതാണ്. അതിനിടയിലാണ് ആഷിഖിന്റെ ഫോൺ വന്നത്. നീ ഏതോ കുരുക്കിൽ പെട്ടു എന്നാണവൻ പറഞ്ഞത്.

-കള്ളം. ഞാൻ ആഷിഖിനെ വിളിച്ചിട്ടില്ല.

-നീയൊരു തേജസ്വിനിയെ വിളിച്ചില്ലേ? വിനോദ് നിന്നെ ചതിച്ചുവെന്നൊക്കെ പറഞ്ഞ്.

ലസിമ മിണ്ടിയില്ല.

-അവളാണ് ഡോക്ടർ റാവുവിന്റെ വീട്ടിൽ നീ കാത്തിരിക്കുന്നുവെന്നറിയിച്ചത്.

വിനോദ് മന്ത്രിച്ചു.

-നിന്നെ ഞാൻ ചതിച്ചതായിരുന്നില്ല ലസിമ.

-സാരമില്ല. അവൾ സംശയിച്ചു. അത്രയേ ഉള്ളൂ.

ഫാദർ വർഗീസ് പറഞ്ഞു.

-എന്തായാലും ലസിമയുടെ അന്വേഷണം ഇന്നിവിടെ വച്ച് അവസാനിപ്പിക്കാം. അല്ലേ ലസിമാ.

-നോ. താരിഖിനെ കണ്ടെത്തണം.

-മരിച്ച താരിഖിനെയോ?

ഡോക്ടർ താഹിർ ചോദിച്ചു.

-താരിഖ് മരിച്ചിട്ടില്ല. ഇല്ല. ഇല്ല.

-കൊച്ചു കുട്ടികളെപ്പോലെ ശാഠ്യം പിടിച്ചിട്ടെന്താ? മരിച്ചിട്ടില്ലെങ്കിൽ അയാളെവിടെ?

-ഡോക്ടർ എന്നെ ഭ്രാന്ത് പിടിപ്പിക്കരുത്.

-നിനക്കൊരു ഭ്രാന്തുമില്ലെന്ന് എന്നേക്കാൾ കൂടുതലായി വേറെ ആർക്കും അറിയില്ല ലസിമ.

-താരിഖ്. ജീവനോടെയുണ്ട്.

-എവിടെ?

-എവിടെയോ.

-എന്തസംബന്ധമാണ് ലസിമായിത്. എത്രയോ മാസങ്ങളായി നിന്റെ അബോധമനസ്സിൽ മാത്രം ജീവിച്ചിരിപ്പുള്ള ആളാണയാൾ. അയാളുടെ വീട്ടുകാർക്കറിയില്ല. സുഹൃത്തുക്കൾക്കറിയില്ല. പക്ഷെ റാവുവിന്റെ കൂടെ അയാളും മരിച്ചുകഴിഞ്ഞുവെന്ന് നമുക്കിപ്പോൾ മനസ്സിലായി. പിന്നെ എവിടെയാണയാൾ ജീവിക്കുന്നത്?മരണത്തിനപ്പുറത്തോ?

-നാളെ ഒരു ദിവസം. ഒരു ദിവസം കൂടി എനിക്കു താ. ഞാൻ താരിഖിനെ കണ്ടെത്തും.

അവൾ കെഞ്ചി പറഞ്ഞു.

-പറ്റില്ല ലസിമ. നാളെ നമ്മൾ മടങ്ങും.

-എങ്ങോട്ടേക്ക്? ഡോക്ടറുടെ സ്പെഷ്യൽ കെയർ സെന്ററിലേക്കോ.

-അല്ല പുതിയൊരു ജീവിതത്തിലേക്ക്. ഒരു താരിഖിന്റെയും ബാധയില്ലാത്ത ഒരു ലോകത്തിലക്ക്.

ലസിമ നിശ്ശബ്ദയായി.

ഫാദർ വർഗീസ് യാത്ര പറഞ്ഞിറങ്ങി.

ഡ്യൂട്ടി ഡോക്ടർ ഏതാനും ഗുളികകൾ ലസിമയ്ക്ക് കുറിച്ചു നൽകി. പ്രശ്നമൊന്നുമില്ലെന്ന് അവളെ ബോധ്യപ്പെടുത്തി.

ഡോക്ടർ താഹിറിന്റെ കാറിൽ ലോഡ്ജിൽ വന്നിറങ്ങിയപ്പോഴും ലസിമയൊന്നും സംസാരിച്ചില്ല. ഡോക്ടർ താഹിർ പറയുന്നതിന് വിനോദ് മൂളുക മാത്രം ചെയ്തു.

ഭക്ഷണം കഴിക്കുമ്പോഴും ലസിമ മിണ്ടിയില്ല.

അവൾ മൗനത്തിന്റെ കയങ്ങളിൽ സ്വയം ഇല്ലാതാവുകയാണോ എന്ന് വിനോദ് ഭയന്നു.

ഡോക്ടർ താഹിർ മുറി താക്കോലിട്ട് പൂട്ടി, താക്കോൽ അദ്ദേഹത്തിന്റെ ബാഗിൽ വെക്കുന്നത് വിനോദ് ശ്രദ്ധിച്ചില്ലെങ്കിലും ലസിമ ശ്രദ്ധിച്ചു.

ഡോക്ടർ താഹിർ വളരെ പെട്ടെന്ന് ഉറങ്ങി.

ലസിമയും കിടന്നു.

അവൾ പെട്ടെന്നുറങ്ങാൻ സാധ്യതയില്ലെന്ന് വിനോദിന് തോന്നി. അയാൾക്കും ഉറങ്ങാൻ കഴിഞ്ഞില്ല.

അയാൾ താരിഖലിയുടെ പുസ്തകം തുറന്നു.

അധ്യായം – നൂറ്റി തൊണ്ണൂറ്റിയെട്ട്
മൗസലപർവ്വം

പപ്പിയേച്ചി പറഞ്ഞു:

-കേരളജനതയ്ക്ക് ജീവിതാഭ്യുന്നതി കൈവരിക്കുന്നതിനായി അറുപത്തിനാല് ആചാരങ്ങൾ നടപ്പിലാക്കിയത് ശ്രീശങ്കരഗുരുവാണ്. അദ്ദേഹം മലയാളദേശത്ത് നടപ്പാക്കിയ ആചാരങ്ങളെക്കുറിച്ച് അറിയാമോ താരിഖ്? ബ്രാഹ്മണാദികൾ ശൂദ്രാദികളെ തൊട്ടാലും താണജാതിക്കാരെ അടുത്താലും താണജാതിക്കർ തൊട്ട ജലാശയം തൊട്ടാലും കുളിക്കണം. ദേവപ്രതിമയെ ശൂദ്രാദികൾ തൊട്ടുകൂടാ. വർഷങ്ങളോളം ഇവിടെ പിന്തുടർന്നുവന്ന ശങ്കരവചനങ്ങളാണിവ. ഞങ്ങൾ സ്ത്രീകളെക്കുറിച്ച് ആചാര്യൻ പറഞ്ഞത് ഇതിലും മഹത്തരമാണ്. തീണ്ടാരിയായ സ്ത്രീയെ തൊട്ട സ്ത്രീകൾ കുളിച്ചിട്ടേ ഉണ്ണാവൂ. ബ്രഹ്മണസ്ത്രീകൾ ഭർത്താവിനെ ഒഴിച്ച് അന്യനെ കാണുകയോ ദാസിമാരോട് കൂടാതെ പുറത്തിറങ്ങുകയോ വെളുത്ത നിറത്തിലുള്ളതല്ലാത്ത വസ്ത്രം ധരിക്കുകയോ മൂക്കുകുത്തുകയോ ചെയ്യരുത്. പിന്നെ ഏറ്റവും ഉദാത്തമായത് ഭർത്താവ് മരിച്ച സ്ത്രീ സന്ന്യസിക്കണമെന്നുള്ളതാണ്. ഇത് തന്നെയല്ലേ താരിഖ് 'പ്രച്ഛന്നബുദ്ധ'ന്റെ അദ്വൈതം?

അധ്യായം - നൂറ്റി തൊണ്ണൂറ്റിയൊൻപത്
സ്ത്രീ പർവ്വം

ശങ്കരമാരാര് പറഞ്ഞു:

-താരിഖ്, താത്രീ വിചാര രേഖകൾ വായിച്ച് എത്രയോ ദിവസങ്ങൾ ഞാനുറങ്ങാതിരുന്നിട്ടുണ്ട്. ചെമ്മന്തട്ടയിലും പള്ളിമണ്ണയിലും ഇരിങ്ങാലക്കുടയിലും ഈ തൃപ്പൂണിത്തുറയിലും വെച്ചാണ് താത്രീ വിചാരണ നടന്നത്. താത്രീ വിചാരണ രേഖയിലെ ചില ഭാഗങ്ങൾ ഒന്നു വായിച്ചു നോക്കൂ.

ഞാൻ വായിച്ചു.

-ചെമ്മത്തട്ട കുറിയെടത്ത ഇല്ലത്ത രണ്ടാമൻ രാമൻ നമ്പൂതിരി വെളി കഴിച്ച കല്പകശ്ശെരി അഷ്ടമൂർത്തി നമ്പൂതിരി മഹൾ താത്രി.

സാധന മുഖത്തു നിന്നും കെട്ട 65 പുരുഷന്മാരിൽ 2-പെര മുമ്പത്തന്നെ മരിച്ചു. പോയത നീക്കി ബാക്കി 63-പേർക്കു പു(റ)ക്കൊയ്മ നൊട്ടിസ്സ അയച്ചിരുന്നതിൽ 3-പെര മാത്രം ഹാജരായില്ലാ ശെഷം 60- പെരും ഹാജരായി.

തിരുമറ്റക്കൊട അംശം എഴുവങ്ങാട ദെശം കല്പകശ്ശെരി ഇല്ലത്ത അഷ്ടമൂർത്തി നമ്പൂതിരിയായിട്ട സംസർഗ്ഗം ഉണ്ടായി(ട്ടു)ണ്ട- ഇദ്ദെഹം എന്റെ അച്ഛൻ ആണ. രണ്ട പ്രാവശ്യം ഉണ്ടായിട്ടുണ്ട. ആദ്യം ഉണ്ടായത് തെക്കിനിയുടെ കിഴക്കെ അറ്റത്തെ അച്ഛൻ കിടക്കുന്ന അകത്ത വെച്ചണ. 75 മകരത്തിൽ ആണ്. 75 എ(ട)വത്തിൽ ആണ എന്റെ വെളി. അതിന്ന മുമ്പിലത്തെ മകരത്തിലാണ അതാണ് ഓർമ്മ- അമ്മ നങ്ങയ്യി എന്ന കുട്ടിയെ പ്രസവിച്ചു കിടക്കുമ്പോൾ എന്റെ താഴെയുള്ള നങ്ങെലി എന്ന കുട്ടി(യു)ടെ) പുറന്നാളു നാൾ ആണ് ഉണ്ടായ്ത-പിറന്നാളിന്റെ നാളെ മകമാണ- അച്ഛൻ ഒരു വയറ്റിൽ വെദനക്കാരൻ ആണ. അത കുറെ നെ(രം) തിരുമ്മിയാൽ അല്പം ആശ്വാസം ഉണ്ടാകാറുണ്ട- അങ്ങിനെ ചിലപ്പൊ(ാ)ൾ ഒക്കെയും ഞങ്ങ(ൾ) വിളിക്കയും തിരുമ്മിക്കയും പതിവുണ്ട- അന്നെ ദിവസം രാത്രി വയറ്റിൽ വെദന തുടങ്ങി- എന്നെ വിളിച്ചു. തിരുമ്മാൻ പറഞ്ഞു. -ഞാൻ കുറെ നെരം തിരുമ്മി- അല്പം ആശ്വാസം ആയി. അപ്പൊൾ എന്നൊട പൊയികിടന്നു കൊള്ളാൻ പറഞ്ഞു- ഞാൻ പൊയി കിടന്നു- കുറെ നേരം കഴിഞ്ഞപ്പോൾ രണ്ടാ

മതും വിളിച്ചു. ഞാൻ അകത്ത ചെന്ന എന്താണ് വേണ്ടത എന്നു ചൊദിച്ചു. തല്ക്കാലം ഒന്നും വേണ്ടാ. ഇവിടെ ത. കിടക്കു- തനിക്ക (ഉ)റക്കം വരുന്നില്ല എന്ന അച്ഛൻ പറഞ്ഞു- അച്ഛൻ താഴത്ത കിടന്നു- ഞാൻ കട്ടിലിന്മെലും കിടന്നു. കുറച്ച കഴിഞ്ഞപ്പൊൾ അച്ഛൻ എഴുനീറ്റ കട്ടിലിന്മെൽ വന്നു ഇരുന്ന സംസർഗ്ഗം വേണമെന്ന പറഞ്ഞു. അപ്പൊൾ ഞാൻ അത പാടില്ലെന്ന തടസ്തം പ(റ)ഞ്ഞു. പറഞ്ഞത കേൾക്കാതെയിരുന്നാൽ കുരുത്തക്കേടുണ്ടാകും അതിന എടവരുത്തരുത എന്നു പറഞ്ഞു. ഞാൻ സമ്മതി. സംസർഗം ഉണ്ടായി. ഇത ഒക്കെയും രാത്രീ അത്താഴം കഴിഞ്ഞ എല്ലാവരും കിടന്നുറക്കമായതിന്റെ ശെഷമാണ ഉണ്ടായത. രണ്ടാമത ഉണ്ടായതും ആ സ്ത്ഥലത്തും സമയത്തും വെച്ച തന്നെയാണ.

വായിച്ച കെൾപ്പിച്ചു ശരി എന്ന പറഞ്ഞു- സ്മാർത്ത പട്ടചൊമയാരത്ത ജാതവെദൻ നമ്പൂതിരി.

പിന്നെ അദ്ദേഹം പുരുഷവിചാരരേഖ തുറന്നു.

-കല്പകശ്ശേരി അഷ്ടമൂർത്തി നമ്പൂതിരി

ഈ പുരുഷൻ സാധനത്തിന്റെ അച്ഛനാണ. രാഗദ്വെഷത്തിന്ന ഒരു സമയം വശിയായിരിക്കാമെന്ന തൊന്നുന്നതായി അദ്വെഹം പറയുന്ന എത്രയൊ അല്പമായ കാരണത്തിന്മെൽ തന്റെ സ്വന്തം അച്ഛനെപ്പറ്റി അടിസ്ത്ഥാനമില്ലാതെ ഈ സാധനം ദൊഷാരൊപണം പറയുമെന്ന വിചാരിക്കാൻ അശെഷം ധൈര്യം വരുന്നില്ലാ. ഒരൊരുത്തരായിട്ട ആദ്യ സംസർഗ്ഗത്തിന്ന സംഗതി വന്നതിന്റെ ക്രമം സാധനം പറഞ്ഞിരിക്കുന്നത കെവലം അസംഭവമാണെന്ന പറയാവുന്ന വിധത്തിലാണെന്ന തോന്നീട്ടില്ലാ. ഈ അച്ഛന്റെ വിഷയത്തിൽ പറഞ്ഞിരിക്കുന്ന ക്രമവും സംഭവ്യമായിട്ട തന്നെയാണ് തൊന്നുന്നത്.

-ഭൂതകാലത്തിന്റെ ബാധകളിൽ നിന്നുള്ള വിമുക്തി എളുപ്പം സാധ്യമാണോ താരിഖ്?

വീണ്ടും ഒരു രക്ഷപ്പെടൽ

വിനോദ് ഉറങ്ങിയില്ല.

പ്രാകൃതമായ ഭൂതകാലത്തിന്റെ വർത്തമാനകാല സൂക്ഷിപ്പുകാരാണ് മലയാളികൾ എന്നയാൾക്ക് തോന്നി. സ്ത്രീ ഒരുല്പന്നം മാത്രമായി മാറുന്ന ഏത് അദ്വൈതമാണ് നമ്മെ അടക്കി ഭരിക്കുന്നത്? സ്മാർത്തവിചാരകഥകൾ കേരളീയസാംസ്കാരികജീവിതത്തിന്റെ എക്കാലത്തെയും സാക്ഷ്യപ്പെടുത്തൽ കൂടിയല്ലേ? സ്വന്തം പിതാവിനെപ്പോലും അവിശ്വാസത്തോടെ കാണേണ്ടി വരുന്നത് വിപത്കരമായ ഇന്നലെകളുടെ കഥ മാത്രമല്ലെന്ന് അയാൾ തിരിച്ചറിഞ്ഞു. പുതിയ കാലത്തിന്റെ കെട്ട കഥകളിൽ അയാൾ കറങ്ങിത്തിരിഞ്ഞു.

ലസിമ, എന്തു ധൈര്യത്തോടെയാണ് രണ്ടു പുരുഷന്മാരുടെ കൂടെ ഒരു മുറിയിൽ കിടന്നുറങ്ങുന്നത്? ഏതുസമയത്തും കാമം തണുത്തുറഞ്ഞ ആണുടലുകൾ അവളെ ഒരിരയായി കീഴടക്കില്ലേ? അയാൾക്ക് ശ്വാസം മുട്ടുന്നതായി തോന്നി. താരിഖലീ, പരിചിതമായ ഏത് അവസ്ഥകളാണ് താങ്കൾ അപരിചിതമായി അവതരിപ്പിക്കുന്നത്? സംഭവ്യതകളുടെ ഏതു തുടർച്ചകളാണ് താങ്കൾ പങ്കുവെക്കുന്നത്?

താരിഖിന്റെ പുസ്തകം പ്രകോപനത്തിന്റെ പുസ്തകമല്ല, ദൈന്യതകളുടെ പുസ്തകം. സഹനങ്ങളുടെ പുസ്തകം. നിരാലംബമായ ഭൂതകാലത്തിന്റെ പുസ്തകം. മാത്രമല്ല ഭീതിദമായ വർത്തമാനകാലത്തിന്റെ പുസ്തകവുമാണത്. സാധാരണ മനുഷ്യരുടെ തീർത്തും വ്യതിരിക്തമായ വാക്കുകളുടെ നേർപകർപ്പുകൾ അസാധാരണമായ വിങ്ങലുകളിലേക്ക് അയാളെ നയിച്ചു.

അയാൾക്കുറക്കം വന്നേയില്ല.

വിനോദ് പുസ്തകമടച്ചു. സ്വയം മറന്നുറങ്ങുന്ന ലസിമയും ഡോക്ടർ താഹിറും. ഭാഗ്യം ചെയ്തവർ! അയാൾക്കവരോട് അസൂയ തോന്നി.

ജീവിതത്തിലൊരിക്കലും ഉറങ്ങാൻ സാധ്യമല്ലെന്ന് അയാൾക്ക് തോന്നി.

നാളെ പിന്നെയും താഹിറിന്റെ സ്പെഷ്യൽ കെയർ സെന്റർ. വീട്.

പതിവു ജീവിതം.

ഇതിനായിരുന്നുവോ ഇറങ്ങിതിരിച്ചത്?

എന്തായാലും ആത്മഹത്യ എന്ന തോന്നൽ വിദൂരമായ ഒരു സ്വപ്നം പോലെ വഴുതിമാറിക്കളഞ്ഞു. ലസിമ ആത്മഹത്യ ചെയ്യാനാണോ ഇറങ്ങി വന്നത്? അല്ലെന്നു തോന്നുന്നു. തോന്നലല്ല. തീർച്ചയാണ്. താരിഖിനെ തേടിയാണോ അവൾ ഇറങ്ങി തിരിച്ചത്? അതിനുമല്ല എന്നയാൾക്കു തോന്നി. എന്തു നാടകമാണ് യഥാർത്ഥത്തിൽ അരങ്ങേറിക്കൊണ്ടിരിക്കുന്നത്? അയാളുടെ ചിന്തകൾ എവിടെയും എത്തിയില്ല.

യഥാർത്ഥത്തിൽ താൻ അനുഭവിച്ചുകൊണ്ടിരിക്കുന്ന പ്രശ്നമെന്താണ്?

ആത്മഹത്യ? അല്ല.

ലസിമ? അല്ല.

താരിഖ് ? അല്ല.

പിന്നെ?

അയാൾക്കറിയുമായിരുന്നില്ല.

പക്ഷെ ഇപ്പോൾ അയാളുടെ പ്രശ്നം താരിഖലിയുടെ പുസ്തകമാണോ എന്നയാൾ സംശയിച്ചു.

അയാളുടെ ചിന്തകളിലും സ്വപ്നങ്ങളിലും താരിഖലിയുടെ പുസ്തകം ക്രൂരമായ തമാശയോടെ പെയ്തിറങ്ങി.

പിന്നീടെപ്പോഴോ അയാളൊന്നുമയങ്ങി.

-വിനോദ്. വിനോദ്.

അയാൾ ഞെട്ടിയെഴുന്നേറ്റു. മുന്നിൽ ലസിമ.

-എന്താ?

-പോകാം വിനോദ്?

-നേരം പുലർന്നോ?

-ഇല്ല.

-പിന്നെയെങ്ങോട്ടാ?

-എങ്ങോട്ടെങ്കിലും.

-ഡോക്ടർ?

-അദ്ദേഹം ഒരു മൂന്നു മണിക്കൂർ കഴിഞ്ഞേ എഴുന്നേൽക്കൂ. മയക്കമാ

ണ്. എന്തായാലും സ്പെഷ്യൽ കെയർ സെന്ററിലേക്ക് ഒരു തിരിച്ചു പോക്ക് അസാധ്യമാണ്.

-ഡോക്ടർക്കെന്തെങ്കിലും സംഭവിക്കുമോ?

-ഒന്നും സംഭവിക്കില്ല. മയക്കം കഴിഞ്ഞാൽ അദ്ദേഹം എഴുന്നേറ്റു പോയെക്കാള്ളും.

അവൾ ഡോക്ടർ താഹിറിന്റെബാഗിൽ നിന്ന് മുറിയുടെ താക്കോൽ തപ്പിയെടുത്തു.

-നമ്മൾ രക്ഷപ്പെടുമെന്ന് കരുതി ഡോക്ടർ ഭദ്രമായി സൂക്ഷിച്ചതാണ്.

ഡോർ തുറന്ന് പുറത്തിറങ്ങുമ്പോൾ അവൾ ചോദിച്ചു.

-നമ്മുടെ അന്വേഷണം ഡോക്ടർ താഹിറിനു വേണ്ടി അവസാനിപ്പിക്കാൻ സാധ്യമാണോ വിനോദ്?

അയാളൊന്നും പറഞ്ഞില്ല;അവൾക്കുത്തരം ആവശ്യവുമായിരുന്നില്ല.

വിനോദ് യാന്ത്രികമായി അവളെ പിന്തുടർന്നു.

നഗരത്തിന്റെ നക്ഷത്രത്തിളക്കങ്ങളിലേക്ക് അവർ ഇറങ്ങിച്ചെന്നു.

ശിവാനന്ദൻ

അക്ഷര നഗരം ഉണർന്നു കഴിഞ്ഞിരുന്നു.

ലാവണ്യാ ടൂറിസ്റ്റ് ഹോമിലേക്ക് നിത്യപരിചിതയെപ്പോലെ അവൾ നടന്നു കയറി. എപ്പോഴോ ഒരിക്കൽ ലാവണ്യയിൽ വന്നിട്ടുണ്ടെന്ന് അയാൾക്കും തോന്നി. റിസപ്ഷനിൽ ഇരിക്കുന്ന പയ്യനോട് അവൾ ചോദിച്ചു.

-ശിവാനന്ദൻ സാറില്ലേ?

-പതിനാറിലുണ്ടാവും. പനിയായിട്ട് കെടക്കുകയാ.

ശിവാനന്ദൻ ഉണർന്നിരുന്നില്ല. കതകിനു മുട്ടിയപ്പോൾ ഉറക്കം തെളിയാത്ത കണ്ണുകളോടെ ശിവാനന്ദനകത്തേക്കു വിളിച്ചു.

താരിഖിന്റെ സുഹൃത്തുക്കളാണെന്ന് പറഞ്ഞപ്പോൾ ശിവാനന്ദൻ പറഞ്ഞു.

-കുറച്ചു കാലായി കണ്ടിട്ട്. വിളിക്കാറും ഇല്ല. ഇവിടെയെത്തിയാൽ അവന്റെ ആസ്ഥാനം ലാവണ്യയിലെ പതിനാറാം നമ്പർ മുറിയാ.

-പനിക്കുന്നുണ്ടല്ലേ?

ലസിമ ചോദിച്ചു.

-എങ്ങനെ മനസ്സിലായി? രങ്കൻ പറഞ്ഞതാവും ഇല്ലേ? മൂന്നു ദിവസായി. മരുന്നു കഴിക്കുന്നുണ്ട്.

മുറി നിറയെ തിരിച്ചും മറിച്ചും വച്ച പുസ്തകങ്ങൾ വിനോദ് നോക്കുന്നത് കണ്ട് അയാൾ പറഞ്ഞു.

-പുസ്തകകച്ചോടമാണ് ജോലി. വീട് ചാവക്കാടാ. വല്ലപ്പോഴും പോവും. ഒരു പത്തു പതിനാറ് വർഷായിട്ട് ഇവിടെത്തന്ന്യാണ്. വരവിന്റെ ഉദ്ദേശം മനസ്സിലായില്ല.

-താരിഖിനെക്കുറിച്ചറിയാനാ.

വിനോദാണ് പറഞ്ഞത്.

-എന്തറിയാനാ. അവൻ മിടുക്കനാ. ചെറിയ തകരാറ്ണ്ട്. എന്നാലും മിടുക്കനാ. കൊറച്ച് ക്ഷേത്രങ്ങള് ഞങ്ങള് രണ്ടുപേരും കേറി എറങ്ങീട്ടുണ്ട്. ഇവിടെയുള്ള തിരുനക്കര ക്ഷേത്രത്തിലെ ചുമർ ചിത്രങ്ങളെക്കുറിച്ച് ഞാനൊരു കുറിപ്പെഴുതിയിരുന്നു. കുറെ കോലാഹാലമുണ്ടായപ്പം എന്റെ കൂടെ അവനേ ഉണ്ടായിരുന്നുള്ളൂ. ഹിന്ദുക്കളും ജന്തുക്കളും ഭേദമില്ല്യാന്ന് തിരുനക്കരേലെ ചുമരുകണ്ടാ മനസ്സിലാവും. മനുഷ്യരും പക്ഷികളും മൃഗങ്ങളുമെല്ലാം വാത്സ്യായന പുസ്തകത്തീന്ന് ഇറങ്ങിവന്നപോലെ. നഗ്നാരാധനയ്ക്ക് പ്രാമുഖ്യം കൊടുക്കുന്ന സമുദായങ്ങള് ലോകത്ത് നിന്ന് ഇപ്പോഴും അപ്രത്യക്ഷമായിട്ടില്ല. അതിലൊരുകൂട്ടരാണ് ഹിന്ദുക്കള്. ഞാൻ വിശ്വാസി തന്ന്യാണ്. പക്ഷേ കാര്യങ്ങള് പറേണ്ടേ. തിരുനക്കര തേവരുടെ ലിംഗല്ലേ പൂജിക്കുന്നത്? ഈ പെങ്കുട്ടി കരുതും ഈ വയസ്സൻ തെറി പറയുന്നതാണെന്ന്. ഞങ്ങളിപ്പോഴും ലോകത്തിലെ ഏറ്റവും പ്രാകൃത മതത്തിലെ വിശ്വാസികള് തന്ന്യാണ് കുട്ടീ.

അയാളൊന്നു ചുമച്ചു. പിന്നെ തുടർന്നു.

-താരിഖിനെക്കുറിച്ചെന്താ അറിയേണ്ടത്? അവൻ അർക്കും പിടി തരില്ല. നിങ്ങള് അവിശ്വാസിയാണെങ്കില് അവൻ വിശ്വാസിയാവും. നിങ്ങള് വിശ്വാസിയാണെങ്കില് അവൻ അവിശ്വാസിയാവും. നിങ്ങള് ദൈവത്തെ നിന്ദിക്കുമ്പോ അവൻ ദൈവത്തെ സ്തുതിക്കും. നിങ്ങള് ദൈവത്തെ സ്തുതിക്കുമ്പോ അവൻ നിന്ദിക്കും. ഒരു ജന്മം കൊണ്ട് അവനെ പഠിക്കാൻ കഴിയില്ല.

താരിഖിന്റെ കഥയും കഥയില്ലായ്മകളും അയാൾ വർണ്ണിച്ചു.

-ചിലപ്പോ താരിഖ് ആളുകളുടെ മുമ്പിൽ ഒന്നുമറിയാത്തവനെപ്പോലെ പെരുമാറും. പക്ഷേ അവനറിയാത്തതൊന്നുമില്ല. ഇഹ ലോകവും പരലോകവും അവൻ കൈ കുമ്പിളിൽ നിറച്ചുവെച്ചിട്ടുണ്ട്.

താരിഖിനെ വല്ലാതെ പൊലിപ്പിച്ചു കാണിക്കുകയാണ് ശിവാനന്ദനെന്ന് വിനോദിന് തോന്നി. ഒരവതാരമൂർത്തിയെപ്പോലെ താരിഖിനെ അയാളവതരിപ്പിച്ചു.

-ഞങ്ങള് പേഴ്സണൽ കാര്യങ്ങള് സംസാരിക്കാറില്ല. അവന് വേണ്ടപ്പെട്ടവരൊക്കെ അവിടേം ഇവിടേം ഉണ്ട്. ഒരമ്പത് പേരുടെ പേരെങ്കിലും എനിക്കറിയാം. ശരിയല്ലാത്ത കുറച്ചുപേരുടെ കമ്പനിയൊക്കെ ഉണ്ടെങ്കിലും അവന് ദൈവത്തിന്റെ മനസ്സാ. രൂപോം ഭഗവതിയുടേതു പോലേയാ.

വിനോദിന് ജിജ്ഞാസയടക്കാൻ കഴിഞ്ഞില്ല.

-ആരാ താരിഖിന്റെ ശരിയല്ലാത്ത കമ്പനി?

-അത് പറയാൻ പറ്റാത്ത പേരുകളാ. പക്ഷേ അവനതൊരു പ്രശ്

നായിരുന്നില്ല. മാന്നാനം മറിയ, കുഞ്ഞായിഷ,ചോറ്റാനിക്കര സരസ്വതി അങ്ങനെ കുറച്ചുപേരുണ്ട്. ലൈംഗിക തൊഴിലാളികളാണ്. ടൗണില് വെച്ച് അവരുടെ കൂടെ കാണാറുണ്ട്. അതെനിക്കത്രിഷ്ടമുള്ള കാര്യായിരുന്നില്ല.

-താരിഖ് ഇപ്പോൾ എവിടെയുണ്ട്?

വിനോദിന്റെ ചോദ്യത്തിനുത്തരമായി അയാൾ പറഞ്ഞു.

-അതു മാത്രം ചോദിക്കരുത് അവൻ സർവ്വ വ്യാപിയാണ്. ഇന്ന് കോട്ടയത്താണേൽ നാളെ ഇരിങ്ങാലക്കുടയാ. മറ്റന്നാൾ ചെർപ്പുളശ്ശേരീൽ. മൊത്തത്തിൽ കേരളീയനാ. പേടിക്കേണ്ട. അവനെ ഒറ്റൊരാൾക്കും കൊല്ലാൻ പറ്റില്ല. അതെന്റെ വിശ്വാസം മാത്രമല്ല. സത്യാണ് സത്യം.

അയാൾ പിന്നേയും സംസാരിച്ചു കൊണ്ടിരുന്നു.

ലസിമ എഴുന്നേറ്റ് ശിവാനന്ദന്റെ നെറ്റിമേൽ കൈ വച്ചു.

-നല്ല ചൂടുണ്ടല്ലോ? സാറ് വിശ്രമിക്ക്.

ലസിമ പുറത്തേക്കു നടന്നു. കൂടെ വിനോദും.

കരുമാടിക്കുട്ടൻ

കരുമാടിയിലേക്ക് നടക്കുമ്പോൾ വിനോദ് ആലോചനയിലായിരുന്നു. ലൈംഗിക തൊഴിലാളികളുമായുള്ള താരിഖിന്റെ ബന്ധത്തെക്കുറിച്ചുള്ള ശിവാനന്ദന്റെ വാക്കുകൾ അയാളെ സംശയാലുവാക്കി. താരിഖിനെക്കുറിച്ച് രൂപപ്പെടുത്തിയ ധാരണകൾക്കിടയിലെ കളങ്കമായി അതയാൾക്ക് അനുഭവപ്പെട്ടു. അങ്ങനെയൊരു സ്വഭാവം ലസിമയ്ക്കിഷ്ടമായിട്ടുണ്ടാവുമോ? അയാളത് ചോദിച്ചു.

-വിനോദ് അടിസ്ഥാനപരമായി നിങ്ങളുടേത് ഒരു പുരുഷന്റെ മനസ്സാണ്. നിങ്ങളുടേത് മാത്രമല്ല. ശിവാനന്ദൻ സാറിന്റേതും. ലൈംഗിക തൊഴിലാളികൾ രാത്രിമാത്രം സമീപിക്കേണ്ടവരാണെന്ന തോന്നലിന്റെ ഭാഗമാണത്. നിങ്ങളെപ്പോലുള്ളവരുടെ ധാർമ്മികതയെ താരിഖ് എന്നും വെല്ലു വിളിച്ചിരുന്നു. വ്യക്തി എന്ന രീതിയിൽ അയാൾക്കാരും അന്യരായിരുന്നില്ല. ഇനി പുരുഷൻ എന്ന രീതിയിൽ അവൻ ആ സ്ത്രീകളെ സമീപിച്ചാൽ പോലും അതിൽ എന്ത് അസാധാരണത്വമാണുള്ളത്. നമ്മൾ കാണാൻ പോകുന്ന പുഷ്പമ്മയ്ക്കും നിങ്ങൾ പറയുന്ന മാന്യമായ ഭൂതകാലമല്ല ഉള്ളത്. പക്ഷേ പുഷ്പമ്മയും മകൻ പ്രസാദും അലിക്ക് ഏറെ പ്രിയപ്പെട്ടവരാണ്. ഞാൻ മനസ്സിലാക്കിയ അലി ഈ പുഷ്പമ്മയുടെ വീട്ടിൽ എത്രയോ തവണ അന്തിയുറങ്ങിയിട്ടുണ്ട്.

വിനോദ് പിന്നെയൊന്നും പറഞ്ഞില്ല.

അലിയുടെ സുഹൃത്തുക്കളാണെന്ന് പറഞ്ഞപ്പോൾ പുഷ്പമ്മ വാചാലയായി.

-കുട്ടച്ചന്റെ കാര്യം അന്വേഷിച്ചോണ്ട് വന്നതാ അലിക്കുഞ്ഞ്. പണ്ട് ഒരു മാപ്പിള വെള്ളമടിച്ചേച്ച് കുട്ടന്റെ അടുത്ത് വന്ന് അമ്മേടെ കുട്ടച്ചൻ എന്നും പറഞ്ഞ് കാലും കൊണ്ട് കുട്ടനെ ഓങ്ങി. അയാള്ടെ ഓങ്ങിയ കാല്പിന്നെ പൊങ്ങിയില്ല. അയാള് നരകിച്ചു ചത്തു. അലിക്കുഞ്ഞ് വടക്കുന്ന് വന്നത് കുട്ടച്ചന്റെ കഥ കേക്കാനാ. കുട്ടച്ചോ എന്ന് അലിക്കുഞ്ഞ് വിളിച്ചാ കുട്ടൻ കേക്കും. നല്ലവര് വിളിച്ചാ കുട്ടൻ കേക്കും. തെങ്ങിൽ പോടുണ്ടായാൽ കുട്ടന് തേങ്ങാ നേർന്നാ മതി. കൊയ്ത്തുകാലത്ത് ചാഴി കേറാതിരിക്കാൻ കുട്ടന് കറ്റ കൊടുക്കാറുണ്ട്.

വലിയ മഠത്തിലെ പുഷ്പമ്മയുടെ ആവേശകരമായ കഥയിലെ കഥാപാത്രങ്ങളായി കരുമാടിക്കുട്ടനും താരിഖലിയും മാറി.

-അലിക്കുഞ്ഞിന് കുട്ടച്ചൻ ഭ്രാന്തായിരുന്നു. കുട്ടച്ചനെ ചാഞ്ഞും ചെരിഞ്ഞും പരിശോധിക്കും. പിന്നെ ആരുമറിയാണ്ട് കാവിലമ്പലത്തിലും കാമരത്തമ്പലത്തിലും കേറീട്ടുണ്ട്. അയാളെ ദൈവങ്ങളൊന്നും ശ പിക്കില്ല. കുട്ടച്ചന്റെ ആളല്ലേ അലിക്കുഞ്ഞ്. അലികുഞ്ഞിന്റെ ആളല്ലേ കുട്ടച്ചൻ.

പുഷ്പമ്മയ്ക്ക് രണ്ടുപേരും ഒന്നായിത്തീർന്നു. ഭക്തിയും സ്നേ ഹവും ഇടകലർന്ന് മനുഷ്യന്റേയും ദൈവത്തിന്റെയും ചേർച്ചയായി അവർക്ക് അവരുടെ ആരാധനാമൂർത്തികൾ മാറി.

നിങ്ങളാരാണ്, എന്തിനുവന്നു. എന്നിങ്ങനെയുള്ള ചോദ്യങ്ങ ളൊന്നും പുഷ്പമ്മ ഉന്നയിച്ചില്ല. അവർക്കങ്ങനെയൊരറിവ് ആവശ്യമാ യിരുന്നില്ല. കളങ്കമേശാത്ത അവരുടെ ഇടപെടൽ ലസിമയെ ആഹ്ലാദ ചിത്തയാക്കി. കഥകളിൽ ബുദ്ധനും പുലയനും പറയനും ദൈവവും മനുഷ്യനും ആയിത്തീർന്ന കരുമാടിക്കുട്ടൻ താരിഖലിയെ പോലെ വിനോദിനേയും വിഭ്രമിപ്പിച്ചു.

പുഷ്പമ്മയുടെ സംസാരം മുറുകിയപ്പോൾ കഥകളിലെ മറ്റൊരു കഥാപാത്രമായി മകൻ പ്രസാദ് മാറി. പിന്നെയവർ വാതോരാതെ പറഞ്ഞത് പ്രസാദും അലിയും തമ്മിലുള്ള തീവ്രമായ ബന്ധത്തെക്കു റിച്ചായിരുന്നു. അവരുടെ പകർന്നാട്ടങ്ങളിൽ തേജസ്വിനിയും സു നിലും പ്രഭയും ഇടം നേടി. താരിഖിന്റെ സൗഹൃദങ്ങൾ പുഷ്പമ്മയുടേ തും കൂടിയായിത്തീർന്നു. പക്ഷേ അവർ തന്നെക്കുറിച്ചുമാത്രം സംസാ രിച്ചില്ല. അവരുടെ ജീവിതം അവരെ ഭയപ്പെടുത്തുന്നതായി വിനോ ദിന് തോന്നി.

തിരിച്ചു നടക്കുമ്പോൾ ലസിമയും ആഹ്ലാദത്തോടെ സംസാരിച്ചു.

വിനോദ് ലസിമയെ സംശയിച്ചു. പുഷ്പമ്മയെ കേട്ടിരിക്കുക എന്നത ല്ലാതെ താരിഖലിയെക്കുറിച്ചുള്ള ഒരന്വേഷണം പോലും ലസിമ നട ത്തിയിരുന്നില്ലെന്ന് അയാൾ ഓർത്തു. താരിഖലിയുടെ ഒരു പരി ചയക്കാരിയെകൂടി കണ്ടു എന്നല്ലാതെ അജ്ഞാതനായ അയാളെ കണ്ടെത്താനുള്ള സൂചനപോലും അവരിൽ നിന്ന് ലഭിച്ചിരുന്നില്ല. യഥാർത്ഥത്തിൽ എന്തിനായിരുന്നു ഈ യാത്ര? ലസിമയ്ക്ക് മാത്രം അറിയാവുന്ന അജ്ഞാതമായ കാരണങ്ങളുണ്ടോ?

അരാഷ്ട്രീയ ഇടങ്ങൾ

ബ്രാഹ്മണമതത്തിന്റെ അധിവാസകേന്ദ്രങ്ങളിലൊന്നിലൂടെയാണ് അവർ ഇപ്പോൾ സഞ്ചരിക്കുന്നത്. യാത്രയെ അവിശ്വസിച്ചതുകൊണ്ടാവാം മണിമലയാറും പരിസരവും വിനോദിന് അനാകർഷകമായി തോന്നി.

വീട്ടിൽ സുനിൽ ഉണ്ടായിരുന്നില്ല; കാത്തിരുന്നു. സുനിലിന്റെ അമ്മ കട്ടൻ കാപ്പിയും പഴവും തന്നു. ലസിമ ചിരപരിചിതയെപോലെ സുനിലിന്റെ അമ്മയോട് സംസാരിച്ചു കൊണ്ടിരുന്നു.

രാത്രി കനത്ത മഴയുമായി കടന്നു വന്നു.

ലസിമയുടെ പതിഞ്ഞ ശബ്ദം അകത്തു നിന്നു കേട്ടു. അവൾക്ക് രാത്രിയും മഴയും ഒന്നും പ്രശ്നമല്ല എന്നയാൾക്ക് തോന്നി. ഇന്ന് ഇവിടെ അന്തിയുറങ്ങാമെന്ന് അവൾ നിശ്ചയിച്ചുറപ്പിച്ചിട്ടുണ്ടാവണം. സുനിലിന്റേത് ചെറിയ വീടായിരുന്നു. ഭിത്തിയിൽ നിന്നും ചിരിക്കുന്ന സ്റ്റാലിൻ; അടുത്ത് രക്തമാല്യം ചാർത്തിയ മറ്റൊരു ഫോട്ടോയും.

അപരിചിതത്വമേതുമില്ലാതെ ചിരിയോടെ സുനിൽ കയറി വന്നു. അലിയുടെ സുഹൃത്താണെന്നു പറഞ്ഞപ്പോൾ അയാൾ അല്പനേരം എന്തോ ആലോചിച്ചു. പിന്നെ പറഞ്ഞു.

-അലീക്ക എല്ലാവരേയും വിശ്വസിച്ചു. എല്ലാവരേയും സ്നേഹിച്ചു. എന്നിട്ടും.

വാക്കുകൾ മുഴുവനാക്കിയില്ല. അകത്തുനിന്ന് ലസിമയും സുനിലിന്റെ അമ്മയും ഇറങ്ങി വന്നു. ലസിമയെ നോക്കി അയാൾ ചിരിച്ചു.

കൈയ്യിലിരുന്ന പൊതി അമ്മയ്ക്ക് നൽകിയിട്ടയാൾ ചോദിച്ചു.

-അമ്മേ ബ്ലാച്ചിയെവിടെ?

വാതില്പടിയിൽനിന്ന് ബ്ലാച്ചി എത്തിനോക്കി. ഒരു പത്തുവയസ്സുകാരിയുടേതുപോലുള്ള മുഖം. ഉറക്കത്തിൽ നിന്ന് എഴുന്നേറ്റതുപോലെ ബ്ലാച്ചി ചിരിച്ചു.

-എന്റെ ചേച്ചിയാ. ബിന്ദൂന്നാണ് പേര്. ബ്ലാച്ചീന്ന് വിളിക്കും. ഞാൻ മാത്രമല്ല; അലീക്കയും. അലീക്കയുടെ പ്രിയപ്പെട്ട അനുജത്തിയാ

അവൾ സംസാരിക്കില്ലെന്ന് മനസ്സിലായി.

സുനിൽ തുടർന്നു.

-ഞങ്ങളുടെ ചെറുപ്പത്തിൽ എപ്പോഴൊക്കെയോ അമ്മ അച്ഛനോട് പറയുമായിരുന്നു. അയ്യപ്പസ്വാമി അടുത്തല്ലേ. മല ചവിട്ടിയാൽ ബ്ലാച്ചി നേരെയാവുമെന്ന്. അച്ഛൻ മലചവിട്ടിയത് മകരജ്യോതി തട്ടിപ്പാണെന്ന് പറഞ്ഞുകൊണ്ടായിരുന്നു.

സുനിൽ ചിരിച്ചു.

-നിങ്ങളിന്ന് പോകുന്നില്ല.

ആരും എതിർപ്പ് പ്രകടിപ്പിച്ചില്ല. ഇന്ന് ഇനിയുമൊരു യാത്ര അസാധ്യമാണെന്ന് വിനോദിനു മറിയാമായിരുന്നു.

-വിനുച്ചേട്ടൻ ഫ്രഷാവ്. തണുത്ത വെള്ളത്തിൽ കുളിച്ചാൽ നല്ല സുഖം കിട്ടും. അതുവരെ ഞാൻ ലസിമച്ചേച്ചിയോട് ഒന്ന് സംസാരിക്കട്ടെ.

സുനിൽ തോർത്തും കൈലിയും കൊണ്ടുവന്നു.

സുനിൽ പറഞ്ഞത് ശരിയായിരുന്നു. തണുത്ത വെള്ളത്തിലെ കുളി ആസ്വാദ്യകരമായിരുന്നു. കൊതി തീരുവോളം കുളിച്ചു. ശരീരവും മനസ്സും തണുത്തു.

കുളി കഴിഞ്ഞു വരുമ്പോൾ അകത്തെ മുറിയിൽ ലസിമയും സുനിലും സംസാരം അവസാനിപ്പിച്ചിരുന്നില്ല.

ഏറെ നേരം കോലായയിൽ തനിച്ചിരുന്നു.

ഭക്ഷണം കഴിക്കുമ്പോൾ ആരുമധികം സംസാരിച്ചില്ല. അരണ്ട നിലാവിൽ, രണ്ടു കസേരയുമെടുത്ത് സുനിൽ പുറത്തേക്കു ക്ഷണിച്ചു. പുറത്തെ മാഞ്ചുവട്ടിൽ ഇരുന്നു. വിനോദ് സംസാരിക്കാൻ തുടങ്ങി. ലസിമയുടെ അസാന്നിധ്യം വിനോദിന് മനസ്സു തുറക്കാനുള്ള അവസരമായിരുന്നു. പരിചയസമ്പന്നനായ യുവനേതാവിന്റെ സാന്ദർഭികമായ ഇടപെടലുകൾ സുനിൽ നടത്തികൊണ്ടിരുന്നത് കാര്യങ്ങൾ എളുപ്പമാക്കി. വിനോദിന് മനസ്സു തുറക്കണമായിരുന്നു. താഹിറിന്റെ സ്പെഷ്യൽ കെയർ സെന്റർ, ആത്മഹത്യാശ്രമം, കാസിമലി, അൽകാഫിറൂൻ എന്നിങ്ങനെ ചെറിയകാര്യം പോലും ചോർന്നു പോവാതെ വിനോദ് സുനിലിനു മുന്നിൽ അവതരിപ്പിച്ചു. എന്തോ അയാൾക്ക് സുനിലിനെ വിശ്വസിക്കണമെന്നു തോന്നി. സുനിലിന്റെ വാക്കുകളിലും കൃത്യതയും വിശ്വാസ്യതയുമുണ്ടായിരുന്നു.

കുറച്ചുനേരം രണ്ടുപേരും മിണ്ടാതിരുന്നു. പിന്നെ സുനിലാണ് പറയാൻ തുടങ്ങിയത്.

-അലീക്ക എവിടെയാണെന്ന് ലസിമച്ചേച്ചിക്കറിയാം. എന്റെ ഊഹം ശരിയാണെങ്കിൽ അതറിയാവുന്ന രണ്ടുപേർ കൂടിയുണ്ട്. ഒന്ന് ആഷിഖാണ്. മറ്റേയാൾ. ഒരുപക്ഷെ അയാളായിരിക്കാം പോലീസ് ലോക്കപ്പിൽ കിടക്കുന്ന താരീഖലി.

-എനിക്കൊന്നും മനസ്സിലാകുന്നില്ല.

-എനിക്കും, പക്ഷെ ഒന്നുറപ്പാണ്. ഈ യാത്ര താരിഖിനെ തേടിയുള്ള യാത്രയല്ല. ചിലപ്പോൾ ലസിമച്ചേച്ചി ഹോസ്പിറ്റലിൽ എത്താനുള്ള കാരണമറിഞ്ഞാൽ യാത്ര എന്തിനാണെന്ന് ബോധ്യപ്പെട്ടേക്കും.

-അത് ലസിമ പറയില്ല

-വിനുച്ചേട്ടന് പറയാൻ പ്രയാസമുണ്ടാവില്ലല്ലോ? ദേഷ്യം വരില്ലെങ്കിൽ ചോദിച്ചോട്ടെ. ചേട്ടനെന്തിനാ ആത്മഹത്യാശ്രമം നടത്തിയത്?

-ഞാൻ തിരിച്ചൊരു ചോദ്യം ചോദിക്കാം. സുനിലെന്തുകൊണ്ടാണ് ആത്മഹത്യ ചെയ്യാത്തത്?

-അത് ചന്ദ്രൻസാറിന്റെ സിനിമയിലേതു പോലുള്ള ഒരു ചോദ്യമാണ്. പക്ഷെ എനിക്കുത്തരമുണ്ട്. എന്റെ രാഷ്ട്രീയബോധമാണ് എന്നെ ജീവിപ്പിക്കുന്നത്.

-എന്നാൽ യാതൊരു രാഷ്ട്രീയബോധവുമില്ലാത്ത താരിഖലി എന്നേ ആത്മഹത്യ ചെയ്തിട്ടുണ്ടാവണം?

-ചേട്ടന്റെ തെറ്റിദ്ധാരണയാണത്. രാഷ്ട്രീയം രാഷ്ട്രീയ പാർട്ടികളുമായി ബന്ധപ്പെട്ട കാര്യം മാത്രമല്ല. ഞാൻ ഒരു രാഷ്ട്രീയ പ്രസ്ഥാനത്തിന്റെ ഭാഗമാവുമ്പോഴും എനിക്കത് സത്യസന്ധമായിട്ട് പറയാൻ കഴിയും. അലീക്കക്ക് കൃത്യമായ നിലപാടുകളുണ്ട്: രാഷ്ട്രീയമുണ്ട്. അദ്ദേഹത്തിന്റെ രാഷ്ട്രീയമാണ് 'അൽകാഫിറൂൻ'.

-സുനിൽ, ചിലപ്പോൾ എനിക്കങ്ങനെ തോന്നും. മറ്റുചിലപ്പോൾ അവാസ്തവങ്ങളുടെ പുസ്തകമായും. ഞാൻ സംശയാലുവാണ്.

-എനിക്ക് സംശയമേ ഇല്ല. കേരളീയ സമൂഹം താരിഖിന്റെ, എന്റെ അലീക്കയുടെ പുസ്തകത്തെ തിരിച്ചറിയും.

-അതൊരു തെറ്റിദ്ധാരണയാണ്. സംവാദങ്ങളന്യമായ അടഞ്ഞ സമൂഹമാണ് നമ്മുടേത്. വിവാദങ്ങളാണ് നമുക്ക് പഥ്യം. മനസ്സുകൊണ്ട് വലതുപക്ഷവും ശരീരം കൊണ്ട് ഇടതുപക്ഷവുമായ കപടമായ സമൂഹം. വാക്കുകളിൽ മതേതരവാദിയും മനസ്സുകൊണ്ട് മതഭ്രാന്തരുമായ ഒരു സമൂഹം.

-ഞാൻ വിയോജിക്കുന്നു. വളരെ സെക്കുലറായ പൊതുസമൂഹമാണ് കേരളത്തിലേത്.

-എന്ത് സെക്കുലർ? അതൊരു വിശ്വാസമാണ് സുനിൽ. ഗുജറാത്ത്, ഒറീസ്സ, മംഗലാപുരം. ഭരണകൂടങ്ങൾ ഹിന്ദുത്വ ശക്തികളുടെ കൈകളിൽ അമർന്നിരിക്കുന്നു. ഹിന്ദുത്വത്തിന്റെ അടുത്തയിടം കേരളമാവും. ആയിരക്കണക്കിന് ക്ഷേത്രങ്ങളും, പുതിയവയുടെ നിർമ്മാണവും പുനരുദ്ധാരണവും ഹിന്ദുത്വ വ്യാപനത്തിന് അടിത്തറയൊരുക്കുന്നു. കേരളം ഹിന്ദുത്വത്തിന്റെ യജ്ഞശാലയാണ്. അത് വോട്ടായി മാറുന്നില്ല എന്നേയുള്ളൂ. പിന്നെ ഇസ്ലാമിക ഫണ്ടമെന്റലിസ്റ്റുകളുടെ കേരളം. കാശ്മീർ തീവ്രവാദികളുടെ കേരള കണക്ഷൻ പുറത്തുവന്നു കഴിഞ്ഞു.

-അതുകൊണ്ട്.

-സുനിൽ, സൂക്ഷ്മമായി പരിശോധിക്കൂ. ലോകത്തിന്റെ തീവ്രവാദം ഇസ്ലാമിന്റെ പേരിലാണ് - ഒരുപക്ഷെ അമേരിക്കൻ സാമ്രാജ്യത്വം കഴിഞ്ഞാൽ രണ്ടാം ശക്തി - തളങ്കരയും തലസ്ഥാനനഗരിയും അവർക്ക് ഒരുപോലെയാണ്. കാസിമലി ഇപ്പോഴും വേട്ടയാടപ്പെടുന്നു. ചേകനൂരിന്റെ രക്തം വീണ മണ്ണ്. മുസ്ലിം പെൺകുട്ടിയെ പ്രണയിച്ച അന്യമതസ്ഥന് വധശിക്ഷ. പെണ്ണിന് മാസമുറയുള്ളതുകൊണ്ട് പുരുഷന് നാലുവരെ കെട്ടാമെന്നു പറയുന്ന ആത്മീയാചാര്യന്മാരുടെ നാട്. ഒന്നോർത്തുനോക്കൂ. താലിബാനികളുടെ കേരളീയ മുഖം നാം കണ്ടുകൊണ്ടിരിക്കുന്നു.

-ഇനിയും അപ്രത്യക്ഷമാവാത്ത ഇടതുപക്ഷപൊതുബോധം കേരളത്തിലുണ്ട്. അതാണ് അവരെ ചെറുത്തുനിൽക്കുന്നത്.

-എന്ത് ഇടതുപക്ഷം? എല്ലാവരും സന്ധിചെയ്യുകയാണ്. ആത്മീയ നപുംസകങ്ങളുടെ വില പേശലുകൾക്ക് വഴങ്ങുകയാണ്. കേരളത്തിലെ സഭാനേതൃത്വത്തിന്റെ ആത്മീയത മാത്രം പരിശോധിച്ചാൽ മതി. സമാന്തരമായ ഭരണകൂടമാണ് അവർ. കപടമായ മതേതര മുഖത്തിനു കീഴിൽ ഏറ്റവും അപകടമായ രാഷ്ട്രീയം അവർ കളിച്ചുകൊണ്ടിരിക്കുന്നു. വിദ്യാഭ്യാസ സ്ഥാപനങ്ങൾ വില്പനയുടെ പൊതു ഇടമാണ്. സിസ്റ്റർ അഭയയുടെ പാപക്കറ കഴുകിക്കളയാത്ത കാലത്തോളം ഒരു ബിഷപ്പിനും ജനങ്ങളെ അഭിസംബോധന ചെയ്യാൻ സാധ്യമല്ല. പക്ഷെ അവർ ഇടയലേഖനം വായിച്ചുകൊണ്ടിരിക്കും -കുറ്റവാളികളെ സംരക്ഷിക്കാൻ. സിസ്റ്റർ ജെസ്മിമാർ ഇനിയും ഉണ്ടായിക്കൊണ്ടേയിരിക്കും. ലോകത്തെവിടെയുമുണ്ടാവില്ല ഇത്രയും പാപപങ്കിലമായ കൃസ്ത്യൻ സമൂഹം.

ഒരു പ്രഭാഷണത്തിന്റെ ആരോഹണാവരോഹണങ്ങൾ സമർത്ഥമായി വിനോദിൽ പ്രതിഫലിച്ചു. വിനോദ് നിർത്തിയപ്പോൾ സുനിൽ പതുക്കെ പറഞ്ഞു.

-ചേട്ടൻ പറഞ്ഞതുതന്നെയല്ലേ അലീക്കയുടെ പുസ്തകത്തിലും പറയുന്നത്? ഞാൻ പറഞ്ഞില്ലേ അലീക്കയുടെ പൊളിറ്റിക്സ് തന്നെ

യാണ് ‘അൽകാഫിറൂൻ’.

ആണോ?

വിനോദ് സ്വയം ചോദിച്ചു.

ആരാണയാൾ. ചെറിയ ജന്മം കൊണ്ട് അനേകം വേഷപ്പകർച്ചകൾ നടത്തിയ അലി. മതങ്ങളുടെ പറയാത്ത പാഠങ്ങൾ കുറിച്ചുവെച്ച അലി. ആരാണ് അലി? താനാണോ? അതോ സുനിലോ? അല്ലെങ്കിൽ ഇതുവരെ കണ്ടിട്ടില്ലാത്ത ഇനിയൊരിക്കലും കാണാൻ സാധിക്കാത്ത അരൂപിയായ ഒരാൾ. ഏതൊരുന്മാദത്തിന്റെ തിരയിളക്കമാണ് തന്നിലാവേശിക്കുന്നത്?

-സുനിൽ, ഈ യാത്ര എന്തിനാണെന്നതിന്റെ ഉത്തരം ഇനിയും കിട്ടിയിട്ടില്ല.

-എല്ലാ യാത്രകളും ഒരിക്കൽ അവസാനിക്കണമല്ലോ. എന്തായാലും ഒരു ദിവസം കൂടി ലസിമച്ചേച്ചിയെ പിന്തുടരുക. പക്ഷേ താരിഖലിയെ കാണാൻ നിങ്ങൾക്ക് സാധ്യമാവുമോ എന്ന് എനിക്കറിയില്ല. സുനിൽ എഴുന്നേറ്റു.

-നാളെ നിങ്ങളുടെ കൂടെ ഞാനും വരാം. അലീക്കയെ എനിക്കും കാണണം!

സുനിൽ നടന്നു. പുറകെ വിനോദും.

രാത്രി, വിനോദിന് ഉറക്കം അസാധ്യമായിരുന്നു. അയാൾ അൽകാഫിറൂൻ തുറന്നു.

അധ്യായം – ഇരുനൂറ്റി ഏഴ്
സഭാപർവ്വം – 1

നാരായണിയേച്ചി പറഞ്ഞു.

– രണ്ട് ഗുരുക്കന്മാർ തമ്മിൽ പണ്ടൊരു സംഭാഷണം നടന്നു. കാലം 1914. സ്ഥലം ആലുവയിലെ അദ്വൈതാശ്രമം. ജാതി ബ്രാഹ്മണരെ ചെറുത്തു തോല്പിച്ച നാരായണ ഗുരുവും വാഗ്ഭടാനന്ദ ഗുരുവും ആണ് സംഭാഷണം നടത്തിയത്.

വാഗ്ഭടാനന്ദൻ: സ്വാമി അദ്വൈതിയാണല്ലോ. ആയതു കൊണ്ടാണ് അങ്ങയെ സന്ദർശിക്കാമെന്ന് ആഗ്രഹിച്ചത്. അതിനുള്ള ഭാഗ്യം ഇപ്പോഴാണുണ്ടായത്.

നാരായണഗുരു: അതെ നാം അദ്വൈതി തന്നെ. ഗുരുക്കളും അദ്വൈതിയല്ലേ? അപ്പോൾ നാം ഒന്നാണ്.

വാഗ്ഭടാനന്ദൻ: അങ്ങു ക്ഷേത്രങ്ങൾ സ്ഥാപിക്കുകയും പ്രതിഷ്ഠ നടത്തുകയും ചെയ്യുന്നുണ്ടല്ലോ. അദ്വൈതവും അതും തമ്മിൽ എങ്ങനെ പൊരുത്തപ്പെടും.

നാരായണഗുരു: ജനങ്ങൾ സൈ്വര്യം തരേണ്ടേ. അവർക്ക് ക്ഷേത്രം വേണം. പിന്നെ കുറെ ശുചിത്വമെങ്കിലും ഉണ്ടാകുമല്ലോ എന്നു നാമും വിചാരിച്ചു.

വാഗ്ഭടാനന്ദൻ: അങ്ങ് ആചാര്യനാണ്. അങ്ങയുടെ സിദ്ധാന്തത്തിന് ജനങ്ങളെ വഴക്കിയെടുക്കേണ്ടതല്ലേ.

നാരായണഗുരു: നാം ആദ്യകാലത്ത് അവരെ വിളിച്ചു. വിളികേട്ട് ആരും വന്നില്ല.

വാഗ്ഭടാനന്ദൻ: അദ്വൈതവും യോഗസിദ്ധാന്തവുമായി ക്ഷേത്ര വിശ്വാസത്തിന് ഒരു ബന്ധവുമില്ലാത്തതുകൊണ്ട്, ഞങ്ങൾ വിഗ്രഹാരാധനയെ ശക്തിപൂർവ്വം എതിർക്കുന്നവരാണ്.

നാരായണഗുരു: നാമും നിങ്ങളുടെ പക്ഷത്താണ്.

സഭാപർവ്വം – 2

നാരായണിയേച്ചി തുടർന്നു.

– 1919 ഫെബ്രുവരി 12 പാനൂരിനടുത്തുള്ള കുന്നോത്തുപറമ്പിൽ കോച്ചേരി കുഞ്ഞിക്കുട്ടിഗുരുക്കളുടെ ക്ഷണപ്രകാരം വാഗ്ഭടാനന്ദഗുരു വെത്തിച്ചേർന്നു. പറമ്പത്ത് ഗോവിന്ദൻ എന്നയാളുടെ വീട്ടിനടുത്തുള്ള കൊടുങ്ങല്ലൂരമ്മയെ കുടിയിരുത്തിയതായി സങ്കല്പിക്കപ്പെടുന്ന, ആരാധനാകേന്ദ്രമായ തറ തട്ടിനിരപ്പാക്കി സമ്മേളന വേദിയൊരുക്കി. യാഥാസ്ഥിതികരായ അനേകരുടെ എതിർപ്പ് വക വെക്കാതെ തറ കിളച്ച് നിരപ്പാക്കിയ വേദിയിൽ വാഗ്ഭടാനന്ദഗുരു അത്യുജ്ജ്വലമായ പ്രഭാഷണം നടത്തി. വിഗ്രഹങ്ങളെ വലിച്ചെറിയാനുള്ള ആഹ്വാനം ആത്മവിദ്യാസംഘത്തിന്റെ ചരിത്രത്തിലെ തീക്ഷ്ണമായ ഒരധ്യായമായിരുന്നു. വിഗ്രഹാരാധനയും ബ്രാഹ്മണവൽക്കരണവും നീതിയല്ലെന്ന് ഗുരു പ്രഖ്യാപിച്ചു.

ഗർഭധാനം മുതൽ മരണാനന്തരം വരെയുള്ള ഷോഡശ സംസ്കാരങ്ങൾ എന്ന പതിനാറുകർമ്മങ്ങളിൽ പലതും ബ്രാഹ്മണർ മാത്രമല്ല മറ്റു സമുദായക്കാരും ആചരിച്ചിരുന്നു. വിവാഹ വിധിയും മരണാന്തരക്രിയകളും കേവലം മാമൂലുകളായി അധഃപതിച്ചിരുന്നു. ഇങ്ങനെയുള്ള ആചാരങ്ങളെക്കുഴിച്ചുമൂടാൻ വാഗ്ഭടാനന്ദൻ ആഹ്വാനം ചെയ്തു. മരണക്രിയകളിലും വിവാഹവേദികളിലും നിലവിളക്ക് ബഹിഷ്കരിച്ചു. 'സൂര്യൻ ഉള്ളപ്പോൾ എന്തിനാണ് നിലവിളക്ക്?' എന്ന ചോദ്യം ആത്മവിദ്യാസംഘം ഉയർത്തി. അപ്രസക്തമായ പാഴ്ച്ചെലവ് ഒഴിവാക്കാൻ അവർ ആവശ്യപ്പെട്ടു. സൂര്യപ്രകാശത്തിന്റെ അഭാവത്തിൽ വിളക്ക് അത്യാവശ്യമാണെങ്കിൽ നിലവിളക്ക് തന്നെ വേണമെന്നുമില്ല എന്നവർ വ്യക്തമാക്കി.

-അലീ, വാഗ്ഭടാനന്ദഗുരുവിന്റെയും ആത്മവിദ്യാസംഘത്തിന്റെയും വിളക്ക് ആരാണ് കെടുത്തിക്കളഞ്ഞത്?

അധ്യായം – ഇരുന്നൂറ്റിയെട്ട്
അനുശാസനപർവ്വം

ശശിമാമൻ സിദ്ധവേദം തുറന്ന് ഉറക്കെ വായിച്ചു.

-ശിഷ്യൻ: സൽഗുരോ മായാസമുദ്രത്തിൽനിന്ന് അലഞ്ഞു ബുദ്ധിമുട്ടിക്കൊണ്ടിരിക്കുന്ന എനിക്ക് അതിൽനിന്ന് കരകയറുവാനുള്ള നല്ല മാർഗ്ഗത്തെ കാണിച്ചുതരുവാൻ ഭക്തിവിശ്വാസത്തോടുകൂടി അപേക്ഷിക്കുന്നു.

ഗുരു: പ്രിയശിഷ്യാ, മായാസമുദ്രത്തിൽനിന്ന് എവിടേക്ക് കരകയറുവാനുള്ള മാർഗ്ഗമാണ് കാണിച്ചുതരേണ്ടത്?

ശിഷ്യൻ: സർവ്വശക്തനായ ഈശ്വരെങ്കൽ ചേരേണ്ടതിന്ന്.

ഗുരു: ഈശ്വരൻ എന്നു പറയുന്നത് എന്താണെന്ന് നിങ്ങൾക്ക് അറിയുമോ?

ശിഷ്യൻ: ഈശ്വരൻ എന്നതു ലോകത്തിന്റെ സൃഷ്ടി, സ്ഥിതി, സംഹാരം മുതലായതിനു കർത്താക്കന്മാരായ ബ്രഹ്മാവു, വിഷ്ണു, മഹേശ്വരൻ എന്നിവരാണെന്നു പറഞ്ഞുവരുന്നു. അവരെ പലേ പ്രകാരത്തിലും പലേ ക്ഷേത്രങ്ങളിലും പ്രതിഷ്ഠാദികൾ ചെയ്തു പലരും സേവിച്ചു വരുന്നു. അതിനാൽ ഇപ്രകാരം തന്നെയായിരിക്കും എന്നു ഞാനും ധരിച്ചിരിക്കുന്നു.

ഗുരു: എന്നാൽ ഇപ്രകാരം നിങ്ങൾ ധരിച്ചിട്ടുണ്ടെങ്കിലും ഈശ്വരന്നു സർവ്വവ്യാപിത്വം ഉണ്ടെന്നോ ഇല്ലെന്നോ നിങ്ങളുടെ വിശ്വാസം?

ശിഷ്യൻ: ഈശ്വരൻ സർവ്വവ്യാപിയാണെന്നാണ് എന്റെ പൂർണ്ണ വിശ്വാസം.

ഗുരു: എന്നാൽ സർവ്വവ്യാപിയായ ഈശ്വരന്നു നാമമോ രൂപമോ ഉണ്ടാവാൻ തരമുണ്ടോ?

ശിഷ്യൻ: ഈശ്വരന്നു നാമരൂപാദികൾ ഉണ്ടാവുമ്പോൾ സർവ്വവ്യാപിത്വം ഉണ്ടാവാൻ തരമില്ല.

ഗുരു: ഈശ്വരൻ നാമരൂപാദികളില്ലാതെ സർവ്വവ്യാപിയാണെന്നു നിങ്ങൾതന്നെ പറയുന്നു. അപ്പോൾ ഈശ്വരൻ നമ്മുടെയുള്ളിലും ഉണ്ടോ

ഇല്ലയോ?

ശിഷ്യൻ: ഈശ്വരന്നു സർവ്വവ്യാപിത്വം ഉള്ളതു കൊണ്ട് നമ്മുടെ ഉള്ളിലും ഉണ്ട്.

ഗുരു: നമ്മുടെയുള്ളിൽ ഈശ്വരൻ ഇരിക്കെ നാം ഈശ്വരനല്ലയെന്നും ബ്രഹ്മാവാണ്, വിഷ്ണുവാണ്, മഹേശ്വരനാണ്, അല്ലെങ്കിൽ ക്ഷേത്രങ്ങളിൽ പ്രതിഷ്ഠിച്ചിട്ടുള്ള ബിംബങ്ങളിലാണ് എന്നും മറ്റും സങ്കല്പിച്ചു വിശ്വസിക്കുമ്പോൾ നാം ആർ? ഈശ്വരമതക്കാരോ അഥവാ നിരീശ്വരമതക്കാരോ?

അധ്യായം – ഇരുന്നൂറ്റി ഒൻപത്
സ്വർഗ്ഗാരോഹണപർവ്വം

മാധവേട്ടൻ പറഞ്ഞു:

–1933 ഏപ്രിൽ 28ന് 'ഉണ്ണിനമ്പൂതിരി'യിൽ വി. ടി. ഭട്ടതിരിപ്പാട് എഴുതിയത് താരിഖ് വായിച്ചിട്ടുണ്ടോ?

ഇല്ലെന്നു പറഞ്ഞപ്പോൾ 'ഉണ്ണിനമ്പൂതിരി'യുടെ പഴയ ലക്കം തപ്പിയെടുത്തു. എന്നിട്ട് പറഞ്ഞു: വായിക്കുക.

ഞാനത് തുറന്നു.

– ഇനി നമുക്ക് അമ്പലം തീ കൊളുത്തുക

കേരളത്തിൽ എവിടെ നോക്കിയാലും അഹംഭാവം കൊണ്ട് തലയുയർത്തിപ്പിടിച്ചു നിൽക്കുന്ന പള്ളി കളും അമ്പലങ്ങളുമാണ് കാണുന്നത്. ഇത് കണ്ട്കണ്ട് മടുത്തു. അസമത്വത്തിന്റെയും അന്ധവിശ്വാസത്തിന്റെയും ശവക്കല്ലറകളെ നമുക്ക് പൊളിച്ചു കളയണം. അതെ, അമ്പലങ്ങളുടെ മോന്തായങ്ങൾക്ക് തീ വെക്കണം.

അമ്പലങ്ങൾക്ക് തീ വെക്കുകയോ? പല ഹൃദയങ്ങളിലും ഒരു കത്തിക്കാളൽ ഉണ്ടായേക്കും. ഇതിന് മറ്റാരുമല്ല നമ്മുടെ മതഭ്രാന്തുതന്നെയാണ് ഉത്തരവാദി.

ഞാൻ വായന നിർത്തി. മാധവേട്ടന്റെ മുഖത്തേക്കു നോക്കി. അദ്ദേഹം പതുക്കെ പറഞ്ഞു.

-താരിഖ്, എന്തൊരു കരുത്താണ് ആ വാക്കുകൾക്ക്?

എന്നിട്ടദ്ദേഹം ചങ്ങനാശ്ശേരിയിലെ പ്രസംഗവേദിയിൽ നിന്നെന്നോണം വി. ടി. യുടെ ലേഖനം ഉറക്കെയുറക്കെ വായിച്ചു.

-ഞാൻ എല്ലാവരോടും ഊന്നിപ്പറയുന്നു, അമ്പലങ്ങൾക്ക് തീ വെക്കുക എന്നുവെച്ച് ആരും വ്യസനിക്കുകയും പേടിക്കുകയും വേണ്ട. ഞാനൊരു ശാന്തിക്കാരനായിരുന്നുവെങ്കിൽ വെച്ചുകഴിഞ്ഞ നിവേദ്യം വിശന്നുവലയുന്ന കേരളത്തിലെ പാവങ്ങൾക്ക് വിളമ്പിക്കൊടുക്കും. ദേവന്റെമേൽ ചാർത്തിക്കഴിഞ്ഞ പട്ടുതിരുവുടയാട അർദ്ധനഗ്നരായ പാവങ്ങളുടെ അരമറയ്ക്കാൻ ചീന്തിക്കൊടുക്കും. പുകഞ്ഞുതുടങ്ങിയ

ധൂപം അമ്പലത്തിലുള്ള പെരുച്ചാഴികളെ - നമ്പൂതിരി, പട്ടർ തുടങ്ങിയ വർഗ്ഗങ്ങളെ - പുറത്തോടിച്ചു കളയുവാനാണു പയോഗിക്കുക. കത്തിച്ചു വെച്ച കെടാവിളക്കാകട്ടെ, നമ്മുടെ വിഡ്ഢിത്തത്തിന്റെ കറുത്ത മുഖത്തെ വീണ്ടും തെളിയിച്ച് കാണിക്കുവാനല്ല, അതിന്റെ തല തീക്കത്തിക്കുവാനാണ് ഞാൻ ശ്രമിക്കുക. അത്ര വെറുപ്പു തോന്നുന്നു എനിക്ക് അമ്പലങ്ങളോട്. നമുക്ക് അനാചാരങ്ങളെ കെട്ടുകെട്ടായായി നശിപ്പിച്ചുകളയുവാൻ ഒരു എളുപ്പമാർഗ്ഗമുണ്ട്. അതാണ് അമ്പലങ്ങൾക്ക് തീ വെയ്ക്കുക.

ഒരു നാൾ ദൈവം ഭൂമിയിലേക്ക് വരും

താരിഖലി, എന്തിനായിരുന്നു ഭൂതകാലത്തിന്റെ പ്രകോപനങ്ങളെ പിന്നെയും പിന്നെയും നിന്റെ പുസ്തകത്താളിൽ കുറിച്ചു വെച്ചത്?

പുസ്തകത്തിനകത്തുനിന്ന് രക്ഷപ്പെടാൻ വിനോദിന് സാധിച്ചില്ല.

നമ്മുടെ ആർജ്ജവമേറിയ ഇടങ്ങൾ എങ്ങനെയാണ് കൈമോശം വന്നത്? സംവാദങ്ങളുടെ സ്ഥലികളിൽ എങ്ങനെയാണ് അസഹിഷ്ണുതകൾ വന്നുനിറഞ്ഞത്? വാക്കുകളെ ഭയപ്പെടുന്ന ചെറിയ മനസ്സുകൾ രൂപപ്പെട്ടത് എങ്ങനെയാണ്? കലുഷമായ കാലത്തിന്റെ ഭീതിദമായ അവസ്ഥയിൽ പ്രകോപനങ്ങളുടെ ഭാഷ സൃഷ്ടിച്ച താരിഖലി എങ്ങനെയാണ് ഒറ്റപ്പെട്ടുപോയത്?

സന്ദേഹങ്ങളുടെ പാഠപുസ്തകമായി അയാൾ മാറി.

ബുദ്ധൻ പറഞ്ഞതുപോലെ, 'ഞാൻ ബോധമാണെ'ന്നു വിശ്വസിക്കുന്നയാളെത്തേടിയാണ് തങ്ങൾ നടക്കുന്നതെന്ന് സുനിൽ പറഞ്ഞു. സുനിലിനു പിറകെ ലസിമയും. ഒരിക്കലും കണ്ടെത്താൻ പറ്റാത്ത താരിഖലിയെക്കുറിച്ച് ഒരു വിവരവും നൽകാൻ ടി. പി. സെന്നിന് സാധിക്കില്ലെന്ന് വിനോദിനറിയാമായിരുന്നു. യാന്ത്രികമായി അയാളും അവരെ പിന്തുടർന്നു. സെന്നിനെ കണ്ടെത്താൻ ബുദ്ധിമുട്ട് നേരിട്ടില്ല. ഓച്ചിറയിലെ ആൽത്തറയ്ക്കുമേൽ യാചകർക്കു മുമ്പിൽ അയാൾ സംസാരിച്ചുകൊണ്ടിരിക്കുകയായിരുന്നു.

-'ഞാൻ ചായ രുചിക്കുമ്പോൾ അതോടൊപ്പം മൊത്തം പ്രപഞ്ചത്തെത്തന്നെ എന്നിലേക്കിറക്കുന്നു എന്നത് ആർക്ക് നിഷേധിക്കാനാവും? സ്ഥലകാലങ്ങളെ അതിക്രമിക്കുന്ന നിത്യത തന്നെയാണ് ഞാൻ ചായക്കോപ്പ ഉയർത്തി ചുണ്ടോടടുപ്പിക്കുന്ന ആ നിമിഷം' ഇത് സുസൂകിയുടെ വചനങ്ങളാണ്.

മുന്നിലിരിക്കുന്ന വൃദ്ധ പറഞ്ഞു.

-മനസ്സിലായില്ല ഗുരോ?

-ആർക്കും ഒന്നും മനസ്സിലാവില്ല. ആർക്കും ആരെയും മനസ്സിലാവില്ല. ഞാൻ ആരുടെയും ഗുരുവല്ല. അടച്ചിട്ട മുറിയാണ് ഗുരുത്വം.

അടച്ചിട്ട മുറിയാണ് ആരാധനാലയങ്ങളും. ഓച്ചിറ തുറന്നിട്ട മുറിയാണ്.

സെൻ ഒരു കഥ പറഞ്ഞു:

-ഒരിക്കൽ ഒരാൾ മരണാനന്തരം ദൈവസന്നിധിയിലെത്തി. അയാൾ ദൈവത്തോട് പറഞ്ഞു. ദൈവമേ ഓർമ്മവെച്ച നാൾ മുതൽ ഞാൻ നിന്നെ കീർത്തിക്കുന്നുണ്ട്. നിനക്ക് വേണ്ടി ആരാധനാലയങ്ങളിൽ പോകുന്നു. നിന്റെ ദിവ്യഗ്രന്ഥങ്ങൾ വായിക്കുന്നു. നിന്റെ നാമത്താൽ പരിശുദ്ധമായ പുണ്യ സങ്കേതങ്ങൾ സന്ദർശിക്കുന്നു. നിന്റെ വഴിയിലൂടെ യാത്ര ചെയ്യാൻ മറ്റുള്ളവരെ പ്രേരിപ്പിക്കുന്നു. നിന്നെ പ്രകീർത്തിക്കാത്ത ആളുകളെ ചോദ്യം ചെയ്യുന്നു. ഭണ്ഡാരങ്ങളിൽ നിന്റെ പേരിൽ കാണിക്കയിടുന്നു. നിനക്കുവേണ്ടി പുതിയ ആരാധനാലയങ്ങൾ പണിയുന്നു. പുണ്യപാപങ്ങളുടെ കണക്കു പുസ്തകത്തിൽ എന്റെ പേര് എവിടെയാണ്? എന്റെ സ്വർഗത്തിലേക്കുള്ള എളുപ്പവഴി ഏത് പുസ്തകത്തിലാണ് രേഖപ്പെടുത്തിയിട്ടുള്ളത്? എന്നെക്കാൾ മികവുറ്റ ആരുടെയെങ്കിലും പേരുകൾ അങ്ങയുടെ പുസ്തകത്തിൽ രേഖപ്പെടുത്തിയിട്ടുണ്ടോ?

ദൈവം പുഞ്ചിരിച്ചു.

ദൈവം ക്രിസ്തുമതത്തിന്റെ പുസ്തകം തുറന്നു. ശൂന്യമായ പുറങ്ങൾ കാണിച്ചിട്ട് പറഞ്ഞു- ഭൂമിയിൽ ഒരു സത്യക്രിസ്ത്യാനി ഇനിയും ജനിച്ചിട്ടില്ല.

ദൈവം ഇസ്ലാമിന്റെ പുസ്തകം തുറന്നു - വിശുദ്ധനായ ഇസ്ലാം ജനിക്കാനിരിക്കുന്നതേയുള്ളൂ.

ദൈവം ഹിന്ദുത്വത്തിന്റെ പുസ്തകം തുറന്നു - ഒരിക്കലും ജനിക്കാത്തയാളെക്കാത്ത് ഈ പുറങ്ങൾ വിലപിക്കുകയാണ്.

ഓരോ മതപുസ്തകങ്ങളിലേയും ശൂന്യമായ പുറങ്ങൾ കണ്ട് ചോദ്യകർത്താവിന്റെ മനസ്സ് തകർന്നു.

ദൈവം മതഭ്രാന്തരുടെ പുസ്തകം തുറന്നു. അതിൽ ഒന്നാമത്തെ പേര് അയാളുടേതായിരുന്നു.

ഒടുവിൽ ദൈവം അവിശ്വാസികളുടെ പുസ്തകം തുറന്നു. സ്വർഗത്തിലേക്കും ജീവിതത്തിലേക്കുമുള്ള പാതകൾ തുറന്നുവെച്ച ഏതാനും പേരുകൾ അതിലുണ്ടായിരുന്നു. അതിൽ ആദ്യത്തെ പേര് ഉറക്കെ വായിച്ചു- ദൈവം.

ഹെറാക്ലിറ്റസ് പറഞ്ഞതു പോലെ ദൈവം പകലും രാത്രിയും മഞ്ഞുകാലവും വേനൽക്കാലവും യുദ്ധവും സമാധാനവും സംതൃപ്തിയും വിശപ്പുമാണ്. എന്നിട്ടും കൂട്ടരേ ഏത് ദൈവത്തിന് വേണ്ടിയാണ് നിങ്ങൾ നിങ്ങളുടെ മതഗ്രന്ഥങ്ങൾ തുറന്നുവെച്ചിട്ടുള്ളത്?

ഒരുനാൾ നീതിയുടെയും സമാധാനത്തിന്റെയും ദൈവങ്ങൾ ഭൂമിയിലേക്ക് ഇറങ്ങിവരും. അവരുടെകൂടെ നരകവാതിലുകൾ തുറന്ന് മതപ്രബോധകരുമുണ്ടാവും. അവർക്കൊക്കെയും ചോദിക്കാൻ ഒരു ചോദ്യം മാത്രമേ ബാക്കിയുണ്ടാവൂ. ആരാണ് വിശ്വാസികൾ?

ഒണ്ടിക്കാവിനടുത്തേക്ക് സെന്നിന്റെ കൂടെ നടക്കുമ്പോൾ അയാൾ മന്ത്രിച്ചു.

-ഞാൻ അജ്ഞാനിയാണ്. അജ്ഞാനം പരീക്ഷിക്കപ്പെടേണ്ട ഒന്നല്ല. സാമാന്യബോധമുള്ള ആർക്കും മനസ്സിലാവുന്ന കാര്യം എനിക്കും മനസ്സിലാവും. താരിഖലി നിങ്ങളുടെ കൂടെയുണ്ട്. സുനിലിനും അതറിയാം.

അനന്തപുരിയിൽ

തമ്പാനൂരിലിറങ്ങിയതിനു ശേഷം അയാൾക്കജ്ഞാതമായ ഏതൊക്കെയോ ഊടുവഴികളിലൂടെ ലസിമ അയാളെ നയിച്ചു. സുനിൽ വളരെപ്പെട്ടെന്നു യുക്തിസഹമായ കാരണമേതുമില്ലാതെ യാത്ര അവസാനിപ്പിച്ചു. താല്പര്യമില്ലാത്ത യാത്രയുടെ എല്ലാ അലസതയും അയാളിൽ ഉണ്ടായിരുന്നു. നഗരത്തിന്റെ ചേരികളിലേക്ക് അവളിറങ്ങിച്ചെല്ലുന്നത് നിരർത്ഥകമാണെന്ന് അയാൾക്കറിയാമായിരുന്നു.

ടാർപോളിൻ കൊണ്ട് മറച്ച ഒരു ഷെഡ്ഡിലേക്കാണവൾ ചെന്നുകയറിയത്. തലസ്ഥാനനഗരിക്കകത്ത് ഇങ്ങനെയും ചില ഇടങ്ങളുണ്ടെന്ന് അയാൾ ആദ്യമായി അറിഞ്ഞു. നിത്യപരിചിതയുടെ സഞ്ചാരമാണതെന്ന് ലസിമ ബോധ്യപ്പെടുത്തി. പ്രഭയെക്കുറിച്ചാണവൾ അന്വേഷിച്ചത്. മറുപടി പെട്ടന്ന് വന്നു. അവളുടെ നിരാശയുടെ ആഴം അയാളെ സ്പർശിച്ചേയില്ല. നഗരത്തിലെവിടെവച്ചെങ്കിലും പ്രഭയെ കണ്ടെത്താൻ കഴിയുമെന്ന പ്രത്യാശ ലസിമ നിലനിർത്തി. അവളെയും കൂടി കണ്ടുകഴിഞ്ഞാൽ യാത്ര അവസാനിക്കുമെന്ന് ലസിമ പറഞ്ഞത് വിനോദിൽ സംശയങ്ങൾ മാത്രമേ അവശേഷിപ്പിച്ചുള്ളൂ.

ലോഡ്ജിലെത്തിയപ്പോഴെങ്കിലും ലസിമ സാവകാശത്തിൽ എല്ലം പറയുമെന്ന് അയാൾ കരുതി. പക്ഷെ അവൾ നിരാശപ്പെടുത്തി. രണ്ടുപേരും കാര്യമായൊന്നും സംസാരിച്ചില്ല.

താരിഖലി മിത്തായി അവസാനിക്കുകയാണ് എന്നയാൾ തീർച്ചപ്പെടുത്തി. അസ്വാസ്ഥ്യങ്ങളുടെ തള്ളിച്ചയിൽ കനത്ത ശബ്ദത്തിൽ അയാൾ ചോദിച്ചു- എന്തിനായിരുന്നു ഇത്രയും ദിവസത്തെ അഭിനയം? അവളയാളെ സാന്ത്വനിപ്പിച്ചു. ഒരു ദിവസം കൂടി അവൾക്ക് നൽകണമെന്ന അഭ്യർത്ഥന അയാൾക്ക് തിരസ്ക്കരിക്കാനായില്ല.

ഭക്ഷണം കഴിക്കുമ്പോൾ ലസിമ മിണ്ടിയില്ല. പദ്മനാഭസ്വാമി ക്ഷേത്രത്തിനരികിലെത്തിയപ്പോൾ ഭ്രാന്തിയെപ്പോലെ തനിയെ സംസാരിക്കുന്ന സ്ത്രീയെ ചൂണ്ടിക്കാട്ടി അവൾ പറഞ്ഞു.

-പ്രഭയുടെ അമ്മയാണ്. ആ വള്ളുവസ്ത്രീ പറയും, തിരുവനന്തപുരവും പദ്മനാഭസ്വാമി ക്ഷേത്രവും അവരുടേതാണെന്ന്.

-ഓരോ ഭ്രാന്ത്

അയാൾ ചിരിച്ചു.

അവൾ ചിരിച്ചില്ല.

-ആലോചിച്ചാൽ എല്ലാം ഭ്രാന്താണ്. ഈ യാത്ര പോലും. നമുക്കജ്ഞാതമായതിനെ നാം അളക്കുന്നത് ഇങ്ങനെയുള്ള ചില പ്രയോഗങ്ങളിലൂടെയാണ്.

ലസിമ ചിരിച്ചു.

ആ സ്ത്രീയും വെറുതെ ചിരിക്കുന്നുണ്ടായിരുന്നു.

അലിയുടെ കഥ

കാനായിയുടെ ജലകന്യകയെ നോക്കി അയാളിരുന്നു; അവളും. ശംഖുമുഖത്ത് സന്ധ്യ വ്യാപിക്കുകയായിരുന്നു.

-വിനു, നിനക്കറിയുമോ, കാസിമലിയുടെ കൊച്ചുമകളാണ് ഞാൻ.

-ലസിമാ, നിന്റെ രൂപസാദൃശ്യം പലരും ചൂണ്ടിക്കാട്ടിയിരുന്നു. പക്ഷെ കാസിമലിക്കും അബ്ദുറഹിമാനും അറിയാത്ത കൊച്ചുമകൾ. എനിക്കവിശ്വസനീയമാണത്.

- അവർക്കെന്നെ ഒരിക്കലും തിരിച്ചറിയാൻ കഴിയില്ല.

ലസിമ പറഞ്ഞത് വിനോദിന് മനസ്സിലായില്ല.

-എല്ലാ കഥകളും വളരെ ബോധപൂർവം ഞാൻ സൃഷ്ടിച്ചതാണ്. ഒരിക്കലും കണ്ടെത്താൻ കഴിയാത്ത താരിഖിനെ, ഇനിയൊരിക്കലും കാണാൻ കഴിയാത്ത താരിഖിനെ കണ്ടെത്താനെന്ന വ്യാജേന ആസൂത്രണം ചെയ്തതാണ് ഈ യാത്ര. എനിക്ക് കൃത്യമായ ഉദ്ദേശ്യലക്ഷ്യങ്ങളുണ്ടായിരുന്നു. ആത്മഹത്യ നടത്താനുള്ള ഇറങ്ങിത്തിരിക്കലായിരുന്നില്ല അത്. പിന്നെ എന്റെ കൂടെ യാത്ര ചെയ്യാൻ എനിക്കൊരാൾ വേണമായിരുന്നു. അത് മാത്രമാണ് നീ.

-എന്തിനായിരുന്നു നിന്റെ യാത്ര?

-ഇനിയൊരിക്കലും തിരിച്ചുകിട്ടാത്ത ജീവിതം തിരിച്ചു പിടിക്കാൻ. കുറച്ചുദിവസത്തേക്കെങ്കിലും.

-അപ്പോൾ താരിഖ്. ?

-താരീഖിനെ ഞാൻ കൊന്നു. ഇനിയൊരിക്കലും താരിഖ് തിരിച്ചുവരില്ല.

-ലസിമാ.

പിന്നെ അവളൊന്നും പറഞ്ഞില്ല; വിദൂരതയിലേക്ക് നോക്കിക്കൊണ്ടിരുന്നു.

അയാൾ പതുക്കെ വിളിച്ചു.

-ലസിമാ.

അവൾ കരയുകയായിരുന്നു.

-ലസിമ, എന്താണ് സംഭവിച്ചത്?

-ഞാൻ പറയാം. തരിഖലിയുടെ കഥ; എന്റെയും.

അവൾ പറയാൻ തുടങ്ങി.

-കാഫിറലിയെന്ന് അപഹസിക്കപ്പെട്ട കാസിമലിയുടെ കൊച്ചു മകന്റെ കുട്ടിക്കാലം സമൃദ്ധമായിരുന്നു. എങ്കിലും, ലജ്ജാലുവായ താരിഖലി അന്തർമുഖനായി പുസ്തകങ്ങളുടെ ലോകത്തേക്ക് ഒതുങ്ങിക്കൂടി. ജെ. എൻ. യു. വിൽ അലിയെ പഠിപ്പിക്കാനുള്ള അബ്ദുറഹിമാന്റെ തീരുമാനമാണ് അയാളെ മറ്റൊരാളാക്കിത്തീർത്തത്. ചരിത്രത്തെക്കുറിച്ചും സംസ്ക്കാരത്തെക്കുറിച്ചുമുള്ള ഉൾക്കാഴ്ചകളുമായി അലി സഞ്ചരിക്കാൻ തുടങ്ങി. വളരെ വിപുലമായ സൗഹൃദവലയം രൂപപ്പെടുത്താനും അത് നിലനിർത്താനും അയാൾക്ക് സാധിച്ചു. അതിനിടയിലും പെണ്മനസിന്റേതായ അസ്വാസ്ഥ്യങ്ങൾ അലിയെ പിന്തുടർന്നു.

താരിഖലിയുടെ ലേഖനങ്ങളാണ് പലരെയും ആദ്യം പ്രകോപിപ്പിച്ചത്. 'അൽകാഫിറൂൻ' എന്ന രചനയെക്കുറിച്ചുള്ള വാർത്തകൾ അലിയെ പൊതുശത്രുവാക്കിതീർത്തു. യാഥാസ്ഥിതികമായ പൊതു സമൂഹത്തിന്റെ നിരന്തരപീഡനങ്ങൾക്ക് അലി വിധേയനായിതീർന്നു. അതോടൊപ്പം മനസ്സുകൊണ്ട് താൻ ഒരു പെണ്ണാണെന്ന് ഉറപ്പിച്ചുകഴിഞ്ഞപ്പോൾ അസ്വാസ്ഥ്യം വർദ്ധിച്ചുവന്നു.

അലി ഹിജ്റയാണ്!!

വിശുദ്ധയായവൾ.

അലി ഒരു ട്രാൻസ്ജെൻഡറായിരുന്നു.

തന്റെ ബാഹ്യാവരണത്തിനപ്പുറത്തേക്ക് കടക്കാൻ അലി യത്നിച്ചു. ബംഗളൂരിലും ചെന്നയിലും കൂവഗത്തും ഏറെക്കാലം അലഞ്ഞുനടന്നു. ട്രാൻസ്ജെൻഡറായിത്തന്നെ തുടരണോ, ലിംഗമാറ്റ ശസ്ത്രക്രിയ നടത്തണോ എന്നുള്ള ആലോചനകൾ ഏറെ നീണ്ടു. ഒടുവിൽ എസ്. ആർ. എസ്. എന്ന സെക്ഷ്വൽ റീ അസൈൻമന്റ് സർജറി ചെയ്യാൻ തീരുമാനിച്ചു. സങ്കീർണ്ണമായ നിയമപ്രശ്നങ്ങളും സാമ്പത്തിക ബാധ്യതയും വലിയ പ്രശ്നങ്ങളായിരുന്നു. നിയമപ്രശ്നങ്ങൾ റാവു പരിഹരിക്കാമെന്നേറ്റു. പണമുണ്ടാക്കാൻ അലി പ്രവാസ ജീവിതം തെരഞ്ഞെടുത്തു. അധികമാരുമറിയാതെ അയാൾ എസ്. ആർ. എസ്. ചെയ്തു. ഹോർമോൺ ചികിത്സയും ശബ്ദചികിത്സയും ഇലക്ട്രോലൈസിസും സൈകോ തെറാപ്പിസ്റ്റ് ട്രീറ്റ്മെന്റുകളും നടത്തി, മുഖത്ത് ഒരു പ്ലാസ്റ്റിക് സർജറിയും

ചെയ്ത് അതിസങ്കീർണ്ണമായ പ്രക്രിയയിലൂടെ കാസിമലിക്കുപോലും തിരിച്ചറിയാൻ പറ്റാത്തവനായി അയാൾ മാറി. മാറിയ ശരീരവുമായി യുദ്ധം ചെയ്ത് പതുക്കെ പതുക്കെ സ്ത്രീയാകാൻ ശ്രമിച്ചു. പക്ഷെ അലി പരാജയപ്പെട്ടു. തന്റെ അന്വേഷണങ്ങൾ, സുഹൃത്തുക്കൾ, ബന്ധുക്കൾ അതിനേക്കാളുപരി അൽകാഫിറൂൻ എന്ന രചന... ഒരിക്കലും തിരിച്ചു കിട്ടാത്തതായി അതൊക്കെയും താരിഖലിക്ക് അനുഭവപ്പെട്ടു. അതോടൊപ്പം കേരളത്തിൽ ഒരു സ്ത്രീശരീരം അനുഭവിക്കുന്ന പ്രതിസന്ധി അത്രമേൽ ആഴമേറിയതാണെന്ന് അയാൾ അറിഞ്ഞു. തന്റെ സ്ത്രീശരീരത്തിൽ നിന്ന് പുറത്തു കടക്കാൻ വ്യാമോഹിച്ചു. അസാധ്യമായിരുന്നു അത്. അബോധപലായനം നടത്തുന്ന മനസ്സും അകാരണഭീതിയും മാനസികമായി അലിയെ തകർത്തു. ഒടുവിൽ ഡോക്ടർ താഹിറിനു പോലും മനസ്സിലാവാത്ത ഭൂതകാലവുമായി സ്പെഷ്യൽ കെയർ സെന്ററിൽ എത്തിച്ചേർന്നു. പക്ഷേ മറ്റൊരു തടവുമുറിയായി അവിടം അലിക്കനുഭവപ്പെട്ടു.

എന്നാൽ ആരറിയരുതെന്നാഗ്രഹിച്ചോ അവർ അത് അറിയുകയും ചെയ്തു. അവർ അലിയുടെ പിന്നാലെ ഉണ്ടായിരുന്നു. പോലീസ് ലോക്കപ്പിൽ കണ്ടയാളെ വിനൂന് ഓർമ്മയില്ലേ?

ലസിമ ഒന്നു നിർത്തി. അവിശ്വസനീയമായ മുത്തശ്ശിക്കഥപോലെ വിനോദ് ഇത്രയും നേരം കേട്ടിരിക്കുകയായിരുന്നു. അലി. ഇവിടെ തൊട്ടടുത്ത്. വളരെയടുത്ത്. കഥകൾ മുഴുവൻ പറഞ്ഞു കഴിഞ്ഞോ എന്നയാൾ സംശയിച്ചു.

അവൾ അപരിചിതരായ സ്ത്രീകളെ ശ്രദ്ധിക്കുകയായിരുന്നു.

-ങ്ഹാ! അലിയുടെ പ്രശ്നോം പറഞ്ഞ് ഇവിടെയിരുന്ന് സൊള്ളിക്കോ. ഞങ്ങള് രാത്രീം പകലുമില്ലാതെ നിന്റെ പിന്നാലെ ഓടുകയാ. എന്ത് കറക്കായാലും ഒന്നു വിളിച്ചൂടായിരുന്നോ?

മുന്നിൽ സോജ.

അപ്രതീക്ഷിതമായി ചേച്ചിയെക്കണ്ട വിനോദ് പൊട്ടിത്തെറിച്ചു.

-വല്ല ആവശ്യവുമുണ്ടോ പിന്നാലെ നടക്കാൻ. ഞാനെന്താ കൊച്ചുകുട്ടിയാണോ?

-ആത്മഹത്യാശ്രമം ഒളിച്ചോടൽ. നിന്റെ കുട്ടിക്കളി ഇനിയും മാറിയിട്ടില്ലല്ലോ. ഇവളെ അറിയാമോ നിനക്ക്?

വിനയ!

-നിങ്ങക്കൊക്കെ ഭ്രാന്താണോ?

-ഭ്രാന്ത് നിങ്ങൾക്ക് രണ്ടാൾക്കുമാ. ഇവളെ അന്വേഷിച്ചും ആളിറങ്ങിയിട്ടുണ്ട്. അവരും ഈ പരിസരത്തൊക്കെ ഉണ്ടാവും. ടീനേ

ജുകാരെപ്പോലെ ഒളിച്ചോടേണ്ട പ്രായമാണോ രണ്ടാൾക്കും?

അയാൾക്ക് ഒന്നും പറയണമെന്നു തോന്നിയില്ല.

പെട്ടെന്ന് അവരെ അമ്പരപ്പിച്ചുകൊണ്ട് ലസിമ പുറത്തേക്കു കുതിച്ചു.

-ലസിമാ നിൽക്ക്.

അയാൾ പുറകെ ഓടി.

പക്ഷെ, ശംഖുമുഖത്തെ ഇരുട്ടിൽ അവൾ അപ്രത്യക്ഷയായി.

അയാൾ ഭയന്നു. താരിഖും ലസിമയും അവരുടെ കഥയും മറ്റൊരു മിത്തായി അവസാനിക്കുകയാണ്. നഗരത്തിൽ രാത്രി ലസിമ തനിച്ച്. അയാളുടെ ഭീതി വർദ്ധിച്ചു. യാഥാർത്ഥ്യത്തിന്റെ തിരിച്ചറിവിൽ അയാൾ കുട്ടികളെപ്പോലെ കരഞ്ഞു. സോജയുടെ ആശ്വാസവാക്കുകൾ അയാളെ സ്പർശിച്ചില്ല. വിനയ എന്തുചെയ്യണമെന്നറിയാതെ കുഴങ്ങി. നഗരത്തിൽ അവളെ അന്വേഷിച്ച് രാത്രി മുഴുവൻ കറങ്ങി നടന്നു. കണ്ടില്ല.

ഒടുവിൽ ലോഡ്ജിന്റെ പടികൾ കയറുമ്പോൾ സോജ മന്ത്രിച്ചു.

-ഞങ്ങളവിടെ അധ്യാപക ഭവനിലാണ് താമസം. ബാഗൊക്കെ അവിടെയാണുള്ളത്.

വിനോദ് മിണ്ടിയില്ല.

-നീയെന്താ വാ തുറക്കാത്തത്?

-ഞാൻ കൊണ്ടുപോയി വിടാം. വാ, റൂമിൽ കയറിയിട്ടു പോകാം. ചിലപ്പോൾ ലസിമ അവിടെയുണ്ടാവും.

ഇടനാഴിയിലൂടെ നടക്കുമ്പോൾ അയാൾ ശ്രദ്ധിച്ചു. മുറി തുറന്നിട്ടിരിക്കുന്നു. ലസിമ മുറിയിലുണ്ടാവണം. അയാൾ സന്തോഷം മറച്ചു വെച്ചില്ല.

-ലസിമ മുറിയിലുണ്ട്.

അയാൾ വേഗത്തിൽ നടന്നു.

തേജസ്വിനിയെ മുറിയിൽ കണ്ടപ്പോൾ അയാൾ ഞെട്ടി. കൂടെ മറ്റൊരു ചെറുപ്പക്കാരനുമുണ്ട്. ആഷിഖ്!

-ലസിമ. ലസിമയെവിടെ?

ആരും ഒന്നും മിണ്ടിയില്ല.

-ലസിമയെവിടെ?

-കുറച്ചുമുൻപ് വരെ ഇവിടെ ഉണ്ടായിരുന്നിരിക്കണം. ഞങ്ങളെ കണ്ടപ്പോൾ പോയതാവണം. പിന്തുടരരുത് എന്നവൾ കുറിച്ചു വെച്ചിട്ടുണ്ട്.

ആഷിഖ് പറഞ്ഞു നിർത്തി.

തേജസ്വിനി ഒന്നും പറയാതെ ഒരു കത്തെടുത്ത് വിനോദിന്റെ കൈയ്യിൽ കൊടുത്തു.

കഥ അവസാനിക്കുന്നില്ല

-ലസിമയ്ക്ക് ഇങ്ങനെയൊരു ഒളിച്ചോട്ടത്തിന്റെ ആവശ്യമുണ്ടോ? ഡോക്ടർ താഹിറിനോടോ ആഷിഖിനോടോ പറഞ്ഞാൽ വളരെ മാന്യമായ ഡിസ്ചാർജ് ആവാമായിരുന്നില്ലേ? എന്തിനായിരുന്നു ഈ നാടകം? എന്തിനായിരുന്നു ഈ യാത്ര?

സോജയുടെ ചോദ്യം വിനോദ് കേട്ടില്ല. അയാൾ ലസിമയുടെ അക്ഷരങ്ങളെ നുള്ളിയെടുക്കുകയായിരുന്നു.

-വിനൂ.

ഞാൻ യാത്രയാവുന്നു.

ആത്മഹത്യ ചെയ്യില്ല. നിനക്കും അതിനു സാധിക്കില്ല.

എന്നെ പിന്തുടരരുതെന്ന് ആഷിഖിനോട് പറയുക.

നീയും പിന്തുടരരുത്.

'അൽകാഫിറൂൻ' എന്റെ കൈയിലുണ്ട്.

അത് താരിഖലിയുടെ ജീവിതത്തിന്റെ പുസ്തകമാണ്.

ദൈവങ്ങൾക്കിടയിൽ മനുഷ്യനാവാൻ കൊതിച്ച ഒരാളുടെ കഥ.

അൽകാഫിറൂനിന്റെ ഇരുന്നൂറ്റി ഇരുപതാമത്തെ അധ്യായം ഓർമ്മയുണ്ടോ?

ഉണ്ടാവില്ല.

അത് അലിയുടെ കഥയാണ്.

ഹിജ്റകളുടെ കഥ.

നമുക്ക് കഥകൾ പറഞ്ഞുകൊണ്ടേയിരിക്കാം.

■

സംവാദങ്ങളുടെ സംവാദം

അവിശ്വാസത്തിന്റെ രാഷ്ട്രീയം

രാഹുൽ രാധാകൃഷ്ണൻ

ആരാണ് യഥാർത്ഥ വിശ്വാസി എന്ന ചോദ്യത്തിന് വർത്തമാന കാലത്ത് വളരെയധികം പ്രസക്തിയുണ്ട്. ആരാണ് യഥാർത്ഥ ദൈവവിശ്വാസികൾ എന്ന ചോദ്യം കലുഷ കാലത്തെ ഉത്തരമില്ലാത്ത പ്രഹേളികയുമാണ്. സാംസ്കാരിക രൂപഭേദത്തിന്റെയും മനുഷ്യസ്നേഹത്തിന്റെയും ബിംബവത്കരിച്ച ചിഹ്നങ്ങളായ ദൈവങ്ങളുടെയും പ്രവാചകന്മാരുടെയും അനുയായികൾ കെട്ടകാലത്ത് പരസ്പരം പോരടിക്കുന്നു. ജാതിയുടെയും നിറത്തിന്റെയും വംശത്തിന്റെയും നാഡീവ്യൂഹത്തിൽ ഉന്മത്തതയും വർഗീയതയും ദേശീയതയും കലരുമ്പോൾ ആണ് സമാധാനത്തിനു വേണ്ടി യുദ്ധങ്ങൾ ചെയ്യേണ്ടി വരുന്നത്. അത് പോലെ മതങ്ങളിലെ തീവ്രവാദം ഇത്ര കണ്ട് രൂക്ഷമായ മറ്റൊരു കാലം നാം കണ്ടിട്ടില്ല. രക്തം നിറയെ സങ്കുചിത വികാരങ്ങൾ മാത്രമായ 'വിപ്ലവകാരികളും' 'വിശുദ്ധ യുദ്ധം' നയിക്കുന്നവരും നിയന്ത്രിക്കുന്ന അധികാരസംഹിതകളുടെ സംക്ഷിപ്തരൂപമായി ലോകം മാറി മതങ്ങളുടെ സംവാദങ്ങൾ പരിശോധിച്ചാൽ നശിക്കപ്പെട്ട മതങ്ങളുടെ പിന്നിൽ മറ്റൊരു മതത്തിന്റെ പരോക്ഷമോ പ്രത്യക്ഷമോ ആയ ഇടപെടലുകൾ വ്യക്തമാണ്. മതഭ്രാന്ത് അക്രമങ്ങൾക്ക് വഴി മാറുന്ന സഞ്ചാരപഥമാണ് ചരിത്രത്തിന്റെ താളുകളിൽ മതങ്ങളുടെ പേരിൽ കുറിച്ചു വെച്ചിരിക്കുന്നത്.

വിശ്വാസത്തിന്റെ തീവ്രത കൂടി 'വിശുദ്ധ' യുദ്ധത്തിലൂടെ പരിശുദ്ധ രാഷ്ട്രം നിർമിക്കാൻ അത്യാവേശത്തോടെയും ആത്മാർഥതയോടും യത്നിക്കുന്ന ന്യൂനപക്ഷത്തെ ലോകമെമ്പാടും ഇന്ന് കാണാം.അഭ്യസ്തവിദ്യരും വിവിധ മേഖലകളിൽ നൈപുണ്യം പ്രകടിപ്പിച്ചവരും അണിചേരുന്ന ഈ പോരാട്ടത്തിൽ ആക്രമണത്തിൽ പങ്കെടുക്കുകയെന്നതും ബലിദാനത്തിനു സന്നദ്ധനാവുകയെന്നതും ഭടന്മാരുടെ സ്വകാര്യ ബഹുമതികളാണ്. ഈ ഉപാഖ്യാനങ്ങൾ കൂടി രേഖപ്പെടുത്തിയ ചരിത്രം ഭൂതകാലത്തിന്റെ അവശേഷിപ്പുകളെയും വർത്തമാനകാലത്തിന്റെ

ആസുരതകളെയും ഭാവിയുടെ ആശങ്കകളെയും പ്രതിനിധീകരിക്കുന്ന കൽപ്പിതഗ്രന്ഥമാണ്. മതാന്ധതയുടെ അസഹനീയമായ ഭാണ്ഡങ്ങൾ പേറിക്കൊണ്ട് ജീവിക്കുന്നവർക്ക് യുക്തി ഉപദേശിക്കുന്നത് ജലരേഖയാണെന്ന് ബോധ്യപ്പെടുത്തിയ സംഭവങ്ങളും വ്യക്തികളും ധാരാളം. നവോത്ഥാനത്തിലൂടെ ജ്ഞാനനിർമ്മിതി സ്വായത്തമായെന്നു ഊറ്റം കൊള്ളുന്ന കേരളീയ സമൂഹത്തിൽ, നാരായണഗുരുവും ചട്ടമ്പിസ്വാമികളും വാഗ്ഭടാനന്ദനും അയ്യങ്കാളിയും വക്കം മൗലവിയും പ്രചരിപ്പിച്ച ആശയങ്ങളെ കാറ്റിൽപ്പറത്തി കൊണ്ട് മതതീവ്രവാദത്തിന്റെ ഇഴകൾ നെയ്യപ്പെട്ടത് തീർത്തും നിർഭാഗ്യകരമാണ്. ബഹുസ്വരസ്വഭാവമുള്ള മതങ്ങളും പുരാണങ്ങളും ഉപനിഷത്തുകളും മറ്റും പ്രചാരത്തിലുള്ള ഇന്ത്യയിൽ മതത്തിന്റെ അടിസ്ഥാനഘടനയിലൂടെ സംസ്കാരവും രാഷ്ട്രീയവും ചരിത്രവും നോക്കിക്കാണാനുള്ള പ്രവണത ശക്തമായി നിലനിൽക്കുന്നുണ്ട്. മതേതരരാജ്യമായി ഭരണഘടന അനുശാസിക്കുന്നെങ്കിൽക്കൂടി ദൈനംദിന ജീവിതവൃത്തം മതാത്മകമായി പരിണമിക്കുന്ന ഇന്നത്തെ കാലത്ത്, ' അൽ കാഫിറൂൻ സംവാദങ്ങളുടെ പുസ്തകം' എന്ന ടി കെ അനിൽകുമാറിന്റെ നോവൽ അവധാനപൂർവമായ ഒരു മുന്നറിയിപ്പാണ്.

ഹിന്ദുമുസ്ലിം ക്രിസ്ത്യൻ മതങ്ങളെ കൂടാതെ അസംഖ്യം ചെറുതും വലുതുമായ മതദർശനങ്ങൾ പിന്തുടരുന്ന ഭാരതമെന്ന പരീക്ഷണശാലയിൽ മതചിന്തകർക്കും ആത്മീയാചാര്യന്മാർക്കും അവരവരുടേതായ സ്ഥാനമുണ്ട്. ഭാരതീയ തത്വചിന്തയുടെ പൊരുളായ വേദോപനിഷത്തുകൾ ഓരോ ഭാരതീയന്റെയും തനിമയുടെ മൂലരൂപമാണ്. നാനാ മതസ്ഥർക്കും അവ സ്വായത്തമാക്കുകയും പ്രചരിപ്പിക്കുകയും ചെയ്യാം. എന്നാൽ സാങ്കേതികതയുടെ വളർച്ചയും മനുഷ്യമനസ്സിന്റെ വികാസവും വിപരീതാനുപാതത്തിലാണ് എന്നതാണ് നിർഭാഗ്യകരമായ അവസ്ഥ. പൊതുമനസ്സിൽ രൂഢമൂലമായ സാംസ്കാരികമൂല്യങ്ങളും വിശ്വാസപ്രമാണങ്ങളും എപ്പോഴും സാമ്പ്രദായികമായിരിക്കും. വിശാലമായ അർത്ഥതലത്തോടെ നിലനിന്നിരുന്ന ഭാരതീയ സാംസ്കാരിക പാരമ്പര്യം അറകളായി വിഭജിക്കപ്പെടുന്ന വർത്തമാനകാല സാഹചര്യത്തിലാണ് താരിഖ് അലി എന്ന കഥാപാത്രത്തിന് ഈ നോവലിൽ ഇടം കൊടുത്തിരിക്കുന്നത്. സാംസ്കാരിക സത്തയും മതവും തമ്മിലുള്ള വ്യവസ്ഥാപിത ബന്ധത്തെ പ്രത്യക്ഷത്തിൽ വിശകലനം ചെയ്താൽ രാജ്യത്തിന്റെ സംസ്കാരപാരമ്പര്യത്തിനു തന്നെയാണ് ആദർശപരമായി മുൻഗണന നൽകേണ്ടത് എന്ന പരിസരപ്രദേശത്താണ് താരിഖ് അലിയുടെ ഉദ്ദേശ്യശുദ്ധി ബോധ്യമാവുന്നത്. പക്ഷെ ആൾക്കൂട്ടത്തിന്റെ സ്വര/നിറ ഭേദത്തിനനുസൃതമായി രാഷ്ട്രീയനയങ്ങൾ മാറുന്നത് പോലെ മതത്തിന്റെ സൂക്ഷ്മസംവേദനക്ഷമതയുടെ സൂചികയിൽ വാർത്തെടുത്ത സംസ്കാരമുഖപ്പുകളെയാണ് നമുക്കിന്നു പഥ്യം. സ്നേഹത്തിന്റെയും അറിവിന്റെയും ഒറ്റയാൾപ്പോരാട്ടത്തെക്കാൾ ഹാലിളകിയ ജനസഞ്ചയത്തിന്റെ

അസ്പഷ്ട ജല്പനമാണ് അധികാരത്തിന്റെ ചെങ്കോലേന്തുന്നത്. മതങ്ങളുടെ രാഷ്ട്രീയത്തോടൊപ്പം വിമത ലൈംഗികതയുടെ ഗഹനതകളും ചർച്ചചെയ്യുന്ന നോവൽ തമസ്കരണങ്ങളുടെ ചരിത്രത്തെ അനാവരണം ചെയ്യുന്ന ഗ്രന്ഥം രചിച്ച താരിഖ് അലിയുടെ അനിവാര്യത പ്രതിപാദിക്കുന്നു. മതനിരപേക്ഷത പോലെ തന്നെ ലിംഗനീതിയും സഹിഷ്ണുതയോടെ പുലർത്താൻ സമൂഹം ബാധ്യസ്ഥമാണ് എന്ന പരോക്ഷലക്ഷ്യമാണ് നോവൽ ഉന്നമിടുന്നത്.

മതവും രാഷ്ട്രീയവും ചേർത്തു വെക്കുന്നത് ശുഭോതർക്കമല്ല എന്നത് തെളിയിക്കപ്പെട്ട സംഗതിയാണ്. ഇതിനു പല ഉദാഹാരണങ്ങളും ചരിത്രത്തിലുണ്ട്. ഈ കാരണം കൊണ്ട് തന്നെയായിരുന്നു ഖിലാഫത് പ്രസ്ഥാനത്തെ സ്വാതന്ത്ര്യ സമരവുമായി ബന്ധപ്പെടുത്തി സഹകരിപ്പിക്കാനുള്ള ഗാന്ധിജിയുടെ നിലപാടിനോട് ജിന്നയ്ക്കുള്ള അഭിപ്രായവ്യത്യാസവും. കേരളത്തിന്റെ സവിശേഷ സാഹചര്യത്തിൽ ജാതിമതശക്തികൾക്കെതിരായ മുന്നേറ്റങ്ങൾക്ക് എന്നും പ്രസക്തിയുണ്ടായിരുന്നു. മാർക്സിസം ബീജാവാപം നടത്തിയ വർഗാധിഷ്ഠിത മതനിരപേക്ഷതയുടെ മാനങ്ങൾ കേരളീയ സമൂഹത്തിലുണ്ടാക്കിയ സൂക്ഷ്മഭേദങ്ങളെ കുറിച്ച് 'മുസ്ലിം വിയോജനവാദത്തിന്റെ വേരുകൾ' എന്ന ലേഖനസമാഹാരത്തിൽ ഹമീദ് ചേന്നമംഗലൂർ സൂചിപ്പിക്കുന്നുണ്ട്. പക്ഷെ, ആ ദിശയിൽ വിജയകരമായി മുന്നോട്ട് നീങ്ങാൻ തെരഞ്ഞെടുപ്പ് രാഷ്ട്രീയത്തിന്റെ പശ്ചാത്തലത്തിൽ എളുപ്പമായിരുന്നില്ല. അടവുനയങ്ങളും അനുരഞ്ജന ഭാഷണങ്ങളും വോട്ടുബാങ്കിനെ മാത്രം നോട്ടമിടുന്നതിനാൽ ജാതിക്കോമരങ്ങളുടെ ഉറഞ്ഞുതുള്ളലിനെ തടയാൻ കഴിയുകയുമില്ല. അത് പോലെ തന്നെ മതമൗലികവാദത്തിന്റെയും തീവ്രവിശ്വാസങ്ങളുടെയും സംഘർഷഭരിതമായ ചുറ്റുപാടുകളിൽ നിന്ന് ചരിത്രത്തിന്റെയും അനുഭവങ്ങളിലൂടെ ആർജിച്ച അറിവിന്റെയും ബലത്തിൽ താരിഖ് അലി എഴുതിയ പുസ്തകത്തിന് പൂച്ചെണ്ടുകളേക്കാൾ കല്ലേറായിരുന്നു കിട്ടിയത്. നിശബ്ദരായി ജീവിക്കുന്ന, ജ്ഞാനികളായ അവധൂതരെപ്പോലെ യുള്ള മനുഷ്യരുടെ പങ്കു വെക്കാത്ത അറിവുകൾ താരിഖ് അലി ക്രോഡീകരിക്കാൻ ശ്രമിച്ചു. ഐതിഹ്യം, സംസ്കാരം, ചരിത്രം എന്നീ സ്തൂപങ്ങൾ മനുഷ്യജീവിതത്തിൽ സൃഷ്ടിക്കുന്ന അടരുകളെ കുറിച്ചായിരുന്നു താരിഖ് അലിയുടെ പുസ്തകം.

തന്മാരാഷ്ട്രീയത്തിൽ സ്വാധീനം ചെലുത്തുന്ന ഒരു മുഖ്യഘടകമാണ് ലൈംഗികത. ലൈംഗിക ന്യൂനപക്ഷങ്ങളുടെ സാംഗത്യം സമൂഹം ഇനിയും പൂർണമായ രീതിയിൽ തിരിച്ചറിഞ്ഞിട്ടില്ല. അവരുടെ അനുഭവങ്ങളുടെയും അതിജീവനത്തിന്റെയും സ്വത്വനിരാസത്തിന്റെയും മാറ്റൊലികൾ Queer Pride (ലൈംഗിക സ്വാഭിമാന ഘോഷയാത്ര) പോലെയുള്ള സംഗമങ്ങളിലൂടെ കേരളത്തിലെ പൊതുസമൂഹത്തിന് ബോധ്യപ്പെട്ടു തുടങ്ങിയിട്ടുണ്ട്. എന്നാൽ

അധികാരത്തിന്റെ ഇടനാഴിയിൽ നിന്നും മാറ്റി നിർത്തപ്പെട്ട LGBT (Lesbian, gay, bisexual, and transgender)പക്ഷത്തെ മുഖ്യ ധാരയിലെത്തിക്കാൻ ഇനിയുമേറെ ദൂരം താണ്ടേണ്ടി വരുമെന്നാണ് തോന്നുന്നത്. ഇത്തരത്തിൽ ലിംഗപരമായ കാരണങ്ങളാൽ പാർശ്വവ ൽക്കരിക്കപ്പെട്ട ഒരു അവാന്തര വിഭാഗത്തെ പൊതുസ്വത്വവുമായി കൂട്ടി വായിക്കാനുള്ള പാഠാന്തരസാധ്യത അൽകാഫിറൂൻ സംവാദങ്ങളുടെ പുസ്തകം എന്ന നോവലിലുണ്ട്. മൂന്നാം ലിംഗത്തിൽപെട്ട ഹി ജഡകളെ വ്യക്തികളായി അംഗീകരിക്കാത്ത നിന്ദ്യമായ കേരള സമൂഹത്തെപ്പറ്റി താരിഖിന്റെ പുസ്തകത്തിൽ പരാമർശമുണ്ട്. എല്ലാ ദൈവങ്ങളും ഹിജഡയാണ് എന്ന് മൂന്നാം ലിംഗക്കാർ വിശ്വസിക്കുന്നു. രാധയെയും അർജുനനനെയും സ്നേഹിച്ച കൃഷ്ണൻ കോത്തി യാണ്. എല്ലാ മനുഷ്യർക്കും ഹിജഡയുടെ മനസ്സുണ്ടെന്നും അവർ വിശ്വസിക്കുന്നു. ആണും പെണ്ണും കെട്ടവരുടെ കേരളത്തിൽ മൂന്നാം ലിംഗക്കാരല്ലേ യഥാർത്ഥ മനുഷ്യർ എന്ന് നോവലിലെ കഥാപാത്രമായ ഉമ എന്ന ഉമാനാഥൻ ചോദിക്കുന്നുണ്ട്.

അവിശ്വാസി എന്നർത്ഥമുള്ള അൽകാഫിറൂൻ എന്ന ഗ്രന്ഥരചന യെ തുടർന്ന് മതത്തിന്റെ (സമൂഹത്തിന്റെയും) നിരന്തര പീഡന ത്തിന് വിധേയനായ താരിഖ് അലി ലിംഗനീതിയും മതങ്ങളുടെ ആശയപ്പൊരുത്തവും സ്ഥാപിച്ചെടുക്കാൻ പരിശ്രമിച്ചു. മതങ്ങളുടെ മൂലതത്ത്വങ്ങൾ ഒന്നാണെന്നു വിശ്വസിച്ചിരുന്ന അയാൾ ചരിത്ര വും സംസ്ക്കാരവും ദൈവശാസ്ത്രവും ഉപോദ്ബലകമാക്കി പ്ര വർത്തിച്ചു. കേരളത്തിൽ ഒരു സ്ത്രീശരീരം അനുഭവിക്കുന്ന പ്രതി സന്ധിയുടെ ആഴം മനസ്സിലാക്കാനുള്ള അനുഭവങ്ങളും സാന്ദർഭികമായി അയാൾക്കുണ്ടാവുന്നുണ്ട്. ശരീരത്തിന്റെ രാഷ്ട്രീയം എന്ന പരിക ല്പനയ്ക്ക് സാമൂഹ്യശാസ്ത്ര മണ്ഡലത്തിൽ ഏറെ പ്രാധാ ന്യമുണ്ട്. പല തരത്തിലുള്ള വേഷങ്ങളിലൂടെയും രംഗങ്ങളി ലൂടെയും അവതരിപ്പിക്കുന്ന കല്പിതകഥയ്ക്ക് സമാനമായിട്ടാണ് ലിംഗവ്യക്തിത്വത്തെ ഫെമിനിസ്റ്റ് ചിന്തകയായ ജൂഡിത്ത് ബട്ട്ലർ (Judith Butler) കാണുന്നത്. വസ്ത്രം, ഭാവം, ആംഗ്യം, പ്രത്യാ ഘാതം, പ്രതികരണം തുടങ്ങിയ മനുഷ്യനിർമിതമായ വസ്തുക്കളോ, വികാരങ്ങളോ ഒഴിവാക്കിയാൽ ആൺപെൺ എന്ന വേർതിരിവിന്റെ തോത് കുറവാണ്. രതിസങ്കല്പം വികസിക്കുന്നതും മേൽപ്പറഞ്ഞ സൂചിതങ്ങളെ അടിസ്ഥാനപ്പെടുത്തിയാണ് എന്നാണ് ബട്ട്ലറുടെ നിരീ ക്ഷണം. ശരീരം, ആനന്ദം, സിദ്ധാന്തം എന്നീ സംവർഗങ്ങളിൽ അധിഷ്ഠിതമായ Queer തിയറി അഭിസംബോധന ചെയ്യാൻ ശ്രമിക്കുന്നതും ലൈംഗിക/ സദാചാര പ്രശ്നങ്ങളെയാണ്. ഇങ്ങനെ യുള്ള അവസ്ഥകളുടെ പ്രശ്നീകരണങ്ങളാണ് താരിഖ് അലി നേ രിട്ടത് എന്ന് വ്യക്തമാണ്. ഇത് വരികൾക്കിടയിലൂടെ നോവലിൽ സൂചിപ്പിക്കാൻ മാത്രമേ നോവലിസ്റ്റ് ശ്രമിക്കുന്നുള്ളു. കേരളത്തിന്റെ ഞരമ്പുകളിലൂടെ യാത്ര ചെയ്യുന്ന ലസിമയും വിനോദും ഭൂത

കാല ചരിത്രത്തെ സ്പർശിക്കുന്നുണ്ടെങ്കിലും ആ പ്രദേശങ്ങളുടെ ചരിത്രസന്ധികളെപ്പറ്റി ആഴത്തിലുള്ള അപഗ്രഥനം ആഖ്യാനത്തിൽ ഉൾപ്പെടുത്തിയിട്ടില്ല. ആനുഷംഗികമായി ചേകന്നൂർ മൗലവിയെ പറ്റി പരാമർശമുള്ള നോവലിൽ യാഥാസ്ഥിതിക കാഴ്ച്ചവട്ടങ്ങളുടെ കടുംപിടിത്തക്കാരായ ഇസ്ലാം മതസ്ഥർ, ഉദാരവത്കരണ/ ഉത്പതിഷ്ണുതത്വ നയങ്ങൾക്കെതിരെ വീറോടെ ആക്രമണം തൊടുത്തുവിട്ടതിന്റെ ഇരയായിരുന്നു താരിഖ് അലി. സൽമാൻ റുഷ്ദിയും തസ്ലിമനസ്റിനും സാമ്യമുള്ള സാഹചര്യങ്ങളിലൂടെ കടന്നു പോയവരാണ്. ഒരു 'മുസ്ലിം' ആയി സമൂഹം തന്നെ 'തിരിച്ചറിഞ്ഞ്' തുടങ്ങിയ വർത്തമാനകാലത്ത് അനുഭവിക്കേണ്ടിവന്ന 'അപരത്വം' പ്രശസ്ത പത്രപ്രവർത്തകനായ സയ്യിദ് നഖ്വി Being the Other എന്ന ആത്മകഥാപരമായ ഗ്രന്ഥത്തിൽ വിശദമായി പ്രതിപാദിക്കുന്നുണ്ട് .

'അവിശ്വാസികളുടെ പുസ്തകം വിനോദിലുണ്ടാക്കിയ ഭാരം ചെറുതായിരുന്നില്ല. വിനോദ് ആലോചനകളിൽ ആണ്ടിറങ്ങി. ഫാതിഹ മുതൽ അന്നാസ് വരെയുള്ള അധ്യായങ്ങൾ ഉൾക്കൊള്ളാനുള്ള മനസ്സ് മതത്തെ വൈകാരികതയോടെ സമീപിക്കുന്ന ഒരു സമൂഹത്തിനുണ്ടാവുക അസാധ്യമാണെന്നയാൾ തിരിച്ചറിഞ്ഞു. പുസ്തകത്തിലെ നവോത്ഥാനത്തിന്റെ അടയാളപ്പെടുത്തലുകൾ അത്രയേറെ പ്രകോപനമുണ്ടാക്കുന്ന കാര്യങ്ങളല്ലെന്നു അയാൾ വിശ്വസിക്കാൻ ശ്രമിച്ചു.' എന്ന വിനോദിന്റെ ചിന്ത താരിഖിന്റെ ഗ്രന്ഥത്തിന്റെ ഉള്ളടക്കത്തെക്കുറിച്ചുള്ള യഥാർത്ഥ അഭിപ്രായമാണ്. മതനിരപേക്ഷതയുടെ ആദർശനിഷ്ഠയ്ക്ക് തെല്ലും വില കൽപ്പിക്കാതെ ഓരോ കാലത്തിന്നനുസരിച്ചു മതങ്ങളെ പ്രീണിപ്പിക്കുന്ന നിലപാടെടുക്കുന്ന ഭരണകൂടങ്ങൾക്ക് താരിഖ് അലിയെപ്പോലെയുള്ളവരുടെ രാഷ്ട്രീയവും ആത്മാർത്ഥതയും മനസിലാവില്ല. ചരിത്രാതീത കാലം മുതലേ പല മതങ്ങളെയും ആശ്ലേഷിച്ച കേരളത്തിൽ മതസംഹിതകൾ തമ്മിൽ വിനിമയം ഉണ്ടായിരുന്നുവെന്ന് കരുതാം. സത്യമതത്തിന്റെ പ്രചാരകരായി മൂസാനബിയും മുഹമ്മദ്നബിയും ഹസ്രത്ത് ശ്രീകൃഷ്ണനും ഹസ്രത്ത് അഹമ്മദും ഭൂമിയിൽ പിറന്നു എന്ന താരിഖ് അലിയുടെ പുസ്തകത്തിലെ പ്രസ്താവന മതസഹിഷ്ണുതയുടെ ദൃഷ്ടാന്തമാണ്. മതതീവ്രവാദം ആഗോള പ്രശ്നം തന്നെയായി പരിണമിച്ച ഇന്ന് മതങ്ങൾ തമ്മിലുള്ള വ്യവഹാരം പ്രതിലോമകരമാണ്. ധാർമ്മികമതാചാരങ്ങളുടെ സമവാക്യങ്ങൾ നഷ്ടമാവുന്ന സാഹചര്യത്തിൽ നോവലിൽ പറഞ്ഞു പോകുന്ന ചില സംഭവങ്ങൾ ഗൗരവത്തോടെ വേണം വിശകലനം ചെയ്യേണ്ടത്.

ആയിരത്തിതൊള്ളായിരത്തിപതിനാലിൽ ആലുവയിലെ അദ്വൈതാശ്രമത്തിൽവെച്ച് നാരായണഗുരുവും വാഗ്ഭടാനന്ദഗുരുവും കണ്ടുമുട്ടിയ സംഭവത്തെകുറിച്ച് പരാമർശിക്കുന്നുണ്ട് നോവലിൽ അദ്വൈതത്തെ കുറിച്ചും വിഗ്രാഹാരാധനയെ കുറിച്ചുമുള്ള സംവാദത്തിലൂടെ ജാതിമത

ങ്ങൾക്കതീതമായ ഒരു ദേശസങ്കല്പം ഉല്ക്കടമായി ഇച്ഛിക്കുന്ന രണ്ട് മഹാന്മാരുടെ സമാഗമമായിരുന്നു അത്. അന്ധവിശ്വാസങ്ങൾക്കെതിരെയുള്ള ഗരിമയുള്ള ആശയങ്ങൾ പ്രചരിപ്പിച്ചിരുന്ന ഗുരുക്കന്മാരുടെ പാരമ്പര്യമുള്ള കേരളത്തിൽ ജാതിമതങ്ങളെ ചൊല്ലിയുള്ള അസഹിഷ്ണുത അതിതീവ്രമായി പിൽക്കാലത്ത് ഉടലെടുത്തു എന്നത് നിർഭാഗ്യകരമാണ്. തീ തുപ്പുന്ന രാക്ഷസഭാവത്തോടെ മതമൗലികവാദം സമൂഹത്തിന്റെ എല്ലാ കോണിലും വ്യാപിച്ചിരിക്കുന്നു. കുടുംബാസൂത്രണ പദ്ധതികളെ വരെ അട്ടിമറിച്ച്, സന്താനങ്ങളെ പെരുപ്പിച്ച് കൊണ്ട് മതരാഷ്ട്രങ്ങൾ കെട്ടിയുയർത്താൻ വ്യാമോഹിക്കുന്ന തീവ്രമതാനുയായികളുടെ യുട്ടോപ്യൻ സ്വപ്നങ്ങളിൽ അഭിരമിക്കുന്ന കാഴ്ചയാണ് ചുറ്റുപാടും കാണുന്നത്. ജീവകോശങ്ങളിൽ സ്നേഹത്തിനു പകരം മതവെറിയുടെ പകർപ്പുകൾ സൃഷ്ടിക്കപ്പെടുന്ന ഇക്കാലത്ത് ചെറിയ ജന്മം കൊണ്ട് അനേകം വേഷപ്പകർച്ചകൾ നടത്തിയ താരിഖ് അലി മതങ്ങളുടെ പറയാത്ത പാഠങ്ങൾ കുറിച്ച് വെച്ചിരുന്നു. പള്ളിയും സഭയും അമ്പലവും സ്വാർത്ഥമോഹങ്ങളുടെ മൂർദ്ധന്യദശയിൽ വിരാജിക്കുന്ന വേളയിൽ അധികാരവർഗവും ഭരണകൂടവും സന്ധി ചെയ്യുകയാണ്. കപടമായ മതേതരമുഖത്തോടെ ലാഭം കൊയ്യുന്ന കളിക്കളത്തിലെ മധ്യസ്ഥന്മാരായി അധികൃത വിഭാഗം നിപതിക്കുകയാണ്. 'എല്ലാ മതങ്ങളും വിശ്വാസസംഹിതകളും സത്യത്തിന്റെ മുഖം മൂടിക്കെട്ടിയിരിക്കുന്നു' എന്ന് നോവലിൽ ലസിമ പറയുന്നത് ഇതിനോടനുബന്ധിച്ച് വായിക്കാവുന്നതാണ്. 'ജീവിതവുമായോ മതവുമായോ ബന്ധമില്ലാത്ത കാല്പനികാധ്യാനങ്ങളാണ് മതഗ്രന്ഥങ്ങ'ളെന്ന താരിഖിന്റെ നിഗമനവും ഇതോടൊപ്പം ശ്രദ്ധിക്കേണ്ടതാണ്.

അൽകാഫിറൂൻ സംവാദങ്ങളുടെ പുസ്തകം ഒരോർമ്മപ്പെടുത്തലാണ്. നമ്മുടെ സമൂഹം വ്യവസ്ഥാപിതമായ രീതിയിൽ ചിന്തിക്കുന്നതിന്റെ ദുര്യോഗങ്ങളെന്തെന്ന് ചൂണ്ടിക്കാണിക്കുന്ന ഈ നോവൽ ഇരുൾ മൂടിയ കാലത്തിൽ നിന്നും നേരിയ വെളിച്ചത്തിലേക്ക് വിരൽ ചൂണ്ടുന്ന പ്രകാശത്തിന്റെ പുസ്തകമാണ്. ദീപയഷ്ടിവാഹകനായ എഴുത്തുകാരൻ നമ്മെ അന്ധകാരാവൃതമായ ഭൂപടങ്ങളുടെ അതിരും വ്യാപ്തിയും കാണിച്ചു തരികയാണ് ഈ നോവലിലൂടെ.

■

ആത്മീയതയുടെ രാഷ്ട്രീയം

എൻ. അബ്ദുൾ അസീസ്

മതത്തിന്റെയും ജാതിയുടെയും അധികാരത്തിന്റെയും ഫാഷിസ്റ്റു വൽക്കരിക്കപ്പെട്ട ഏകഭാഷണങ്ങളുടെ ആസുരകാലത്ത് അൽകാഫിനൂൻ (അവിശ്വാസികൾ) സംവാദങ്ങളുടെ പുസ്തകത്തിന് ഏറെ പ്രസക്തിയുണ്ട്.സംവാദാത്മകവും ജനാധിപത്യപരവുമായ ബഹുസ്വരതയിൽ നിന്ന് ഏകശിലാത്മകവും കമ്പോളകേന്ദ്രീകൃതവുമായ മതജാത്യാത്മസങ്കുചിതദേശീയതയിൽ ഒരു രാഷ്ട്രം കെട്ടിപ്പടുക്കാനുള്ള സർവസന്നാഹങ്ങളും വിവിധ ജാതിമതമതശക്തികളുടെ അണിയറയിൽ അഭംഗുരം നടന്നുകൊണ്ടിരിക്കുന്ന ഭീതിദമായ വർത്തമാനകാലത്ത് ടി.കെ അനിൽകുമാറിന്റെ അൽകാഫിറൂനിന് സർഗാത്മകവും രാഷ്ട്രീയവും സദാചാര(?)പരവുമായ വിഭിന്നതലങ്ങൾ കൈവരുന്നു.

ബഷീറിനെക്കുറിച്ച് എം.എൻ. വിജയൻ ഉന്മാദത്തിന്റെ ഓടക്കുഴൽ വായിക്കുന്നു എന്ന് നിരീക്ഷിച്ചതുപോലെ അനിൽകുമാറും തന്റെ പ്രഥമനോവലിൽത്തന്നെ സർഗാത്മകതയുടെ വിഭിന്ന അടരുകൾ ധ്വനിപ്പിക്കുന്നുണ്ട്. ഉന്മാദവും സർഗാത്മകതയും രാഷ്ട്രീയബോധവും പ്രണയവും തമ്മിൽ വേർതിരിക്കാനാവാത്ത ജൈവബന്ധമുണ്ട്. അൽകാഫിറൂനിലെ വിനോദും ലസിമയും തമ്മിലുള്ള സൗഹൃദത്തെ നോവലിസ്റ്റ് വളരെ സൂക്ഷ്മമായും അവധാനതയോടെയുമാണ് ചിത്രീകരിച്ചിരിക്കുന്നത് ഡോ.താഹിറിന്റെ സ്പെഷൽകെയർ ഹോമിൽ വെച്ച് പരിചയപ്പെടുന്ന ആത്മഹത്യാബോധമുള്ള അവർ താരിഖലിയെന്ന 'അവിശ്വാസി' യെ അന്വേഷിച്ചിറങ്ങുകയാണ്. താരിഖലി എഡിറ്റ് ചെയ്തതെന്ന് പറയാവുന്ന പുസ്തകം യാത്രക്കിടയിൽ വിനോദ് വായിക്കുന്നു. പരസ്പരം അവിശ്വസിച്ചും അഭിനയിച്ചും തന്നെയാണ് വിനോദും ലസിമയും അലിയുമായി ബന്ധമുള്ളവരെ തേടിയിറങ്ങുന്നത്. അലിക്ക് എന്താണ് സംഭവിച്ചതെന്ന് അറിയാവുന്ന ലസിമ വളരെ ബോധപൂർവം വിനോദിൽനിന്ന് മറച്ചുവെക്കുന്നുവെങ്കിലും നോവലിന്റെ ഒടുവിൽ താൻ ആത്മഹത്യ ചെയ്യില്ലെന്നും അന്വേഷി

ക്കേണ്ടതെന്നെഴുതിവെച്ച് വിനോദിൽനിന്നും സുഹൃത്തുക്കളിൽനിന്നും പലായനം (ഹിജ്റ) ചെയ്യുന്നു. ലസിമയുടെ വ്യക്തിത്വത്തിലും പെരുമാറ്റത്തിലുമുള്ള ദുരൂഹത വിനോദിനെ നോവലിന്റെ പ്രാരംഭം മുതൽ അലട്ടുന്നുണ്ട്. അവൾ മറ്റൊരു തിരുവർക്കാട്ടമ്മയായി പകർന്നാടുന്നത് വായനക്കാരെ അസ്വാസ്ഥ്യപ്പെടുത്തുന്നുണ്ട്.

കാസർഗോഡ് മുതൽ തിരുവനന്തപുരം വരെ അവർ അലിയെ അന്വേഷിച്ച് അലിയുടെ ഉപ്പൂപ്പ മുതൽ വ്യത്യസ്തരാഷ്ട്രീയബോധവും ലിംഗജാതിഭാഷാഭേദമുള്ളവരെ കണ്ടെത്തുകയാണ്. അലിയുടെ സുഹൃത്തായ സുനിലാണ് വിനോദിന് ലസിമയുടെ ദുരൂഹവും വിചിത്രവുമായ ഇരട്ടവ്യക്തിത്വത്തെ അനാവരണം ചെയ്യുന്നത്. നമ്മിലെല്ലാം സന്ദേഹിയും അരാജകവാദിയും വിപ്ലവകാരിയുമായ അലി കുടികൊള്ളുന്നുണ്ടെന്നും സൗകര്യപൂർവം നാം അത്തരം ബോധത്തെ കുടഞ്ഞുകളയുകയോ സ്വാംശീകരിക്കുകയോ ചെയ്യുന്നുണ്ടെന്ന തിരിച്ചറിവ് ഈ നോവൽ പകർന്നുതരുന്നുണ്ട്.

ട്രാൻസ്ജെൻഡർ അനുഭവങ്ങൾ മലയാളത്തിൽ ധാരാളമായി സൃഷ്ടിക്കപ്പെട്ടുകൊണ്ടിരിക്കുന്നുണ്ടെങ്കിലും അൽകാഫിറൂനിലെ അലിയുടെ ഉഭയലിംഗാവസ്ഥ ഗോപ്യമാണ്. രാഷ്ട്രീയപരമായും മതപരമായും ഇത്രയും പ്രത്യക്ഷവൽക്കരിക്കപ്പെട്ട കഥാപാത്രമായിട്ടുകൂടി അയാളിലെ അവളെ അയാൾ രഹസ്യമായി പ്രത്യക്ഷപ്പെടുത്തുന്നു. മുഖവും ശബ്ദവും മാറ്റുന്നു. എന്നിട്ടുമവൾക്ക് അയാളിലേക്ക് തിരിച്ച് രംഗപ്രവേശം ചെയ്യാനുള്ള സാഹസം പ്രദർശിപ്പിക്കുന്നു. ഓരോ മനുഷ്യന്റെയുള്ളിലെ ലൈംഗികമായ വിരുദ്ധവ്യക്തിത്വങ്ങൾ തമ്മിലെ അന്ത: സംഘർഷത്തെ അപഗ്രഥിക്കുകയാണീ നോവൽ.

ശ്രീനാരായദർശനവും കടന്നുള്ള വാഗ്ഭടാനന്ദരാഷ്ട്രീയമാണ് ഈ നോവലിന്റെ ധൈഷണികമന്ദഹാസമായി മാറുന്നത്. വിഗ്രഹാരാധനയോടും പ്രതിഷ്ഠയോടും ക്ഷേത്രങ്ങളോടുമുള്ള അധ്യാത്മികമായ എതിർപ്പിനെ സ്ഥാപിക്കാൻ നോവലിസ്റ്റ് വി.ടിയെയും വാര്യർസാറിനെയും ശശിമാമനെയും കൂട്ടുപിടിക്കുന്നുണ്ട്. ജീവിച്ചിരിക്കുന്നവരും മരിച്ചവരുമായ നവോത്ഥാനനായകർ വിനോദും ലസിമയും നടത്തുന്ന അഭിമുഖമായും വിനോദിന്റെ അൽകാഫിറൂൻ വായനയായും വികസിക്കുന്നു. അലിയുടെ വീട്ടിൽനിന്ന് മോഷ്ടിച്ചെടുത്ത ആ 'വിശുദ്ധഗ്രന്ഥം' ഒടുവിൽ ലസിമ തന്നെ കൊണ്ടുപോവുകയാണ്. ഇതിൽനിന്ന് ഒരുപാട് മുൻവിധികളും സന്ദേഹങ്ങളുമുള്ള പുരുഷന്റെ കയ്യിലല്ല. തിരുവർക്കാട്ടമ്മയും ഉമ്മച്ചിത്തെയ്യവുമൊക്കെ പരിലസിക്കുന്ന താരിഖലിയുടെ പുസ്തകം തന്റെ കയ്യിലാണ് ചേരുകയെന്ന് ലസിമ മനസ്സിലാക്കിയതിനാലാകണം അവൾ സംവാദങ്ങളുടെ പുസ്തകത്തെ കൊണ്ടുപോകാൻ കാരണം.

സയ്യിദ് സനാഉല്ല മക്കിതങ്ങളും ചേകന്നൂർ മൗലവിയുമാണ്

യഥാർത്ഥവിശ്വാസികളെന്നും വ്യവസ്ഥാപിതമുസ്ലിംകൾ അവിശ്വാസികളെണെന്നും ഈ പുസ്തകം അടിവരയിടുന്നു. അല്ലാഹു അറബിഭാഷയിൽ മാത്രമല്ലെന്നും ആദിദ്രാവിഡത്തിലും സംസാരിക്കുന്നുവെന്ന് ഒ.വി. വിജയനെഴുതിയത് പോലെ ഈശ്വരൻ സർവവ്യാപിയാണെങ്കിൽ രൂപം, പേര്, ഗുണമെന്നിവ ക്ഷേത്രത്തിലന്വേഷിക്കുകയോ പ്രതിഷ്ഠിക്കുകയോ ചെയ്യേണ്ടതില്ലെന്നും വാഗ്ഭടാനന്ദനെപ്പോലെ അനിൽ കുമാറും സമർഥിക്കുന്നു.

കേരളത്തിൽനിന്ന് 21 പേർ തിരോഭവിച്ചത് വലിയ മാധ്യമശ്രദ്ധ നേടിക്കൊണ്ടിരിക്കുന്ന മർഡോക്കിയൻകാലത്ത് മതമൗലികവാദത്തിനും ശുദ്ധിവാദത്തിനുമെതിരെയുള്ള മാനവികതയുടെ സുഗന്ധവും ഇഴയടുപ്പവും അൽകാഫിറൂൻ പ്രസരിപ്പിക്കുമെന്ന കാര്യത്തിൽ സംശയമില്ല. നോവലിന്റെ ആദ്യഭാഗത്ത് അൽപം ക്ലിഷ്ടത അനുഭവപ്പെടുന്നുവെങ്കിലും പിന്നീട് അനായാസമായ പാരായണക്ഷമത ഈ നോവൽ പകർന്നുതരുന്നുണ്ട്.

ചരിത്രത്തിന്റെയും രാഷ്ട്രീയത്തിന്റെയും ഭൂമികയിലൂടെ സഞ്ചരിക്കുന്നവർക്ക്, സത്യന്വേഷകർക്ക് വെളിപാട് പുസ്തകമാണീ നോവൽ. അനേകം താരിഖലിമാരും വിനോദുമാരും ലസിമമാരും തേജമാരും സോജമാരും വിനയമാരും മാധവേട്ടന്മാരും സുനിലുമാരും നിലനില്പിനും അതിജീവനത്തിനുമുള്ള സമരങ്ങൾ ത്യാഗനിർഭരമായി ഇന്നു നയിച്ചുകൊണ്ടിരിക്കുന്ന ഏകശിലാത്മക ജല്പനങ്ങൾ മടുത്ത അരാഷ്ട്രീയകാലത്ത് വിപ്ലവപ്രതീക്ഷകൾക്ക് മങ്ങലേറ്റിട്ടില്ലെന്ന് ഈ നോവൽ സാക്ഷ്യപ്പെടുത്തുന്നു. സംവാദങ്ങളുടെ പുസ്തകം വ്യത്യസ്തങ്ങളും ജനാധിപത്യപരവുമായ രാഷ്ട്രീയസംവാദങ്ങൾ തുറന്നിടുമെന്ന് പ്രത്യാശിക്കുന്നു.

■

സംവാദങ്ങൾ സാധ്യമാക്കുന്നത്

ഡോ. മഞ്ജുള കെ.വി.

ഏക പ്രമേയത്തിന്റെ രേഖീയവികാസം ഉത്തരാധുനിക നോവലുകളിൽ പലപ്പോഴും കാണുന്നില്ല. പല പ്രമേയങ്ങളും ഒരേസമയം സഞ്ചരിക്കുകയോ കൂടിച്ചേരുകയോ ചെയ്യുന്നതും കേവലയുക്തിയുടെ വ്യാഖ്യാനതലത്തിനപ്പുറത്തേക്ക് വികാസം പ്രാപിക്കുകയോ ചെയ്യുന്നതും സമകാലിക നോവലുകളുടെ സവിശേഷതയാണ്. 'അൽകാഫിറൂൻ സംവാദങ്ങളുടെ പുസ്തകം' എന്ന നോവലും ഇത്തരം സവിശേഷത കൊണ്ടുതന്നെ ശ്രദ്ധേയമാണ്.

ആഖ്യാനരീതിയുടെ സവിശേഷത കൊണ്ടുതന്നെ ഈ നോവൽ പുതുമയുടെ വഴികൾ തേടുന്നു. സാങ്കേതികതയുടെ ജീവിതദർശനം നമുക്ക് സമ്മാനിക്കുന്നത് മുകളിൽ നിന്ന് താഴോട്ട് ചരിക്കുന്ന ഏകഭാഷണമാണ് അത് വൈവിധ്യവൽക്കരണത്തെ നിഷേധിക്കുന്നതോടൊപ്പം മനുഷ്യരും അവരുടെ വാക്കുകളുമാണ് നോവലിന് വിഷയം. ഈ നോവൽ സംഭാഷണത്തിലൂടെ മുന്നേറുന്നു എന്നു മാത്രമല്ല അഭിപ്രായങ്ങളുടെ സമാധാനൃവൽകരണവും കാലത്തിന്റെ പ്രത്യേകതയായി നോവലിൽ ഇടം പിടിക്കുന്നു. 'ടി.കെ. അനിൽകുമാറിന്റെ അൽകാഫിറൂൻ: സംവാദങ്ങളുടെ പുസ്തകം' എന്ന നോവൽ നാമകരണത്തിൽ തന്നെ ഉള്ളടക്കത്തിന്റെ അഭിപ്രായ വിന്യാസത്തിലേക്ക് വിരൽചൂണ്ടുന്നു. സ്വത്വത്തിന്റെ രാഷ്ട്രീയത്തെ കാസ്റ്റെൽസ് ഉന്നയിക്കുന്നത് (The Power of Identity) നാലുഘടകങ്ങളിലൂടെയാണ്. മതമൗലികവാദം, ദേശീയത, വംശീയത, പ്രാദേശിക സ്വത്വം എന്നിങ്ങനെയാണത്. ദേശീയത വികല ഫാഷിസ്റ്റു ദേശീയതയാവുമ്പോൾ ലിബറൽ ജനാധിപത്യ സങ്കൽപ്പങ്ങൾക്കനുസൃതമായ തുല്യ പങ്കാളിത്തവും അവകാശങ്ങളും സാംസ്ക്കാരിക ന്യൂനപക്ഷങ്ങൾക്ക് നിഷേധിക്കപ്പെടുന്നു. വൈരുദ്ധ്യാത്മക പ്രവർത്തനത്തിലൂടെ മതമൗലികവാദം ശക്തിപ്പെടുമ്പോൾ അതിനെ ഒരു വിഭാഗം ചൂഷണം ചെയ്യുന്നത് പുതിയകാലത്തിന്റെ പ്രത്യേകതയാണ്. സാംസ്കാരിക ഭിന്നതയുടെ അടിസ്ഥാനത്തിൽ പുതിയ രാഷ്ട്രീയ നിർമ്മിതി സാധ്യമാക്കാനും തങ്ങളുടെ വ്യത്യസ്ത സ്വത്വം ഉറപ്പിക്കാ

നുമുള്ള ശ്രമം വിഘടന തീവ്രവാദത്തിലേക്ക് നയിക്കപ്പെടുമ്പോൾ താൻ അനുഭവിക്കുന്ന സ്വത്വപ്രതിസന്ധിയെ മറികടക്കാനാവാതെ ആത്മഹത്യയ്ക്കൊരുങ്ങി പുറപ്പെട്ട താരിഖലിയുടെ സ്വത്വാന്വേഷ ണവഴികൾ അവതരിപ്പിക്കുകയാണ് നോവലിസ്റ്റ്. അധികാരത്തിന്റെ സൂക്ഷ്മരൂപങ്ങളെ കുറിച്ചും രാഷ്ട്രീയത്തിന്റെ പകിടകളിയെ കുറിച്ചും ആഴത്തിലുള്ള അപഗ്രഥനം സാധ്യമാക്കാനുള്ള ശ്രമവും ഈ നോ വലിൽ നടക്കുന്നുണ്ട്. മതമൗലിക വാദത്തിനപ്പുറം കടന്ന് മതസൗ ഹാർദ്ദത്തിന്റേതായ ഒരു ഇഴചേർക്കൽ സാധ്യമാക്കുന്നതോടൊപ്പം ജാ തി-മത-ലൈംഗികാസമത്വങ്ങളെ ഇല്ലായ്മ ചെയ്യാനുള്ള വിനീതമായ ഇടപെടൽ നടത്താനും നോവലിന് കഴിയുന്നുണ്ട്.

തലച്ചോറിനു സംഭവിക്കുന്ന ക്രമഭംഗം എന്ന് ആത്മഹത്യയുടെ കാരണത്തെ വൈദ്യശാസ്ത്രം വിധിയെഴുതുമ്പോൾ വ്യവസ്ഥിതിയുടെ നെറികേടുകൾക്കെതിരെ പോരാടി നിൽക്കാൻ കഴിയാതെ ജീവിതം കൈവിട്ടുപോയ താരിഖലി 'അൽകാഫിറൂൻ' എന്ന പുസ്തകരചന നടത്തിയ ശ്രമം അപ്രത്യക്ഷമാവുകയാണ്.

പരമ്പരാഗത ആഖ്യാന രീതികളോട് സന്ധിചെയ്യാതെ ഉള്ളടക്ക ത്തിലും രൂപത്തിലും സമാന്തരനോവലുകളിൽ നിന്നും വഴിമാറിനടത്തം അടയാളപ്പെടുത്തിയ നോവലാണിത്. സമൂഹം പതിച്ചുനൽകിയ തന്മ (Identity) യെ പൊളിച്ചുകളയുകയും തന്റെ തന്മയെ അപരത്വത്തിൽ നിന്നും സൃഷ്ടിച്ചെടുക്കാനുള്ള ശ്രമം കൂടിയുള്ള ഈ അന്വേഷണം, സ്വാതന്ത്ര്യം, ലിംഗപദവി എന്നീ ഘടകങ്ങളെ കൂടി അഭിസംബോധ നചെയ്തുകൊണ്ട് നിർവ്വഹിക്കുന്നു. ലസിമയെന്ന അസാധാരണത്വം നിറഞ്ഞ കഥാപാത്രത്തിലൂടെ മൂന്നാംലിംഗത്തിന്റെ പ്രശ്നങ്ങളിലേ ക്ക് കൂടി വിരൽചൂണ്ടുന്നുണ്ട്. താൻ ആണാണെന്നോ, പെണ്ണാണെ ന്നോ, മുസ്ലിമാണെന്നോ ഹിന്ദുവാണെന്നോ ഭാരതീയനാണെന്നോ ധരിക്കുന്ന ഒരാൾ സ്വത്വത്തെ നിർണ്ണയിക്കുന്നത് സാമൂഹികമായ ചിലമേൽവിലാസങ്ങളിലേക്ക് കായപ്രവേശം നേടിക്കൊണ്ടാണ്. ആത്മകഥനങ്ങൾക്കുള്ളിലെ കർത്താവ് മറ്റാരോ പറയുന്ന കഥ യിലെ കഥാപാത്രമാവുന്നു. ഏത് ആത്മകഥനത്തിലും സത്യം നുണയാവുന്ന നുണ സത്യമാവുന്ന പ്രത്യയശാസ്ത്രപരമായ ഒരു മാറ്റം സംഭവിക്കുന്നുണ്ട്. ആത്മം (Self) എന്നത് കഥനങ്ങളിൽ മാത്രം സാധ്യമാവുന്ന ഒന്നായി തീരുന്നുവെന്ന് ഡെന്നറ്റ് (Consciousness Explained 1991) വിലയിരുത്തുന്നുണ്ട്. ആഖ്യാനങ്ങളുടെ ഗുരുത്വകേ ന്ദ്രമാണ് സ്വത്വം. ഒരാൾ തന്നെ കുറിച്ച് നടത്തുന്ന ആഖ്യാനങ്ങളും അയാളെകുറിച്ച് മറ്റുള്ളവർ നടത്തുന്ന പറച്ചിലുകളും കൂട്ടിമുട്ടുന്ന അമൂർത്ത ബിന്ദുവായി സ്വത്വത്തെ കാണുന്നുമ്പോൾ 'പോൾറിക്കർ' (Time and narrative) പരസ്പരം കൂട്ടിമുട്ടാതെ ചിതറിനിൽക്കുന്ന ആഖ്യാനങ്ങളുടെ സഞ്ചികയായി സ്വത്വത്തെ കാണുന്നുണ്ട്. ലസിമ, വിനോദ് എന്നിവരുടെ താരിഖലിയെ തേടിയുള്ള യാത്ര സൂക്ഷ്മ

സ്വത്വത്തിനും അഖ്യാനാത്മകസ്വത്വത്തിനുമിടയിലെ 'ഞാൻ' നെ അന്വേഷിക്കുകയാണ്. സാമൂഹ്യവ്യവസ്ഥയ്ക്കകത്ത് വ്യത്യസ്ത കർത്തൃസ്ഥാനങ്ങളുമായി താദാത്മ്യം പ്രാപിച്ചു കൊണ്ട് തങ്ങൾ നടത്തുന്ന വിസ്മയങ്ങൾക്കിടയിലെ 'ഞാൻ' സംഗതമാകുന്നുതെങ്ങനെയെന്ന അന്വേഷണം, നാം സാമൂഹ്യജീവിയായി മാറുന്നത് വിനിമയങ്ങളുടെ ഒരു ക്രമത്തെ ആന്തരവൽക്കരിച്ചുകൊണ്ടാണ്. വിനിമയങ്ങളുടെ ക്രമം നിയമങ്ങളുടെയും വഴക്കങ്ങളുടെയും വ്യവസ്ഥയാണ്. ഈ വ്യവസ്ഥയെ തകർത്തുകൊണ്ട് പുതിയൊരു സാമൂഹികക്രമത്തിന് യത്നിച്ച താരിഖലിയുടെ 'തന്മ'യെ കാട്ടിയുള്ള ലസിമയുടെ യാത്ര താരിഖലി ഒരു പരാജയമായിരുന്നു എന്ന കണ്ടെത്തലിലവസാനിക്കുന്നു. സാമൂഹികവും രാഷ്ട്രീയവുമായ തന്മ (Identity) സങ്കല്പത്തെ പൊളിച്ചെഴുതുന്നു. ഉത്തരാധുനിക ചിന്താധാരയും കൂടി നോവലിസ്റ്റ് പ്രയോജനപ്പെടുത്തുന്നുണ്ട്. വ്യവഹാരികമായി തീർപ്പ് എന്ന നിലയിൽ തന്മ ഒരസ്ഥായീഭാവത്തെയും ഉൾക്കൊള്ളുന്നില്ല. ഈ അസാധ്യതയ മറച്ചുകൊണ്ട് വ്യത്യസ്തതയെ തുല്യമായി പരിഗണിക്കപ്പെടുന്ന ആദർശാത്മകമായ സാമൂഹ്യവ്യവസ്ഥയെ രൂപകല്പന ചെയ്യുകയും അതിനു വേണ്ടി പൊരുതുന്ന വിഭാഗത്തിന്റെ രാഷ്ട്രീയം ഒരു കേവലസത്യത്തിന്റെ വെളിപാടിന്മേൽ ഉരുത്തിരിഞ്ഞ് വരേണ്ടുന്നതാണെന്ന വെളിപ്പെടുത്തലും കൂടി ഇവിടെയുണ്ട്. ഈ യുക്തികളിൽ മുന്നാംലിംഗ നീതിയെയും പുനരാവിഷ്ക്കരിക്കുന്ന കർതൃസ്ഥാനമായി മാറുന്നത് നോവലിന്റെ അവസാനത്തിൽ കാണം.

താരിഖലിയുടെ അന്വേഷണത്തിന്റെ ഭാഗമായി ലസിമ, വിനോദ് എന്നിവരുടെ കേരളത്തിലങ്ങോളമിങ്ങോളമുള്ള യാത്രയിൽ നോവലിന്റെ സ്ഥലദർശനം അരികുവൽക്കരിക്കപ്പെട്ട വയനാട്ടിലെ ആദിവാസി ഗ്രാമം മുതൽ അധികാര രാഷ്ട്രീയത്തിന്റെ മേച്ചിൽ പുറങ്ങളായി നഗരാതിർത്തിവരെ നീളുന്നു. നോവലിനുള്ളിലെ നോവലിൽ സംഭാഷണങ്ങളുടെയും സംവാദങ്ങളുടെയും അഭിപ്രായ സ്വാതന്ത്ര്യത്തിൽ മതമൗലികവാദങ്ങളുടെ ഏകപക്ഷീയതയെ തകർത്ത് എഴുത്ത് രീതികളുടെ സാമ്പ്രദായിക ധാരണകളെ തകിടം മറിക്കുന്നു. തിരസ്കൃത മനുഷ്യരുടെ വംശാധിഷ്ഠിത സ്വത്വബോധത്തിന്റെ പരികല്പനകൾ അസാധ്യമാകുകയും വ്യക്തി നന്മയുടെ പ്രതീകമായ താരിഖലിയുടെ സ്വത്വചിന്തകൾ ലസിമയിൽ പൂർണ്ണമാവുകയും ചെയ്യുമ്പോൾ അഖ്യാന രൂപങ്ങളുടെ പതിവു രീതികളിൽ നിന്നും ഗതിമാറി സഞ്ചരിക്കുകയാണ് ടി.കെ. അനിൽ കുമാർ.

■

ബഹുസ്വരതകളുടെ ആഖ്യാനം

ടി പി സക്കറിയ

മലയാളനോവലിന്റെ പുതുവഴികളിൽ അടയാളപ്പെടുത്തേണ്ട ഒരു ഗ്രന്ഥമാണ് ടി കെ അനിൽകുമാറിന്റെ 'അൽ കാഫിറൂൻ സംവാദങ്ങളുടെ പുസ്തകം.' പേര് സൂചിപ്പിക്കുമ്പോലെ ഈ നോവൽ ഒട്ടേറെ സംവാദങ്ങൾക്ക് വഴിയൊരുക്കാം.

അൽകാഫിറുൻ ഖുറാനിലെ ഒരു അദ്ധ്യായമാണ്. അൽ കാഫിറൂൻ എന്ന വാക്കിനു അവിശ്വാസി എന്നാണർഥം. മുഹമ്മദ് നബി അവിശ്വാസികളെ സംബോധന ചെയ്ത് 'നിങ്ങൾക്ക് നിങ്ങളുടെ മതവും ആരാധനാരിതികളും എന്നും എനിക്ക് എന്റെ മതവും ആരാധനാരിതികളും എന്നും പ്രതിപക്ഷ ബഹുമാനത്തോടെ വിയോജിക്കുന്ന ഒരധ്യായമാണിത്. അനിൽകുമാർ നോവലിന്റെ ആമുഖമായി ഈ ഖുറാൻ വചനമാണ് ചേർത്തിരിക്കുന്നത്.

മതം രാഷ്ട്രിയതാൽപ്പര്യങ്ങളുമായി പ്രതിപ്രവർത്തിച്ച് തീവ്രവാദവും ഫാസിസവും മനുഷ്യത്വ വിരുദ്ധമായ കച്ചവട താൽപ്പര്യങ്ങൾ ഉൽപ്പാദിപ്പിക്കുകയും മതവി ശ്വാസങ്ങൾ സംവാദം പോലും അസാദ്ധ്യമായ വൈകാരികതയിലേക്കും അയുക്തികതയിലേക്കും വഴുതി വീഴുകയും ചെയ്യുന്ന ഇക്കാലത്ത് ഈ നോവലിന്ന് ഏറെ പ്രസക്തിയുണ്ട്. .ആൺകോയ്മയിലധിഷ്ഠിതമായ ഇസ്ലാം മതത്തിൽ പെട്ട താരിഖലി എന്ന യുവാവ് തന്നിലെ പെൺ സ്വത്വത്തെ അടക്കാനാവാതെ പെണ്ണായി മാറുമ്പോൾ ഇസ്ലാം മതം ചരിത്രപരമായി ഒരിക്കലും നേരിട്ടിട്ടില്ലാത്ത പുതിയ പ്രതിസന്ധിയാണുടലെടുക്കുന്നത്.

ലസിമ എന്ന യുവതിയും വിനോദ് എന്ന അന്വേഷകനും കേരളത്തിന്റെ വടക്കേഅറ്റം മുതൽ തേക്കേ അറ്റം വരെ സഞ്ചരിക്കുമ്പോൾ പരമ്പരാഗതമയ പല സങ്കല്പങ്ങളെയും ചോദ്യം ചെയേണ്ടിവരുന്നു. ചരിത്രപരമായും രാഷ്ട്രീയമായും പ്രധന്യമുള്ള സ്ഥലങ്ങളിലൂടെ

യാണ് അവരുടെ പുതുകാഴ്ചകളുടെ സഞ്ചാരം. ആണത്തത്തിന്റെ പിൻബലമുള്ള മതങ്ങൾ കോറിയിട്ട വാക്യങ്ങളുടെയും ആഖ്യനങ്ങളുടെയും തേരിലേറിയല്ല അവർ സഞ്ചരിക്കുന്നത്. ചരിത്രത്തിൽ അങ്ങിങ്ങ് മിന്നിതിളങ്ങുന്ന മതേതരവും അധികാരമുക്തവുമായ ഇത്തിരി വെട്ടത്തിലൂടെയാണ്. സ്വത്വ പ്രതിസന്ധി നേരിടുന്ന മലയാളിയെ ചരിത്രവത്കരിക്കാനാണ് അവരുടെ ശ്രമം.

ഒരു ഡിറ്റക്ടീവ് നോവലിന്റെ ആഖ്യാനരീതിയിലാണ് നോവൽ പുരോഗമിക്കുന്നത്. ലസിമയും വിനോദും ഒന്നും കണ്ടെത്തുന്നില്ല. ലസിമ തന്നിലെ താരിഖലിയെ കണ്ടെത്തി വെളിപ്പെടുത്തുന്നുണ്ടെങ്കിലും അസ്വാസ്ഥ്യങ്ങളുടെ ചരിത്രം ആരംഭിക്കുകയാണവിടെ.വിനോദിന്റെ അന്വഷണം അനന്തമായി നീളുന്നു.

തരിഖലിയെ കുറിച്ചുള്ള അന്വേഷണം മതത്തിന്റെയും ജാതിയുടെയും കേരളമെന്ന രാഷ്ട്രീയഭൂമികയുടെയും സ്വത്വാന്വേഷണമായി മാറുന്നു. ഇതാണ് ഈ നോവലിനെ ശ്രദ്ധേയമാക്കുന്നത്.ആഖ്യാനത്തിലെ പുതുമയും ശ്രദ്ധേയമാണ്. ഖുറാനിലെയും ബൈബിളിലെയും ഗീതയിലെയും രാമായണത്തിലെയും മഹാഭാരത്തിലെയും വാക്യങ്ങൾ പലതും നോവലിൽ പുനർജ്ജനിക്കുന്നു. ബഹുസ്വരമായ ഈ വാക്യങ്ങൾ നോവലിന്റെ ആഖ്യാനഭാഷയായി മാറുന്നു.അതുകൊണ്ടുതന്നെ ഈ നോവൽ ജനാധിപത്യത്തിന്റെയും ബഹുസ്വരതകളുടെയും പിൻബലമുള്ള മതേതരാഖ്യാനമായി മാറുന്നു.

■

അവിശ്വാസികൾ

ഡോ. രഞ്ജിത്കുമാർ. പി

ആഖ്യാനത്തിനുള്ളിലെ ആഖ്യാന ഗ്രന്ഥവും സാംസ്കാരിക വിമർശനവുമാണ് അൽകാഫിറൂൻ. സമകാലിക സമൂഹത്തിലെ ജാതിമതലൈംഗിക വേറുകൂറുകളെയും അസമത്വങ്ങളെയും സംവാദ സ്വഭാവത്തോടെ മുന്നോട്ട് വെക്കുകയാണ് വിഷയാസ്പദമായി വിസ്ഫോടനാത്മകമായ ഈ നോവൽ. പാഠത്തിന്റെയും വായനയുടെയും നവീനവൻകരകൾ തീർക്കുന്ന ആഖ്യാന സവിശേഷത ഇതിനെ വേറിട്ടതാക്കുന്നു.

ആത്മഹത്യാ പ്രവണതയ്ക്ക് ചികിത്സിക്കപ്പെടുന്ന ലസിമയും വിനോദും അൽകാഫിറൂന്റെ രചയിതാവായ താരിഖലിയെ തേടി കേരളത്തിലെ സമാന്തര സെക്കുലർ ജീവിത വഴികളിൽ നടത്തുന്ന അന്വേഷണമാണ് നോവലിന്റെ ഇതിവൃത്തം. മാപ്പിള തെയ്യവും വടകര സിദ്ധാശ്രമവും കരുമാടിക്കുട്ടനുമെല്ലാം തുറന്നിടുന്ന മതനിരപേക്ഷമായ ഇടങ്ങളെ നോവൽ അടയാളപ്പെടുത്തുന്നു.നോവലിലുട നീളം സൂക്ഷിക്കുന്ന ഡോക്യുമെന്ററി സ്വഭാവം സംവാദങ്ങളുടെ സാംസ്കാരിക വിമർശനതലത്തെ സജീവമാക്കുന്നു.

അൽകാഫിറൂൻ രചിച്ച ശേഷം താരിഖലി എവിടെയോ അപ്രത്യക്ഷനായിരിക്കുന്നു. കാസർകോട്ടെ താരിഖിന്റെ വീട്ടിൽനിന്നും കണ്ടെടുക്കുന്ന അൽകാഫിറൂനു മായാണ് ലസിമയും വിനോദും യാത്ര പുറപ്പെടുന്നത് .ധിഷണാശാലിയും പുരോഗമനവാദിയുമായതാരിഖലിയുടെ സൗഹൃദവലയങ്ങളിലൂടെയാണ് ഇവരുടെ അന്വേഷണം നീളുന്നത്. തൃശൂരിലെ ഉമാനാഥനും കൊരട്ടിയിലെ മദർ ഗ്രേസിയും കരുമാടിയിലെ പുഷ്പമ്മയും അടക്കമുള്ള ഓരോരുത്തർക്കും താരിഖിനെക്കുറിച്ച് നല്ലതേ പറയാനുള്ളു. വ്യത്യസ്തമായ ജീവിതാവസ്ഥകളെ പ്രതിനിധാനം ചെയ്യുന്ന ഇവരുടെ ആഖ്യാനങ്ങളിലൂടെയാണ് കേരളത്തിന്റെ സമാന്തരമായ ചരിത്രവും സംസ്കാരവും സൂചി

തമാകുന്നത്.

ലോകത്താകമാനവും കേരളത്തിൽ വിശേഷിച്ചും അതിവേഗം വളർന്ന് ആക്രമണോത്സുകതയും മനുഷ്യ വിരുദ്ധതയും കൈവരിച്ചിരിക്കുന്ന മത തീവ്രവാദത്തെയാണ് ഈ നോവൽ സത്യസന്ധമായ സംവാദത്തിന് വിധേയമാക്കുന്നത്. മമ്പുറം തങ്ങളും മക്തി തങ്ങളും ചേകന്നൂർ മൗലവിയും ഇസ്ലാമിൽ ഉയർത്തിയ പരിഷ്കരണ പ്രവർത്തനങ്ങൾക്കേറ്റ തിരിച്ചടി മാത്രമല്ല ഹൈന്ദവ ക്യസ്ത്യൻ നവോത്ഥാന മൂല്യങ്ങൾക്കേറ്റ പിന്മടക്കവും നോവലിൽ ഉയരുന്നുണ്ട്.

ശംഖുമുഖത്തെ കടലോരത്ത്, ട്രാൻസ്ജെന്ററായ താരിഖലി തന്നെയാണ് ലസിമയെന്ന് വെളിപ്പെടുത്തുന്നിടത്ത് നോവലിലെ അന്വേഷണം അവസാനിക്കുന്നു. എന്നാൽ സംവാദങ്ങളവസാനിക്കുന്നില്ല. അലിക്കു പിന്നാലെ അജ്ഞാതരായ കൊലയാളികളും അവരുടെ പ്രത്യയശാസ്ത്രവും അതിവേഗം മുന്നേറുകയാണ്. സംവാദങ്ങളുടെ അനേകമനേകം വാതിലുകൾ തുറന്നിടുന്ന ‘അൽകാഫിറൂൻ സംവാദങ്ങളുടെ പുസ്തകം’ വരുംകാലങ്ങളിൽ ശ്രദ്ധേയമാവുക വിഷയത്തിന്റെ സ്ഫോടനാത്മകത കൊണ്ടും അവതരണത്തിന്റെ നവീനത കൊണ്ടുമായിരിക്കും.

■

സംവാദങ്ങൾ അവസാനിക്കുന്നില്ല

പവിത്രൻ മൊകേരി

വർത്തമാനകാല സമൂഹത്തിൽ നിലനിൽക്കുന്ന ജാതിമത ലൈംഗിക അസമത്വങ്ങളെ പശ്ചാത്തലമാക്കി തികച്ചും നവീനമായ ആഖ്യാനശൈലിയിൽ രചിക്കപ്പെട്ട പുതുമയുടെ രൂപമാണ് അൽകാഫിറൂൻ സംവാദങ്ങളുടെ പുസ്തകം. വർഗീയ വാദവും തീവ്രവാദവും ഭീകരതയും സമകാലീന പ്രതിഭാസമായി മാറിയിരിക്കുന്നു. തോക്കി നേക്കാളും ബോംബിനേക്കാളും ശക്തിയുള്ള മാരകമായ മത വചനങ്ങളും ആചാരങ്ങളും പൂർവ്വാധികം ശക്തിയോടെ പ്രയോഗിക്കാൻ ഈ കറുത്ത ശക്തികൾ ശ്രമിച്ചുകൊണ്ടിരിക്കുന്നു. ഈയൊരു പശ്ചാത്തലത്തിൽ വിസ്മയിപ്പിക്കുന്ന യാഥാർത്ഥ്യങ്ങളുടെ നേർച്ചിത്രങ്ങളാണ് അൽകാഫിറൂൻ നൽകുന്നത്. അൽകാഫിറൂൻ രചിച്ച താരിഖലി എന്ന പുരോഗമനവാദിയായ മുസ്ലിം യുവാവ് അപ്രത്യക്ഷനായിരിക്കുന്നു. എങ്ങോട്ട്? എന്തിന്? എവിടെയാണ് താരിഖലി? വായനക്കാരന്റെ ജിജ്ഞാസയും അന്വേഷണത്വരയും ആദ്യ അധ്യായങ്ങളിലൂടെ തന്നെ പുരോഗമിക്കുകയും അസാധാരണമായ ദിശയിലേക്ക് എത്തിച്ചേരുകയും ചെയ്യുന്നതാണ് ഈ നോവലിന്റെ സവിശേഷതകളിൽ പ്രധാനമായത്.

ലസിമയും വിനോദും താരിഖലിയെ തേടി നടത്തുന്ന കേരള സഞ്ചാരമാണ് നോവലിന്റെ പശ്ചാത്തലവും ഇതിവൃത്തവും. ഡോ. താഹിറിന്റെ മാനസികാരോഗ്യ കേന്ദ്രത്തിൽ നിന്നും ആത്മഹത്യ ചെയ്യാൻ വേണ്ടി പുറപ്പെട്ടവരാണ് ലസിമയും വിനോദും. കാസർകോട് തളങ്കരയിലെ താരിഖിന്റെ വീട്ടിൽ നിന്ന് കണ്ടെടുക്കുന്ന അൽകാഫിറൂൻ എന്ന പുസ്തകവുമായാണ് അവർ ഇറങ്ങി തിരിക്കുന്നത്. യാഥാസ്ഥിതിക ഇസ്ലാം സമൂഹം കാഫി റെന്ന് മുദ്രകുത്തിയ കാസിമലിയുടെ കൊച്ചുമകൻ താരിഖലിയെത്തേടി അനേകമനേകം വ്യക്തികൾക്ക് പുറകെ സഞ്ചരിക്കുമ്പോഴും താരിഖലി പിടി തരാതെ വഴുതിമാറുന്നു.

അജ്ഞാതനായ കൊലയാളിയും ലസിമയെ പിൻതുടരുന്ന ആഷിഖും വിനോദിനെ പിന്തുടരുന്ന വിനയയും സോജയും നോവലിനെ ഉദ്വേഗഭരിതമാക്കി മാറ്റുന്നു .ജീവിത യാഥാർത്ഥ്യങ്ങൾക്കിടയിൽ പകച്ചു നിൽക്കുമ്പോൾ വിനോദ് അൽകാഫിറൂൻ എന്ന പുസ്തകം തുറന്ന് വായിക്കുന്നു. അത് പുതിയ അസ്വസ്ഥതകളാണ് അയാൾക്ക് സമ്മാനിക്കുന്നത്.

ശംഖുമുഖത്ത് കഥയവസാനിക്കുമ്പോൾ ട്രാൻസ്ജെന്ററായതാരിഖലി തന്നെയാണ് ലസിമ എന്ന യാഥാർത്ഥ്യം വിനോദ് ഞെട്ടലോടെ തിരിച്ചറിയുന്നു. നപുംസക വൽക്കരിക്കപ്പെട്ടുകൊണ്ടിരിക്കുന്ന കേരളീയ സമൂഹത്തിന്റെ പ്രതിനിധിയാണ് താരിഖലി .ചരിത്രം, സംസ്കാരം, മതം, ജാതി, ലൈംഗികത തുടങ്ങിയവയെക്കുറിച്ചുള്ള പരമ്പരാഗതവും സാമ്പ്രദായികവുമായ സമീപനങ്ങളെ ഈ നോവൽ ചോദ്യം ചെയ്യുന്നു. ആരാണ് വിശ്വാസി? ആരാണ് അവിശ്വാസി? എന്ന ചോദ്യമാണ് നോവലിലുടനീളം താരിഖലി ചോദിച്ചു കൊണ്ടേയിരിക്കുന്നത്.

അഹമ്മദിയാക്കളുടെ കൃഷ്ണൻ എന്ന പ്രവാചകൻ, കാസർകോട്ടെ മാപ്പിള തെയ്യം എന്നിവ ഇസ്ലാമിന്റെ വ്യതിരിക്തതയെ സാക്ഷ്യപ്പെടുത്തുന്നു. മമ്പുറം തങ്ങളും മക്തി തങ്ങളും ചേകന്നൂർ മൗലവിയും ഇസ്ലാമിന്റെ നവോത്ഥാന ചിഹ്നവും മലബാർ കലാപം ഇസ്ലാമിന്റെ പോരാട്ട വീര്യവുമാണ്. ഇതെവിടെ വെച്ചാണ് ചോർന്നു പോയതെന്നുള്ള അന്വേഷണത്തിനും ഈ കൃതി തുടക്കമിടുന്നു. കേരളീയ നവോത്ഥാനത്തിന് തുടക്കമിട്ട ക്രൈസ്തവ മിഷനറിമാരുടെ പാരമ്പര്യം വിമോചന സമരത്തിനും നെറികെട്ട ഇടയലേഖനങ്ങളിലേക്കും അധ:പതിച്ചു പോയതിന്റെ കാണാപ്പുറങ്ങൾ തേടുകയാണ് ഈ നോവൽ. നാരായണ ഗുരുവിന്റെയും വി.ടി ഭട്ടതിരിപ്പാടിന്റെയും വാഗ്ഭടാനന്ദന്റെയും നവോത്ഥാന ധാരകൾ മലയാളി ഉപേക്ഷിച്ചു കഴിഞ്ഞിരിക്കുന്നു. ഹിന്ദുത്വത്തിന്റെ സംഹാരാത്മകമായ മുഖമാണ് നോവലിനെ വേറിട്ട അനുഭവമാക്കി തീർക്കുന്നത്. ബൗദ്ധരുടെയും ജൈനരുടെയും ദളിതരുടെയും ഭൂതകാലത്തെ തച്ചുടച്ച സാംസ്കാരിക പരിസരം ഹിന്ദുത്വത്തെ പ്രതിക്കൂട്ടിലാക്കുന്നു. ഹിന്ദുത്വമടക്കമുള്ള മതങ്ങൾ കേരളത്തിൽ എന്തായി മാറിയിരിക്കുന്നു എന്ന് കൃത്യമായി അന്വേഷിക്കുകയാണ് ഈ നോവൽ. ചരിത്രത്തിന്റെയും സംസ്കാരത്തിന്റെയും പിൻബലം തീർച്ചയായും അതിനുണ്ട്.

■

www.ingramcontent.com/pod-product-compliance
Lightning Source LLC
LaVergne TN
LVHW042303051026
849519LV00012B/2233
* 9 7 8 9 3 8 5 8 9 9 5 3 9 *